டைசுங் நகரில் ஒரு புத்தர் கோயில்

டைசுங் நகரில் ஒரு புத்தர் கோயில்

கணேஷ் வெங்கட்ராமன் (பி. 1969)

லால்குடியில் பிறந்து தமிழ்நாட்டின் பல்வேறு ஊர்களில் பள்ளிப் படிப்பு; இளநிலை வணிகவியல் பட்டப்படிப்புக்குப் பிறகு வேலை தேடி வடக்குக்கு இடப்பெயர்வு. குஜராத், மகாராஷ்டிரம், சில அயல் நாடுகள் என்று பல இடங்களில் பல நிறுவனங்களில் வேலை செய்துவிட்டு, கடந்த ஏழு வருடங்களாக ஒரு பன்னாட்டு உணவு நிறுவனத்தில் விற்பனைப் பொது மேலாளராகப் பணியாற்றி வருகிறார். 2011இலிருந்து வலைதளத்திலும் *(http://hemgan.wordpress.com)* இணையப் பத்திரிகைகளிலும் சிற்றிதழ்களிலும் தொடர்ந்து எழுதிவருகிறார். பௌத்தம் மற்றும் வரலாற்று நூல்களை வாசிப்பதில் மிகவும் ஆர்வமுடையவர்.

மனைவி ஹேமா, புதல்விகள் பூஜா, ஷ்வேதா ஆகியோருடன் தில்லியில் வசிக்கிறார்.

மின்னஞ்சல் : *hemgan@gmail.com*

கணேஷ் வெங்கட்ராமன்

டைசுங் நகரில் ஒரு புத்தர் கோயில்

காலச்சுவடு பதிப்பகம்

டைசுங் நகரில் ஒரு புத்தர் கோயில் ❖ சிறுகதைகள் ❖ ஆசிரியர்: கணேஷ் வெங்கட்ராமன் ❖ © கணேஷ் வெங்கட்ராமன் ❖ முதல் பதிப்பு: மார்ச் 2016 ❖ வெளியீடு: காலச்சுவடு பப்ளிகேஷன்ஸ் (பி) லிட்., 669, கே. பி. சாலை, நாகர்கோவில் 629001

காலச்சுவடு பதிப்பக வெளியீடு: 688

taicunk nakaril oru puttar koovil ❖ Short Stories ❖ Author: Ganesh Venkatraman ❖ © Ganesh Venkatraman ❖ Language: Tamil ❖ First Edition: March 2016 ❖ Size: Demy 1 x 8 ❖ Paper:18.6 kg maplitho ❖ Pages: 208

Published by Kalachuvadu Publications Pvt. Ltd., 669, K.P. Road, Nagercoil 629001, India ❖ Phone: 91-4652-278525 ❖ e-mail: publications @kalachuvadu.com ❖ Printed at Repro India Ltd., Chennai 600115

ISBN: 978-93-5244-012-2

03/2016/S.No. 688, kcp 1405, 18.6 (1) MLL

அம்மாவுக்கு

அக்டோபர் 2011 முதல் ஆகஸ்ட் 2014வரை எழுதப்பட்ட இச்சிறுகதைகள் *சொல்வனம், திண்ணை, எதுவரை, மலைகள், வல்லினம், வல்லமை, தளம், பதாகை* ஆகிய இணைய இதழ்களில் வெளிவந்தவை.

பொருளடக்கம்

முன்னுரை	11
சரவண ரவி	13
கனவு நோயாளி	20
ஆட்டம்	27
கலையும் பிம்பங்கள்	39
வாசனை	49
சமிக்ஞை	58
டைசுங் நகரில் ஒரு புத்தர் கோயில்	66
அணி விருந்து	74
திரும்பிவந்த நண்பன்	82
இரு குரல்கள்	93
பரிசு	108
ஜன்னல்கள்	118
வார இறுதி	126
அபராஜிதா என்கிற அர்பு	132
ஒற்றை ரோஜாச்செடி	140
நாய்கள் பூனைகள்	150
புலம்பெயர்வு	160
தவிப்பு	167
வீடு திரும்புதல்	172
ஜன்னலில் ஒரு நிலவு	177
பிரான்ஸில் ஒரு கிறிஸ்துமஸ்	185
முதல் நாள்	192
ரயில் பெருச்சாளிகள்	201

முன்னுரை

ஒரு குளக்கரையின் விளிம்பில் நீங்கள் அமர்ந்திருக்கிறீர்கள். சலனமே இல்லாமல் நேரம் செல்கிறது. கரையில் இருக்கும் மரங்களில் அசைவையே காணோம். பறவைகள்கூட ஆழ்ந்த தூக்கத்தில் இருக்கின்றன என்ற ஒரு பிரமை. குளத்துத் தண்ணீர் முகம்பார்க்கும் கண்ணாடி. குனிந்து ஒரு கல்லை எடுத்துக் குளத்தில் எறிகிறீர்கள். திடப்பொருள் திரவத்தின்மீது செலுத்தும் வன்முறையின் ஓசை காதுக்கு இனிமையாக ஒலிக்கிறது. நீரின்பரப்பில் சிலிர்ப்பின் வளையங்கள். ஒன்றிற்குப் பின்னால் மற்றொன்று. தோன்றித்தோன்றி மறைகின்றன. சில வினாடிகளுக்கு மட்டும். மீண்டும் சலனமின்மை உங்களைச் சூழ்ந்துகொள்கிறது.

சிறுகதைகள் உங்களை உலுக்கிப் புரட்டிப்போட வேண்டும் என்று நினைப்பவர்களுக்கு இந்தச் சிறு கதைத் தொகுதியைப் பரிந்துரைக்க நான் தயங்குவேன். தொகுதியிலிருக்கும் பல சிறுகதைகள் குளக்கரை யிலிருந்து கற்களை எறிகின்றன. கதை முடியும்போது நாம் படிக்கும் முன்னால் இருந்த நிலைக்கு வந்து சேர்கிறோம் என்ற எண்ணத்தைக் கொடுக்கின்றன. இந்த உத்தி எளிதாக முதன்முதலாகக் கதை எழுது பவர்களுக்குப் பிடிபடாது; ஆனால் கணேஷுக்குப் பிடிபட்டிருக்கிறது. அதுவே கதைகளின் தளத்தை உயர்த்தி அவற்றைச் சாதாரண நிலையிலிருந்து வேறுபடுத்துகிறது. இந்த உத்தி பயன்படுத்தப்படாத சில கதைகளும் இந்தத் தொகுதியில் இருக்கின்றன. அவை, என்னைப் பொறுத்த அளவில், சாதாரணக் கதைகள், இரு கதைகளைத் தவிர.

வன்புணர்வுக்குச் சிறுவயதிலிருந்தே கட்டாயப்படுத்தப்பட்ட ஒரு பெண்ணின் குறுகியகால வாழ்க்கையை அவளுடைய அக்காவின் கணவன் பார்வையிலிருந்தும், அக்கா பார்வை யிலிருந்தும் ‘இரு குரல்கள்’ கதை எழுதப்பட்டிருக்கிறது. கடைசிப் பாராவின் நாடகத்தன்மை கதையின் மாற்றைச் சற்றுக் குறைத்தா லும், இந்தக் கதை ஒரு தேர்ந்த எழுத்தாளருக்கும் பெருமை சேர்க்கும் என்று சொல்லலாம்.

இரண்டாவது கதை ‘முதல் நாள்’. ஜெயகாந்தனின் ‘அக்கினிப் பிரவேசம்’ நாட்களிலிருந்து நாம் கடந்து வந்திருக்கும் தூரத்தை வரையறை செய்ய முயலும் கதை இது. ஓர் அசாதாரணமான சமன்பாட்டோடு எழுதப்பட்டிருக்கிறது.

பல கதைகள் பயணங்கள் பற்றியவை. பயணத்தில் நடப்ப வற்றைப் பற்றி, பயணத்தில் சந்திக்கும் மனிதர்களைப் பற்றி, அவர்களோடு ஏற்படும் உராய்வுகளைப் பற்றி, பயணம் முடிந்து பல நாட்கள் ஆனபின்பும் அவை ஏற்படுத்தும் சலனங்களைப் பற்றிப் பேசுகின்றன. ஆனால் தொடங்கிய புள்ளிகளுக்கு மிக அருகே எல்லாக் கதைகளும் திரும்பி வந்துவிடுகின்றன என்ற எண்ணத் தைக் கொடுக்கின்றன.

சலனமின்மையைப் பற்றிச் சொன்னேன். ஆனால் சலன மின்மை உண்மையா? குளக்கரையில் நமக்கே தெரியாமல் சலனங்கள் நடக்கின்றன. பளிங்கு போல் தெரியும் நீரின் கீழ் பல உயிரினங்கள் தங்கள் வாழ்க்கைகளை வாழ்ந்துகொண்டிருக் கின்றன. கல்லெறியும் தருணத்தில் நீருக்குள் புணர்ச்சி நிகழலாம், பிறப்பு நிகழலாம், மரணம் நிகழலாம்; நாம் எறிந்த கல் நமக்கே தெரியாமல் ஒரு தவளையைக் காயப்படுத்தியிருக்கலாம். அசைவு என்றும் எப்போதும் நடைபெறுகிறது. மாற்றம் என்றும் எப்போதும் நடைபெறுகிறது.

சலனமின்மை என்பது தோற்றமாயை.

இதைத்தான் கணேஷ் தனது கதைகள் மூலம் கூற விரும்பு கிறார் என்று நினைக்கிறேன். அவருக்கு என் வாழ்த்துகள்.

புதுடெல்லி
25.11.2015

பி.ஏ. கிருஷ்ணன்

சரவண ரவி

மனதில் அந்தப் பெயர் ஓடிக்கொண்டிருந்தது. சரவண ரவி. சரவண பவ எனும் திருமந்திரம் என்கிற கர்னாடக இசைப் பாடல் ஒன்று உண்டு. சாமிப் பேரை சொன்னாலாவது போகும் வழிக்கு புண்ணியம் உண்டு. அது என்ன பேர்! சரவண ரவி. ஐம்பது வருடத்திற்கு முன் அந்தப் பேரைக் கேள்விப்பட்ட பிறகு அந்தப் பெயர்கொண்ட வேறு யாரைப் பற்றியும் இன்றுவரை கேள்விப் பட்டதுமில்லை; சந்தித்ததுமில்லை.

சரவண ரவி! மிகவும் வித்தியாசமான பெயர்; உச்சரிக்கும் தருணங்களிலெல்லாம் மாறாத புன் முறுவல் பூக்கும்.

சித்தார்த் கம்ப்யூட்டர் முன்னால் உட்கார்ந்து தன் நண்பர்களின் போட்டோ மற்றும் குறிப்புகள் அடங்கிய ஓர் இணையப் பக்கத்தை பல மணி நேரங்களாகப் பார்த்துக்கொண்டு இருப்பானே! அவனிடம் சொல்லி இந்தப் பெயர் உடையவர்களைத் தேடச் சொல்ல வேண்டும். பேரன் கிருபாவிடம் சொல்லியாவது தேடச் சொல்ல வேண்டும்.

அன்றைய தினசரி, மெத்தைக்கு அருகில் இருந்த ஸ்டூலின் மேல் இருந்தது. கையை நீட்டி எடுக்கக் கொஞ்சம் சிரமமாக இருந்தது. கழுத்துப் பக்கம் நல்ல வலி. அயர்ந்த கை மூட்டுகள் மிகவும் மெதுவாக வளைந்தன. பென்சில் ஒன்று படுக்கைக்குப் பின்னிருக் கும் ஜன்னல் திட்டில் இருந்தது. அதிகம் எழுத்துகள் இல்லாமல் நாளிதழின் முதல் பக்கத்தில் வெளியாகி யிருந்த ஒரு விளம்பரத்திற்குள் பென்சிலால் எழுதினேன்.

சரவண......... பென்சில் துண்டு உடைந்து போனது. பேப்பர் துண்டைக் கிழித்து பாக்கெட்டில் வைத்துக்கொண்டேன். சரவணன் மிகவும் பொதுவான பெயர். குறைந்த பட்சம் ரவி என்ற பெயர்கொண்ட நபர்கள் பத்துப் பேரை எனக்குத் தெரியும். தலைச் சுற்றல் வந்தது மாதிரி சரவண ரவி என்ற பெயர் மண்டையில் சுற்றிக்கொண்டே இருக்கிறதே!

கட்டிலுக்குப் பக்கவாட்டில் சுவரோடு ஒட்டிய அலமாரிக் குள் இருக்கும் பழைய அலுமினியப்பெட்டிக்குள் இருந்த சில புகைப்படங்களை தூசு தட்டி வெளியே எடுத்தேன். பல புகைப்படங்கள் அப்பெட்டிக்குள் ஒழுங்கற்றுச் சிதறி இருந்தன. சில புகைப்படங்கள் நிறமிழந்து பழைய கேவா கலர் திரைப்பட ஸ்டில்கள்போல தெரிந்தன. எந்த புகைப்படத்தைத் தேடுகிறேன்?

புல் தரையில் மூன்று பேர் உட்கார்ந்து இருக்கும் கறுப்பு-வெள்ளை புகைப்படம் கிடைத்தது. அதே மூன்று பேர் கை கோர்த்துக்கொண்டு புல் தரையில் நின்றவாறும் இன்னொரு புகைப்படம். மூன்றாவது புகைப்படத்தில் மூவரும் முட்டி போட்டு நின்றிருந்தனர். மூன்று புகைப்படங்களிலும் நடுவில் நின்றிருந்தவனை நன்றாக ஞாபகம் இருக்கிறது. கல்லூரிக் கால உயிர்த்தோழன் கோபால். கோவையில் ஆடிட் பிராக்டீஸ் அவனுக்கு. அவனை எப்போது கடைசியாகப் பார்த்தோம்? ஒரு முறை கோயம்புத்தூருக்கு விமானத்தில் சென்றபோது விமான நிலையத்தில் அவனை எதேச்சையாகச் சந்தித்தோம். ஒரு முறை, 1986 என்று நினைக்கிறேன், மதுரையில் 'கடலோர கவிதைகள்' என்ற திரைப்படம் காண சில உறவினர்களுடன் சென்றபோது, கறுப்பு டிக்கெட் விற்கும் ஒருவனுடன் பேரம் பேசும் கட்டாயம் ஏற்பட்டது. அப்போது தான் "நீ வெங்கடேசன் தானே?" என்று என் முதுகைத் தட்டிக் கேட்டான். இதையெல்லாம் இப்போது ஏன் ஞாபகப்படுத்திக்கொள்ள வேண்டும்? அவன் என் கல்லூரித் தோழன். அவனைப் பல முறை சந்தித்திருக்கலாம். சித்தார்த்தின் திருமணத்திற்கும் வந்திருந்தான்.

இத்தனை சந்திப்பிலும் அவனிடம் ஒரு முறைகூட சரவண ரவி பற்றி ஏன் கேட்கவில்லை? சித்தார்த்தின் திருமணத்துக்கு வந்தபோது அவனைக் கேட்டிருக்கலாம். வாழ்வில் எத்தனை சந்தர்ப்பங்களை இழந்திருக்கிறோம்? கோபாலின் போன் நம்பர் வேறு இல்லை. சித்தார்த்திடம் சொல்ல வேண்டும். கோபாலின் பிசினஸ் கார்ட் பரண் மேல் கட்டி வைக்கப்பட்டிருக்கும் மூட்டை களுக்குள் இருக்கிறதா என்று பார்க்கச் சொல்லவேண்டும்.

பொதுவாக மனிதர்களுக்கு முகங்கள் நினைவில் இருக்கும்; ஆனால் பெயர் ஞாபகமிராது. ஆனால் எனக்கோ உல்ட்டா.

கணேஷ் வெங்கட்ராமன்

சரவண ரவி என்ற பெயர் எனக்கு மறக்கவில்லை. ஆனால் அவன் முகமோ உருவமோ எதுவும் ஞாபகமில்லை. சுத்தமாக துடைத்துவிட்டாற் போலிருக்கிறது. பெயர் மட்டும் சுற்றிக் கொண்டே இருக்கிறது.

கையிலிருந்த முதல் புகைப்படத்தில் நடுவில் இருந்த கோபால் இளமையாய் இருந்தான். காதோர கிருதாக்கள் அதீத நீளமாக இருந்தன. பென்சிலில் வரைந்தமாதிரி மீசை.

மற்ற இருவரும் கோபாலை விட வயதாக இருந்தனர். இந்தப் புகைப்படத்தில் நான் இல்லாமல் போனதற்கான காரணம் எனக்கு நினைவில் இருக்கிறது. சித்தப்பா இறந்துவிட்டார் என்று தந்தி வந்தது. செம்ஸ்டர் பரிட்சைக்கு நடுவில் இருந்த இடைவெளியில் மூன்று நாட்களுக்கு என் சொந்த ஊர் நாகர்கோவில் சென்றுவிட்டேன். மூன்றாவது வருடம் படிக்கும் பொள்ளாச்சி ஊர் நண்பர்களுடன் நான் ஊருக்குச் சென்றிருந்த நாட்களில் எடுத்துக்கொண்ட போட்டோக்களை கோபால் எனக்கு மூன்றாம் வருடம் படிக்கும்போதுதான் காண்பித்தான்.

இருவரில் ஒருவர் நல்ல கறுப்பு நிறம். தலையை படியப் படிய வாரியிருந்தார். கறுப்புச் சட்டை அணிந்திருந்தார். நெற்றியில் திருநீறு பூசும் இடத்தில் மை பூசியது போன்று தோல் நிரந்தர கருமையுடன் இருந்தது. அவர் கண்ணாடியும் அணிந்திருந்தார். இன்னொருவர் நீளமான வெள்ளை நிறச் சட்டை போட்டிருந்தார். விக் வைத்துக்கொண்டிருப்பவர் போல அவர் முடி செயற்கைத்தனமாகப் புசுபுசுவெனத் தெரிந்தது. முன்னவருக்கு அழுத்தமான மீசை இருந்தது; மற்றவருக்கு மீசை நன்கு மழிக்கப் பட்டிருந்தது.

இருவரில் ஒருவர் பெயர்தான் சரவண ரவி என்பது என் ஆழமான ஊகம். இருவரில் யார் சரவண ரவி? எங்களுடைய சீனியர்களான இவர்களுடன் நானும் கோபாலும் ஒரு வருடம் பழகி இருக்கலாம். நான் இவர்களுடன் பழகினேனா?

நாகர்கோவிலிலிருந்து நானும் பொள்ளாச்சியிலிருந்து கோபாலும் அந்தக் கல்லூரியில் வணிகவியல் இளநிலை சேர்ந்தோம். டிசம்பர் மாத விடுமுறையில் செல்லும்வரை பொள்ளாச்சிக் காரர்கள் எங்கள் கல்லூரியில் படிக்கிறார்கள் என்று கோபாலுக்கு தெரியாது. எல்லா ஊர்க்காரர்களும் குழுக்களாக ஜாலியாக இருக்கிறார்கள். நாகர்கோவிலிலிருந்தும் பொள்ளாச்சியிலிருந்தும் எவரும் கல்லூரியில் சேரவில்லையே என்ற ஏக்கம் எங்கள் இருவருக்கும். டிசம்பர் மாத விடுமுறையின் போது ஊர் திரும்பிய வுடன் கல்லூரியில் மூன்றாமாண்டு படிக்கும் பொள்ளாச்சிக்காரர்

ஒருவரைச் சந்தித்ததைப் பற்றிச் சொன்னான். அப்போது அவன் சொன்ன பெயர் தான் சரவண ரவி...

கல்லூரிப் படிப்பு முடிந்து கிட்டத்தட்ட ஒரு வருடத்துக்குப் பிறகு டிகிரி சான்றிதழைப் பெறுவதற்கு தில்லியிலிருந்து தமிழ்நாடு சென்றபோது சரவண ரவி ஆர்ட்டிகிள்ஷிப் செய்யும் ஆடிட்டரிடமே தானும் சேர்ந்திருப்பதாக கோபால் சொன்னது நன்கு நினைவிருக்கிறது. இன்னும் சில வருடங்களுக்குப் பிறகு சரவண ரவி பற்றிக் கோபாலிடம் கேட்டபோது காட்டிலாகா அதிகாரியாக வேலை பார்க்கிறான் என்று அறிந்தேன். காட்டிலாகா அதிகாரியாக வேலை கிடைப்பதற்கு சி ஏ ஏன் படிக்க வேண்டும் என்று அன்றிலாத குழப்பம் இன்று ஏன் வந்தது?

புகைப்படத்தில் இருக்கும் கோபாலின் இரு நண்பர்களை ஒருமுறைகூட நான் சந்திக்கவில்லை என்பது இப்போது புதிராக இருக்கிறது. கோபாலாவது சந்திப்பை ஏற்படுத்தித் தந்திருக்கலாம். ஏன் செய்யவில்லை? அவன் செய்திருப்பான்; நான்தான் போயிருக்க மாட்டேன். கோபாலின் இந்த மூன்று புகைப்படங்கள் தவிர என் கல்லூரிதினப் புகைப்படங்கள் எதுவும் என்னிடம் இல்லை. என் இளமைக்கால உருவத்தைக் காட்டும் ஒரு புகைப்படம்கூட மிஞ்சவில்லை. ஹாலில் சட்டமிட்டு மாட்டியிருக்கிற தம்பதி சமேதராய் நானும் காலமான என் மனைவியும் இருக்கும் ஒரே ஒரு கல்யாண போட்டோ தவிர!

புகைப்படங்கள் மடியிலிருந்து விழுந்தன. ஒரு புகைப்படம் கட்டிலுக்கு கீழே விழவும்... அதை எடுக்க குனியவும்... சரவண ரவி சரவண ரவி சரவண ரவியென மண்டைக்குள் யாரோ காட்டுக் கூச்சல் போடுவதுபோல் இருந்தது. உயரத்திலிருந்து கீழே செல்லும் ராட்சத ரங்க ராட்டினம் போன்று ஏதோவோர் இருட்டுக்குள் நான் அதிவேகமாக ஊர்வது போன்ற உணர்வு. அச்சம் எனை ஆட்கொண்டது. அலறி யாரையாவது கூப்பிட வேண்டும். ஆனால் குரல் வெளிவரவில்லை. சுவாசக் குழாய்கள் திடீரென வெற்றிடமாகி உடல் அல்லாடியது. மனம் சரவண ரவி என்ற பெயரை எண்ணுவது இன்னும் நிற்கவில்லை. சரவண ரவி என்ற பெயரை எண்ணுவதை நிறுத்தினால் மனமும் நின்று போகுமோ? மனம் கரைந்துகொண்டிருந்த அந்த கணத்திலும் என்னுள் ஓர் ஆசை. மனம் சுவடின்றி இல்லாமல் போவதைக் காண ஆவல்..! முடியுமா..? முடியுமா..? ச... ச... ச...

○

"இத்தனை நாளா வெங்கடேசனை பார்க்க வரல... கடவுளாப் பாத்து அவன் காலமான நேரம் பாத்து என்னை

தில்லி வரவச்சுருக்கார்...”—கோபால கிருஷ்ணன் நெகிழ்ச்சியுடன் பேசினார். *இந்துஸ்தான் டைம்ஸில்* வந்திருந்த நீத்தார் செய்தி அறிவிப்பைப் பார்த்துவிட்டு சித்தார்த்துக்கு போன் செய்துவிட்டு வந்திருந்தார். தன் அத்தையின் பேரனுடைய திருமணத்திற்காகத் தில்லி வந்திருந்த அவர் *இந்துஸ்தான் டைம்ஸில்* வெங்கடேசனின் போட்டோவைக் காண வைத்தது தெய்வச் செயல்தான் என்று திரும்பத் திரும்பச் சொன்னார்.

அவருக்கு வயது அறுபத்தியெட்டு ஆகிறது என்று மதிக்க முடியாது. தலைமுடியும் மீசையும் தும்பைப்பூவாக வெளுத்திருந்தாலும் டிசைனர் ஹேர்—கட் பண்ணிக் கொள்பவர்மாதிரி திருத்தமாகத் தெரிந்தார். கறுப்பு கோட் போட்டிருந்தார். துக்கம் கேட்கத் தொடங்குமுன் கோட்டை கழற்றி மடியில் வைத்துக் கொண்டார். உதடு அவர் சிகரெட் புகைக்கும் பழக்கமுள்ளவர் என்று அடையாளம் காட்டிற்று.

“அவன் காலேஜ் காலத்துலர்ந்தே ரொம்ப ஷை டைப்... அதிகம் பேச மாட்டான். காலேஜில் அவனுடைய நெருங்கிய நண்பன் நான் ஒருத்தன்தான். ரொம்ப இன்ட்ராவர்ட். சினிமா அது இதுன்னு ஊர் சுத்தமாட்டான். ஆனா வேலைக்காக தில்லிக்குப் போனாலும் தமிழ்நாடு வரும்போதெல்லாம் என்னைப் பார்க்க பொள்ளாச்சிக்கோ கோயம்புத்தூருக்கோ தவறாம வருவான். பத்து பதினைஞ்சு வருஷமாதான் அதிகமா சந்திச்சுக்கல. கடைசியா அவன பாத்தது உன்னோட கல்யாணத்துலதான்.”

வெங்கடேசனுக்கு வந்த நோய்பற்றி சித்தார்த் விவரமாகச் சொன்னான்.

“படிப்பு முடிஞ்ச அடுத்த மாதத்துலர்ந்து அவருக்கு வேல கிடைச்சுட்டது. வேலை, குடும்பம் என்றே இருந்தார். சொல்லிக் கொள்ளும்படியா சோஷியல் லைஃப் ஒண்ணும் கிடையாது. அஞ்சு வருஷத்துக்கு முன்ன அம்மா காலமான பிறகு அவருடைய தனிமை அதிகமாச்சு. நானும் தீபாவும் அவரோட குவாலிடி டைம் ஸ்பெண்ட் பண்ணாலும் அம்மாவ அவர் ரொம்ப மிஸ் பண்ணினார். அடிக்கடி என் க்ளோஸ் ஃப்ரெண்ட் கோபால்ன்னு உங்களப்பத்தி பேசுவார். கடைசி இரண்டு மாதங்களில் அவரோட டிமென்ஷியா மிகவும் முற்றிவிட்ட நிலையை அடைஞ்சுட்டதுன்னு டாக்டர் சொன்னாரு... 24 மணி நேர நர்ஸ் வச்சு அவரப் பார்த்துகிட்டோம்... மூணு நாள் முன்னாடி தரையில கிடந்ததை பொறுக்க நினைச்சு அப்படியே குப்புற விழுந்துட்டாரு. இன்டெரஸ்டிங்லி அவரு எடுக்க நினைச்சது உங்க காலேஜ் டேஸ் போட்டோ!”

தீபா உள்ளே போய் மூன்று புகைப்படங்களை எடுத்து வந்தாள்.

"நடுவுல இருக்கறது நீங்கதானே அங்கிள்?" என்றாள்.

"ஆமா... நானும் வெங்கடேசனும் ஒரு ஃபோட்டோகூட காலேஜுல எடுத்துக்கல... எங்கிட்ட இருந்த இந்த போட்டோக்கள அவனுக்கு நாந்தான் குடுத்தேன்... இஃப் ஐ ரிமெம்பர் கரெக்ட்லி, ஒரு போட்டோவுக்கு பின்னால இந்த போட்டோல இருக்கறவங்க பேரை நான் எழுதியிருப்பேன்."

கறுத்துப்போன மேட் ஃபினிஷ் போட்டோவின் பின்புறத்தில் சிவப்பு மையில் எழுதப்பட்ட எழுத்துக்கள் மங்கிப் போயிருந்தன. முத்து சரவணன், கோபால், ரவிக்குமார்.

"கண்ணாடி போட்டுட்டு நிக்கறது முத்து சரவணன். பொள்ளாச்சில எங்க வீடு இருந்த தெருவுலய இவன் வீடும் இருந்தது. விலங்கியல் படித்துவிட்டு அரசாங்கத் தேர்வு எழுதி மாநில வனத்துறையில சேர்ந்தான். ரிடயரான பிறகு ஏற்காட்டுல செட்டிலாகிட்டான். கல்யாணம் பண்ணிக்காத கட்டை பிரம்மச்சாரி. இன்னொருத்தன் ரவிக்குமார். நானும் இவனும் ஒரே ஆடிட்டர்கிட்ட ஆர்ட்டிகிள்ஷிப் பண்ணினோம். அதே ஃபர்ம்ல பார்ட்னர்களா ஒண்ணா வேல செஞ்சோம். கோயம்புத்தூர்ல எங்க ஃப்ளாட்டும் அவன் ஃப்ளாட்டும் பக்கத்துல பக்கத்துல... உங்க அப்பா எப்போ சந்திச்சாலும் ஒன்னோட சரவணன் & ரவி அன் கம்பெனி எப்படியிருக்காங்கன்னுதான் கேப்பான்..." இளமைக்காலத்தைப் பரவசத்துடன் நினைவு கூர்ந்தார்.

தீபா கொண்டுவந்து கொடுத்த தேநீரைப் பருகும்போது ஏதோ சிந்தனையில் ஆழ்ந்தவராக அமைதியாய் இருந்தார். சித்தார்த்தின் மகன் கிருபா சில நண்பர்களுடன் வீடு திரும்பி னான். சித்தார்த் சொன்னவுடன் "ஹாய் அங்கிள்" என்று கை குலுக்கினான். கூடவே அவன் வயது சிறுவர்கள் சிலரும் வீட்டுக்குள் நுழைந்தனர். சித்தார்த் கிருபாவை நண்பர்களுடன் மொட்டைமாடிக்குச் சென்று விளையாடும்படிக் கேட்டுக் கொள்ளவும் "ஸீ யூ அங்கிள்" என்று சொல்லிவிட்டு அகன்றான். "கிருபாவிடம் வெங்கடேசனின் ஜாடை இருக்கிறதோ?" என்று கேட்டுவிட்டு பதில் எதிர்பார்க்காதவர்போல தோளைக் குறுக்கி, தீபா வாங்கிக்கொள்ளும்வரை காலிக் கோப்பையை நோக்கிக்கொண்டிருந்தார். கோபால் திரும்பப் பேசத் துவங்கும் வரை அங்கு அமைதி நிலவியது.

சோபாவின் பக்கவாட்டு மேசையில் வைத்த மூன்று புகைப்படங்களையும் கையில் மீண்டும் எடுத்துக்கொண்டார்.

“மூணாம் வருஷ முடிவில் நடந்த ஃபேர்வல் பார்டி எதுலயும் வெங்கடேசன் பங்கெடுத்துக்க முடியல. உங்க சின்னத் தாத்தாவுக்கு ஒரு டெர்மினல் டிஸீஸ். கடைசி செமஸ்டர் எக்ஸாம் ஆரம்பிக்கறதுக்கு முன்னாடி வரைக்கும் லீவு எடுத்துக்கிட்டு ஊருக்குப் போயிட்டான். ஒரு க்ரூப் போட்டோலகூட அவன் இல்ல.”

கொஞ்சம் இடைவெளி விட்டு பிறகு தொடர்ந்தார்.

“எங்கிட்டருந்து வாங்கிட்டுப் போன இந்த மூன்று போட்டோவ தன்னோட கடைசிநாள்வரைக்கும் வெங்கடேஷ் பத்திரமா வச்சுகிட்டிருக்கான் . . . எங்கிட்ட இருந்த நூத்துக் கணக்கான காலேஜ் டேஸ் போட்டோக்கள்ள ஒண்ணுகூட பாக்கி இல்லாம எல்லாம் தொலைஞ்சுபோச்சு.”

கையிலிருந்த போட்டோவின் முனையை நக இடுக்குக்கு நடுவில் வைத்துக்கொண்டு விரலை அங்குமிங்குமாக மெதுவாக நகர்த்தினார். அவர் விழிகள் ஈரமானதை சித்தார்த் கவனிப்பதை உணர்ந்த கோபால், பாக்கெட்டிலிருந்த கைக்குட்டையால் தன் கண்களை ஒற்றியெடுத்தார். சித்தார்த் பரிவுடன் பக்கத்தில் வந்து அவர் தோளைத் தொட்டான்.

“டின்னருக்கு என்ன சமைக்கட்டும்? உங்களுக்கு என்ன புடிக்கும்?” என்று தீபா கேட்டதும் இறுக்கம் விலகிடவும் “இல்ல தீபா . . . தேங்க்ஸ் . . . அடுத்த முறை வரும்போது கண்டிப்பா சாப்பிடறேன் . . . எனக்கு கௌம்பணும் . . . ஒரு காக்டெய்ல் பார்டிக்கு போக அழைப்பு இருக்கு . . . தில்லி பார்டி சர்க்யூட் எப்படி இருக்குன்னு பாக்க வேணாமா?” என்று சொல்லி கலகலவென சிரித்தார்.

நண்பனின் குடும்பத்திடமிருந்து விடைபெற்றுக்கொண்டு கிளம்பியவர் பார்ட்டி நடைபெறும் இடத்திற்குச் செல்லாமல் தங்கியிருந்த ஓட்டல் அறைக்குத் திரும்பினார். அவருடைய கைத்தொலைபேசி சிணுங்கிக் கொண்டேயிருந்தது. குறுந்தகவல் தொனியும் ஒலித்துக்கொண்டே இருந்தது. அவற்றையெல்லாம் சட்டை செய்யாமல் சித்தார்த்துக்கு தெரியாமல் கோட்டுக்குள் வைத்துக்கொண்ட ‘மூன்று நண்பர்கள்’ புகைப்படத்தை எடுத்து ஒரு பழைய ஓவியத்தைப் பார்ப்பவர்போல வெகுநேரம் பார்த்துக் கொண்டிருந்தார்.

கனவு நோயாளி

ஒரு வட்டத்தின் மீது ஓடிக்கொண்டிருந்தான். தொடக்கப்புள்ளி இறுதிப்புள்ளிகளைக் கண்டறிய முடியாத வட்டம். எந்தப் புள்ளியிலும் நிற்கவில்லை. ஓடிஓடிக் களைத்துப் போனான். தான் மூச்சு விடும் ஓசை அவனுக்குத் தெளிவாகக் கேட்டது. ஒரு வினாடி அல்லது சில வினாடிகள் இருக்கலாம். அவன் நின்றான். ஓடிக்கொண்டிருந்த வட்டம் சதுர வடிவாக மாறியிருப்பதைக் கண்டான். அவன் நின்ற இடம் சதுரத்தின் ஒரு மூலை. சதுரப் பாதையில் மீண்டும் ஓட்டம். சதுரம் விரைவிலேயே செவ்வகமாக மாறியது. பிறகு நாற்கரம்... அடுத்து இணைகரம்... முக்கோண மாக மாறியபோது அவனின் ஓட்டத்தின் வேகம் அதிகரித்தது. வடிவம் ஒழுங்கிழந்து ஒற்றைச் சொல்லில் வர்ணிக்கவியலாத வடிவங்களில் விதவித மாக மாறிக்கொண்டேயிருந்தது. அவன் களைத்துப் போனான். பாதையை விட்டு விலக முடியவில்லை; நிற்கவும் இல்லை. அவன் பாதங்கள் அப்பாதையில் படிந்துவிட்டதனாலேயே ஓடிக்கொண்டே இருக்கும் நிலைக்கு சபிக்கப்பட்டு விட்டோமோ என்ற எண்ணம் அவனுள் அடிக்கடி தோன்றிக்கொண் டிருந்தது. ஒரு கட்டத்தில் அவன் முடிவு செய்தான். என்ன ஆனாலும் சரி ஓட்டத்தை நிறுத்திவிட்டுக் களைப்பாறிக்கொள்ள வேண்டும். முடிவு செய்தவுடன் அவன் பாதங்கள் ஓடுவதை நிறுத்தின... ஜீவா கனவு கலைந்து விழித்தான். விடியல் வெளிச்சம் அறைக்குள் பரவியிருந்தது. கண்களைக் கசக்கினான்.

ஓய்வற்ற கனவுகள் அவன் தூக்கத்தில் வந்துகொண்டே இருந்தன. கனவு காண்கிறோம் என்கிற பிரக்ஞை அவ்வப்போது அவனுள் எழுந்தாலும் அக்கனவுகளிலிருந்து அவனால் விடுபட முடியவில்லை. சாதாரண விஷயமாகத்தான் முதலில் இதை அவன் எடுத்துக்கொண்டான். ஆனால் கடந்த சில தினங்களாக கனவுகளின்றித் தூக்கம் வராதோ என்ற கவலை வந்திருக்கிறது.

மதியப் பொழுதிலோ கேட்கவே வேண்டாம்! ஒரு வார இறுதி மதியத்தில் கண்கள் அசந்துகொண்டு வந்தன. தூங்கத் தொடங்கினான். காற்றில் மிதக்கும் யோகிகள்போல அவன் வானில் பறக்கும் கனவு வந்தது. தெளிவான வானில் கண்களைத் திறந்து ஆசனமிட்டுப் பறந்தான்; மகிழ்ச்சியாக உணர்ந்தான். தெளிவிலாத புகை மண்டிய ஆகாயப் பிரதேசம் அடுத்து வந்தது. அவனுக்கு மூச்சு திணறியது. கீழே சென்றுவிட வேண்டும். தெளிவான ஆகாயத்திற்குப் போக என்ன செய்ய வேண்டும்? தெரியவில்லை. எங்கு போக வேண்டும் என்பதை நான்தானே தீர்மானிக்க வேண்டும்? அவன் விருப்பத்தை அவனால் செயல் படுத்த முடியாமல் போனது. கைகால்களை மடக்கி உட்கார்ந் திருக்கும் அங்கஸ்திதியை மாற்ற முடியாமல் எழுந்து நின்று விட்டால் ஆகாயத்திலிருந்து தரையில் விழுந்துவிடுவோமோ என்ற பயம் அவனை ஆட்டியது. சில நேரத்தில் புகை மண்டிய ஆகாய வெளிப் பிரதேசத்தைத் தாண்டி கும்மிருட்டான வான வெளியில் மிதந்துசென்றுகொண்டிருந்தான். அமைதி. அவன் மனதிலிருந்த பயம் விலகியது. எழுந்து நிற்க வேண்டும் என்று தோன்றவில்லை. சம்மணமிட்டு அமர்ந்த நிலையில் தொடர்ந்து பறந்துகொண்டிருந்தான். இருட்டு வானத்தில் அழகான உருவங்கள் தோன்றி அவன் பார்வையைக் குளுமைப்படுத்தின. விரைவில் கும்மிருட்டு வானம் கலைந்து, இடி மேகங்கள் முழங்கி கரு மேகங்கள் அதிவேகமாக உரசிக்கொள்ளும் ஈர வானத்தில் அவன் மிதந்தான். இடியோசை அவன் காதில் பூதாகரமாக ஒலித்தது. பஞ்சு போன்ற மேகங்கள் மோதிக் கிளம்பிய மின்னலொளி அவன் கண்களைக் கூசச் செய்தன. காதுகளைப் பொத்தியும் கண்களை மூடியும் பயனில்லை. மூடிய காதுகளையும் மீறி இடியோசை நாராசமாக ஒலித்தது. கண்களை மூடினாலும் மின்னலொளி நிறம் மாறியவாறு வீசிக்கொண்டிருப்பதை நன்கு உணர முடிந்தது. மஞ்சள் நிற மின்னலை என்றாவது கண்டிருக்கிறோமா என்ற ஐயம் ஒரு காரணமுமிலாமல் அவன் மனதில் தோன்றுகையில் கண்களைத் திறந்தான்... ஜன்னலைத் தாண்டி சூரிய ஒளி அவன் படுக்கையில் அடித்தது.

கனவு நோயாளி
21

மருத்துவர் ஒருவரைச் சென்று ஆலோசிக்க தீர்மானித்தான். அவன் இருந்த இடத்திற்குச் சற்றுத் தூரத்திலிருந்த வைத்தியசாலை யில் நீண்ட வரிசை. வரிசையில் ரொம்பநேரம் காத்திருக்க வேண்டியதாயிற்று. அவன் முறை வர நெடுநேரம் பிடித்தது. வெண்ணிற உடையணிந்து வெண்தாடியுடன் இருந்த மருத்துவர் ஒளிரும் புன்னகைவீசி அவனை விசாரித்தார். "கனவு எல்லோருக்கும் வருகிறது. இதில் பயப்பட என்ன இருக்கிறது? இன்பக்கனா, துன்பக்கனா எல்லாமும் வரும். துன்பக்கனா வந்தால் தண்ணீர் குடித்துவிட்டுப் படுங்கள்" என்று அறிவுறுத்தினார். "கொஞ்ச நேரம் கனவு வந்தால் தேவலை. முழுத் தூக்கத்தில் ஒரே கருப்பொருள் கொண்ட கனவு. ஓடிக்கொண்டிருந்தால் ஓடிக்கொண்டே இருக்கிறேன். பறந்துகொண்டிருந்தால் பறந்துகொண்டே இருக்கிறேன். தூக்கம் பதற்றமும் அமைதியின்மையுமாகக் கழிகிறது" என்றான். "இயக்கம் ஒன்றாக இருந்தாலும் வருகின்ற காட்சிகள் மாறிக்கொண்டிருக்குமே. அக்காட்சிகளைப் பார்த்தவாறே சுய இயக்கத்தைப் பற்றி கவலைப்படாமல் கனவில் இருங்கள். கனவுகள் உங்கள் தூக்கத்தை அலைக்கழிக்காது" என்றார் மருத்துவர். மருந்தொன்றை எழுதிக் கொடுத்தார். அவர் எழுதிக்கொடுத்த மருந்து அக்கம்பக்கத்தி லிருக்கும் மருந்துக் கடைகளில் கிடைக்கவில்லை. அடுத்த நாள் வாங்கிக்கொள்ளலாம் என்று வீடு திரும்பினான்.

அன்றிரவும் கனவு வந்தது. தொடர்ந்து உருமாறிக்கொண்டே இருக்கும் கனவு. காட்சிகள் மாறவில்லை. வன விலங்குக் காட்சிச் சாலையின் ஒரு கூண்டில் அவன் இருக்கிறான். அவன் ஒற்றைக் கால் கட்டப்பட்டிருக்கிறது. கம்பிகளினூடே பார்வையாளர்கள் அவனைப் பார்க்கிறார்கள். நான்கு பார்வையாளர்கள். அவர்கள் அவனைப் பார்த்துக் கை தட்டினார்கள். அவன் மனித உருவிழந்து உடும்பாக மாறினான். கைத்தட்டல் வலுத்தது. ஆமை, பருந்து, சிங்கம் – அவன் மாறிக்கொண்டேயிருந்தான். அதே நான்கு பார்வையாளர்கள் கூண்டுக்கு வெளியே நின்று பார்த்துக்கொண் டிருந்தார்கள். ஒவ்வொரு உருமாற்றத்தின்போதும் அவர்கள் கை தட்டினார்கள். அவன் அனகோண்டாவாக மாறித் தரையில் அசைவின்றிக் கிடந்தான். கொஞ்ச நேரம் கூண்டிலிருந்து காணாமல் போனான். காணாமல் போயிருக்கிறோம் என்ற உணர்வு அவனுக்கு இருந்தது. பிறகு முயலாகக் கூண்டினுள் திரும்பி வந்தான். பல்லி யாக மாறியபோது அவன் கண்கள் மூடிக்கிடந்தன. பல்லியாகக் கண்களை மூடியபடி அங்கேயே கிடந்தான். பார்வையாளர்கள் இன்னும் இருக்கிறார்களா என்று அவனுக்குத் தெரியவில்லை. அவன் அசைந்தபோது தன் உதட்டில் எச்சில் வழிய தரையில்

படுத்துறங்கியிருப்பதை உணர்ந்தான். வாசற் கதவு வழியாக சூரிய ஒளி பாதி அறையில் படர்ந்திருந்தது.

ஜீவாவின் அறைக்கு நண்பன் சினேகன் வந்தபோது சொப்பனாவஸ்தை பற்றி அவனிடம் பேசினான். சினேகன் “இதற்கெல்லாம் சாதாரண மருத்துவரிடம் சென்று பயனில்லை. மன நல மருத்துவரை நாடினால்தான் பலன் கிட்டும். மன நல மருத்துவரிடம் செல்வது இப்போதெல்லாம் சாதாரணமான விஷயமாகிவிட்டதே” என்றான். “யோசிக்கலாம்” என்றான் ஜீவா.

மருத்துவர் சொன்ன மருந்தை வாங்க ஜீவா ஒரு முயற்சியும் செய்யவில்லை. கனவுகள் தொடர்ந்தன. நிற்காத குதிரையின் மேல் பயணம், தரையைத் தொடாமல் பள்ளத்தில் விழுந்துகொண்டே இருத்தல் என்றவாறு தொடரியக்கக் கனவுகள்.

கனவைத் தடுத்து நிறுத்துதல் எப்படி? கனவைத் தடுத்து நிறுத்த மனோபலத்தால் முடியவில்லையே! அது ஏன்? கனவு எப்படி தோன்றுகிறது. நம் மனம் தூக்கத்தின்போது அமைதி யுறாமல் சிந்தனைச் செயலை தொடர்ந்து செய்வதால் அச் சிந்தனைகள் கனவுகளாக நம் தூக்கத்தில் நுழைகிறது என்ற ஒரு தியரி பற்றி அன்றைய நாளிதழில் கட்டுரையொன்று வெளியாகி இருந்தது. அதை எப்படி சரிபார்ப்பது?

உறங்குவதற்கு முன்னர் மனதை ஒருமுகப்படுத்தி “கனவிலாத தூக்கம் வேண்டும்” என்ற சுய – பரிந்துரையை ஒரு மந்திரம் போன்று உச்சரித்தான். தூக்கம் வரும்வரை பிரக்ஞையுடன் சுய – பரிந்துரையை ஞாபகப்படுத்திக்கொண்டே இருந்தான். அவனறியாமலேயே அவனை உறக்கம் தழுவியது. பாதி உறக்கத்தில் தாகமெடுத்தது. தண்ணீர் அருந்தி தூக்கத்தைத் தொடர்ந்தான். அவனுக்கு இறக்கைகள் முளைத்திருந்தன. இறக்கைகளை ஆட்டியவாறே பறக்க முயன்றான். நின்ற இடத்திலேயே இருந்தான். இரு புற இறக்கைகள் அசைந்துகொண்டே இருந்தன, ஆனால் நின்ற இடத்தைவிட்டு அவன் ஒரு தப்படி நகரவில்லை. இறக்கை அசைத்தலின் வேகத்தை அதிகரித்தும் பலனில்லை. அவனுக்குக் கோபம் வந்தது. கடுங்கோபம். இறக்கையைக் கழற்றி வீசத் தோன்றியது. கைகளைக் குறுக்கே கட்டிக்கொள்வதுபோல இறக்கைகளைக் குறுக்காகக் கட்டிக்கொள்ள முயலுகையில் மூச்சுத் திணறியது. போர்வையை விலக்கினான். வாசலுக்கு வெளியே நிற்க வைக்கப் பட்டிருந்த இரு சக்கர வாகனத்தின் கண்ணாடியில் பட்ட சூரிய ஒளி அறையின் உட்கூரையில் பிரதிபலித்தது.

முந்தைய நாள் செய்தித்தாளின் கட்டுரையை மீள்வாசிப்பு செய்ததில் ஜீவாவுக்கு ஒரு யோசனை பிறந்தது. தூங்காமல் உடலைக்

களைக்கவிடுவது என முடிவு செய்தான். மிகவும் களைத்துப்போய் அசதியில் தூங்கினால் கனவுகள் தோன்றாமல் இருக்கக்கூடும். படுக்கைக்குப் போகும் நேரத்தில் உடற்பயிற்சி செய்ய ஆரம்பித் தான்; அதைத் தொடர்ந்து ஸ்குவாஷ் விளையாட்டு. தூக்கத்துக்கு மாறாக புத்துணர்ச்சியாக உணர்ந்தான். நடு இரவுக்குப் பிறகும் ஏதேதோ வேலைகள் செய்தவண்ணம் இருந்தான். நான்கு மணிக்குக் கண்கள் சிவக்கத்தொடங்கின. கட்டுப்பாட்டை இழந்து சில நிமிடங்களுக்குக் கண்கள் மூடின. உடன் சுதாரித்துக் கொண்டவனாய்ப் புருவங்கள் விரித்து உட்கார்ந்திருந்தான். தொலைக்காட்சி அலறிக்கொண்டிருந்தது. அறைக்குள் குறுக்கும் நெடுக்குமாக நடந்தான். விடிந்தவுடன் அறையின் கதவைத் திறந்து கீழ்வானத்தை உற்றுநோக்கினான்.

இப்படியாகச் சில இரவுகள் கழிந்தன. மாலைச் சூரியனைப் போல் சிவந்துகிடந்த கண்ணைச் சுற்றிக் கருவளையங்கள். நண்பன் சினேகனுக்கு ஜீவாவின் பிரயத்தனங்கள் அர்த்தமற்றவையாகப் பட்டன. ஜீவாவின் முயற்சிகள் உடலுக்கு ஊறு விளைவிக்கும் என்று சொல்லி கட்டாயப்படுத்தி ஜீவாவை மனநல மருத்துவரிடம் அனுப்பிவைத்தான்.

ஜீவா சொல்வதைக் கேட்ட மன நல மருத்துவர் ஒன்றும் சொல்லவில்லை. ஒரு காகிதத்தில் மருந்தொன்றின் பெயரை எழுதிக் கொடுத்தார். தூங்கும் முன்னர் அந்த மாத்திரையைத் தினம் சாப்பிட வேண்டும். இம்முறை எழுதிக் கொடுக்கப்பட்ட மருந்து எளிதில் கிடைத்தது.

மருந்து சாப்பிட்ட அரைமணி நேரத்தில் தூக்கம் வந்து விட்டது. அடித்துப்போட்ட மாதிரி ஆழ்ந்த தூக்கம். அன்றிலிருந்து இன்பக்கனவுகள் மட்டும் வரத் தொடங்கின. விழித்த பின்னால் கனவுகள் எதுவும் ஞாபகத்தில் இருக்கவில்லை. முன்னர் மாதிரியான ஓய்வற்ற தன்மைகொண்ட கனவுகள் வருவது நின்று போனது ஜீவாவுக்கு ஆறுதல். தொடர்ந்து மாத்திரையை விழுங்கி வந்தான்.

ஒரு மாதம் கழித்து ஒருநாள் மருந்து தீர்ந்த அன்று தூங்கப்போக பயமாக இருந்தது. தூக்கம் வருமா என்ற சந்தேகம் வேறு! கடைக்குச் சென்று மருந்தை மீண்டும் வாங்கலாமா? மருத்துவரைப் பார்க்காமல் மருந்து சாப்பிடுவதைத் தொடர்வது சரியாகுமா?

நெடுநேரம் தூக்கம் வரவில்லை. அறைக்குள் அங்குமிங்குமாக நடந்தான். பழைய நாளிதழைத் தேடிக் கண்டுபிடித்தான். ஏற்கெனவே பலமுறை படித்திருந்த கட்டுரையை மீண்டும்

படித்தான். அவனுள் ஓர் உந்துதல். வெண் காகிதமொன்றில் பின் வருமாறு எழுதலானான்:

"கனவுகளை மனம்தான் உருவாக்குகிறது என்றால் நினைவுகளையும் மனம்தானே தருகிறது. நினைவில் பலவாறு உழலும் மனதின் ஓட்டத்தைக் கண்டு நாம் பீதியடைகிறோமா? நனவுலகில் நடக்கும் நிகழ்வுகளில் பங்குபெற்று அதன் விளைவுகளை ஏற்றுக்கொண்டு அடுத்த நிகழ்வு என்று சென்றுகொண்டிருக்கிறோம். ஜனித்த நாள்முதல் இன்றுவரை ஒவ்வொரு நிகழ்வும் அடுத்த நிகழ்வுக்கு வித்திட்டுப் பல்வேறு அறிதலையும் ஞாபகங்களையும் தோற்றுவித்து இன்று இருக்கும் நபராக மாற வழி நடத்தியிருக்கிறது. நினைவும் கனவும் ஒரே தன்மையதாய் ஒரே வடிவில் நம் மனதுள் இருக்கின்றன. கனவுகளை நிறுத்த வேண்டுமானால் மனதை இல்லாததாக ஆக்க வேண்டும். மனதை இல்லாததாக்குதல் சாத்தியமா? கடந்து போனவை பற்றிய நினைவுகளை, எதிர்காலம்பற்றிய பயங்களை உதறிவிடும்போது மனதை நிகழ்வுகளில் பங்குபெற ஏதுவான கருவியாக மட்டும் பயன்படுத்துதல் சாத்தியம்!"

கொட்டாவி வந்தது. எழுதுகோலை மூடிவைத்துவிட்டுப் போர்வையைப் போர்த்தி படுத்துக்கொண்டான். கண்ணை மூடும்முன்னர் எழுதிய விஷயங்களை அசை போட்டான். சில நிமிடங்களில் தூங்கிவிட்டான்.

ஜீவா கனவில் இருட்டாக மாறியிருந்தான். கடும் இருட்டாகத் தன்னை உணர்ந்தான். நிலப்பரப்புகள், காடுகள், தோட்டங்கள், எல்லாவற்றின் மேலும் இருட்டாகப் படர்ந்திருந்தான். போர்வை போர்த்தி யாரோ படுத்திருந்தார்கள். பிணமாகவும் இருக்கலாம். துளியும் அசைவில்லாமல் யாராலும் அப்படிப் படுக்க முடியுமா? உடல்வடிவில் நியான் விளக்கை செய்து அதனைப் போர்வைக்குள் அடைத்திருக்கிறார்களோ! சடலமோ அல்லது தூங்கும் மனிதனோ தெரியவில்லை. அது ஒளிர்ந்தது. அதன் பளிச்சிடலில் இருள் தன்மையை இழந்துவிடுவோமோ? போர்வை லேசாக விலகியது. இருள் வடிவத்தில் இருந்த ஜீவாவின் பிரக்ஞை, உடல் வடிவ ஜீவாவை அங்கு கண்டது. உருவமிலா இருள் வடிவ ஜீவாவை உடல் வடிவ ஜீவா கண்டதும் புன்னகைத்தான்.

இருள்:   "நீயா? நானா நீ?"

உடல் :   "ஆம். நீதான் நான்"

இருள்:   "பரந்து விரிந்திருக்கும் நான் எப்படி உடலில் சுருங்கி அடைந்துகிடக்கும் நீயாக இருக்க முடியும்?"

கனவு நோயாளி

உடல் :	"அனுபவப்பூர்வமாக என்னை உணர உடலெனும் கருவிக்குள் என்னை அடக்கிக்கொண்டேன்."
இருள் :	"உணர்ந்தாயா?"
உடல் :	"உணர்ந்தேன். அதனால்தான் நான் ஒளிர்கிறேன்"
இருள் :	"ஒருமையான, எல்லையற்றுப் பரந்து விரியும் தன்மையை விடவா வெவ்வேறு தன்மையதான ஜட அனுபவங்களைத் தேடிச் செல்தல் சிறப்பானது?"
உடல் :	"இருளாகவே இருந்தபோது நான் யாரென உணர்தல் சாத்தியமாகவில்லை. ஒளி இருள் எனும் இருமைகளின் அனுபவங்களைத் தானாக முன்வந்து பெற்றேன். முழுமையான உணர்தலை அடைவதற்கு இருளாகிய நான் ஒளியின் அனுபவத்தைப் பெறுதலின் அவசியத்தை ஜட அனுபவங்கள் எனக்குப் போதித்தன."

இருள் பிரக்ஞை நீண்ட மௌனத்தில் ஆழ்ந்தது. அது போர்வைக்குள் புகுந்து நிறைந்தபோது உடல் வடிவ ஜீவா மறைந்துபோனான்.

ஆட்டம்

அவன் பத்து வயதில் அரசனாக முடிசூட்டப் பட்டான். கல்வியறிவற்று, விளையாட்டுத்தனம் அகலாதிருந்த அவன் பெரியவனாகும்வரை, அவனது அன்னை மற்றும் அவனது மனைவியின் தாயார் ஆகிய இருவரின் மேற்பார்வையில் ராஜ்ய விவகாரங்கள் நடக்கும் என்பது ஏற்பாடு. அவர்கள் இருவரின் போட்டி அரசியல் விளையாட்டுகள் அரசனுக்குச் சோர்வை ஏற்படுத்தின. மாமிக்கு அரசனின் தாய்மாமன் கூட்டு. அன்னைக்கு அப்பா காலத்து அமைச்சர் கூட்டு. தேவையான அனுபவமில்லை என்பதாலும் வாலிப வயதை இன்னும் எட்ட வில்லை என்பதாலும் அரசனை ஒரு விஷயத்திலும் உட்படுத்துவதுமில்லை; யோசனை கேட்பதுமில்லை. முழுமையான அதிகாரம் கைக்கு வரும்வரை ராஜ்ய விவகாரங்களை இவர்களே கவனித்துக்கொள்ளட்டும் என்று வேட்டைகள், நண்பர்களுடனான உலாக்கள் எனப் பொழுதைக் கழிக்கலானான் மன்னன்.

ஐந்தாறு வருடத்துக்கு முன்னர் நிகழ்ந்த ஒரு போரில் அரசனின் தந்தையார் காலமானார். தந்தையார் எந்த மன்னரிடம் போரிட்டுத் தோற்றுப் போனாரோ அவரின் புத்திரியைத்தான் அவன் விவாகம் புரிந்துகொண்டான். ஒருவருடம் முன்னர் நோய்வாய்ப்பட்டு இறக்குமுன் மகளை அவனுக்கு மணமுடித்து வைத்தார். அரசனுக்கு முதலில் இசைவில்லை. ராணியாக அமைந்தவளுக்கு பூசிய உடல்வாகு. நல்ல கறுப்பு. அழகிகளை மணக்க நிறைய சந்தர்ப்பம் பின்னால் வரும், ராச்சியமும் சேர்ந்துகிடைக்கிறதே, இவளை மணந்துகொள், என

நண்பர்கள் அளித்த ஆலோசனையை ஏற்று திருமணத்துக்குச் சம்மதித்தான். திருமணத்திற்குப் பிறகு அரசியின் தாயார் மருமகனின் ஊருக்கே வந்து குடியமர்ந்தார்.

"மகளைத் திருமணம் செய்துகொண்டவன் என்பதற்காக நான் என்ன அவரின் அடிமையா?" என்று கள்குடித்துவிட்டு ஒருநாள் அரசன் உளறியது மாமியாரின் காதுக்குப் போய்விட்டது. தாய்மாமன் அடுத்தநாள் அரசனிடம் வந்து பதினாறு வயது வரும் வரை அரசவைக்குத் தினமும் வரவேண்டிய கட்டாயமில்லை என்று சொன்னார்.

சிறுவயது முதல் அரசனுக்கு வாய்த்த நண்பர்கள் எல்லோரும் உயிர் நண்பர்கள். நல்லதிலும் கெட்டதிலும் அவனைவிட்டு விலகாமல் என்றும் துணை நிற்கும் நண்பர்கள். தந்தையின் தோழர்களுடன் தன் நண்பர்களை அடிக்கடி ஒப்புநோக்கிப் பெருமைப்பட்டுக்கொள்வான். தந்தையின் நண்பராக இருந்த வர்கள் எல்லாம் விரைவில் பகைவர்களாகிப் போனார்கள். அவர்கள் பலரில் முல்லாதான் முதலில் நினைவுக்கு வருவார். முல்லா ஒருவர் தந்தையை அடிக்கடி பார்க்க வருவது வழக்கம். விருந்தோம்பல்கள், பரிசுகள், பணமுடிப்புகள் என்று ஒரே தடபுடல்தான். முல்லாவிற்கு ஒரு மகன் ரெஹ்மத் என்று. முல்லா அரண்மனைக்கு வரும்போதெல்லாம் அவருடன் ரெஹ்மத்தும் வருவான். தந்தையாருடைய நண்பர்களின் புதல்வர்கள் பலர் அரசனுக்கு (அப்போதைய இளவரசன்) எளிதில் நண்பர்களானார்கள். ஆனால் ரெஹ்மத் மட்டும் விதிவிலக்கு. முல்லா பிறகு தந்தையின் எதிரியானார். தில்லியின் ஒற்றர் என்று எல்லோரும் பேசிக்கொண்டனர்.

தகப்பனார் ஒருநாள் யாருக்கும் சொல்லாமல் சிலவீரர்களை மட்டும் துணைக்கழைத்துக்கொண்டு எங்கோ சென்றார். அவர் திரும்பிவந்தபோது ஊரில் ஒரே ஆரவாரம்; அமர்க்களம். அப்பா எங்கு சென்றார் என்ன செய்தார் என்று யாரும் அவனுக்குச் சொல்லவில்லை.

அடுத்தநாள் அரண்மனையின் பின்புறத்தில் உள்ள சிறு குடியிருப்பில் முஸ்லிம் பெண்மணி ஒருத்தி தங்க ஆரம்பித்தாள். அந்த வீட்டில் ஒரு பையன் இருக்கிறானென்று ஆருயிர் நண்பன் சௌாப் சொன்னான். அந்தப் பையன் ரெஹ்மத் போலவே இருக்கிறான் என்றும் சொன்னான். ரெஹ்மத் எப்படி இங்கிருக்க முடியும்? ஒருநாள் அந்த வீட்டு வாசலில் கல்லெறிந்தார்கள். அந்த முஸ்லிம் பெண்மணி ஒரு தடியுடன் வெளியே வந்து நின்றாள். சிறுவர்களின் கூட்டத்துக்கு நடுவே இளவரசன்

நிற்பதைப் பார்த்துவிட்டு ஒன்றும் பேசாமல் சென்றுவிட்டாள். ரெஹ்மத் அல்லது ரெஹ்மத் போன்ற ஒருவனை அவர்கள் சந்திக்க கொஞ்ச நாள் ஆனது. ஒருநாள் சந்தைக்கு நடுவே இருந்த கடைக்கருகே குதிரைகளை நிறுத்திவிட்டு, உரையாடியபடி கறி சாப்பிட்டுக் கொண்டிருந்தார்கள். ரெஹ்மத் ஓரமாக நிழலில் நின்றுகொண்டிருந்ததைப் பார்த்தார்கள். ரெஹ்மத்தைப் பார்த்ததும், செனாபை அனுப்பி அழைத்துவரச் சொன்னபோது வர மறுத்துவிட்டான். நண்பர்களெல்லாம் இணைந்து அவனை எள்ளி நகையாடவும் ரெஹ்மத்துக்கு மிகவும் கோபம் வந்து விட்டது. சாலையோரம் கிடந்த கருங்கற்களை எடுத்து எறியத் தொடங்கினான். இவர்கள் கையிலிருந்த தடியால் ரெஹ்மத்தைத் தாக்க முற்பட்டார்கள். உடனே ரெஹ்மத் ஓடி மறைந்துவிட்டான். வீட்டுக்கு வந்ததும் தந்தை கூப்பிட்டனுப்பினார். ரெஹ்மத்தை நண்பர்கள் சண்டைக்கிழுத்தது அவருக்குத் தெரிந்திருந்தது. இளவரசனாக எப்படி நடந்துகொள்வது என்பதை அவன் எப்போது தெரிந்துகொள்ளப் போகிறான் என்று விசனப்பட்டார். ரெஹ்மத்தைச் சீண்டாமல் இருக்குமாறு நண்பர்களிடம் சொல்லும்படி தந்தையார் அறிவுறுத்தினார். ரெஹ்மத் அவரிடம் வந்து முறையிட்டிருப்பானோ? அது எப்படி சாத்தியம்? ஒரு நாள் ரெஹ்மத் அந்த வீட்டிலிருந்து சென்றுவிட்டான் என்று செனாப் கண்டுபிடித்துச் சொன்னான். முஸ்லிம் பெண்மணி மட்டும் அந்த வீட்டிலேயே இருந்தாள். தகப்பனார் இறந்த சில நாட்களுக்குப் பிறகு அப்பெண்மணி அவ்வீட்டைக் காலி செய்துவிட்டு எங்கோ சென்றுவிட்டாள். அவருக்கு நிகழ்ந்ததுபோல, செனாபோ மற்ற நண்பர்களோ ஒருவர்கூட அவனை விட்டு விலகவில்லை என்பதில் அரசனுக்கு மிகவும் பெருமிதம். நண்பர்களின் வேண்டுகோள்களைத் தப்பாமல் நிறைவேற்றினான்; அவர்கள் செய்யும் சேஷ்டைகளால் குடிமக்கள் அவதியுற்றாலும் நண்பர்கள் தரப்புக்கே துணை நின்றான்.

ஒருமுறை ஊரைத் தாண்டியிருந்த பாழடைந்த கோட்டையைச் சுற்றிப் பரவியிருந்த காட்டில் நண்பர்களெல்லோரும் கூடி பன்றி, முயல் போன்ற சிறு விலங்குகளை வேட்டையாடி மகிழ்ந்தார்கள்; முயற்கறி சமைத்துண்டார்கள்; கள்ளு ஆறாய் ஓடியது. அபின் புகை மண்டலத்தில் நண்பர்களின் கண்கள் சிவந்தன. மாலை யானதும் சிலர் பெண்களை அழைத்து வர பக்கத்துக் கிராமத் திற்குச் சென்றார்கள்.

கிராமத்துக்குப் போனவர்கள் உயரமாக வளர்ந்திருந்த வாலிபன் ரெஹ்மத்தைப் பார்த்திருக்கிறார்கள். வாயை வைத்துக் கொண்டு சும்மாயிராமல் வம்பு வளர்க்க சண்டை ஆகிவிட்டது.

ரெஹ்மத்துடன் இருந்த நண்பர்கள் வாளைத் தூக்கிக்கொண்டு துரத்த ராஜாவின் நண்பர்கள் குதிரையில் ஏறி முகாமுக்குத் தப்பிவந்தனர். அவர்கள் நடந்ததைச் சொல்லி முடிக்கும் முன்னரே குதிரைகள் தடதடத்து வரும் சத்தம் கேட்டது.

அரசனின் குழுவுக்கும் ரெஹ்மத்தின் குழுவுக்கும் ஆக்ரோஷமான வாட்சண்டை தொடங்கியது; ரெஹ்மத்தின் வாள் ராஜாவின் ஒரு கண்ணில் ஆழப் புதைந்தது. கடுமையான வலியைப் பொறுத்துக்கொண்டு காடே அதிரும் ஓலத்தை எழுப்பியவன் தனது சக்தியனைத்தையும் ஒன்று திரட்டித் தன் வாளை வீசி ரெஹ்மத்தின் தலையை வெட்டியெறிந்தான். நண்பர்கள் ரெஹ்மத்தின் முண்டத்தை ஓர் ஈட்டியில் குத்தி வேட்டையில் கொல்லப்பட்ட மிருகத்தை எடுத்து வருவதுபோல தூக்கி வந்தார்கள். அரசனின் கண்ணைத் துணியால் இறுக்கக்கட்டி செனாப் தன்னுடைய குதிரையில் உட்கார்த்திவைத்துக்கொண்டு மற்றொரு கையால் அரசனுடைய குதிரையின் கடிவாளத்தையும் பிடித்துக்கொண்டு அதிவேகத்தில் அரண்மனை வைத்தியரின் வீட்டை நோக்கி விரைந்தான்.

அரசன் ஒரு கண்ணை முற்றிலுமாக இழந்தான். அவன் காயங்கள் குணமடைந்து கொண்டிருந்த ஒருநாளில் மெய்க் காவலர்கள் கண்ணில் மண்ணைத் தூவிவிட்டு நண்பர்கள் ரெஹ்மத்தை பார்த்த கிராமத்துக்கு, தான் மட்டும் தனியே சென்றான். ரெஹ்மத் இருந்த வீட்டில் ஒரு பெண்ணும் அவள் தந்தையும் மட்டும் இருந்தனர். அவ்வப்போது நடுவயதெய்திய ஒரு மாதும் வருவதுண்டு என்று கிராமத்தில் வசிப்பவர்கள் சொன்னார்கள். ரெஹ்மத்தும் அப்பெண்ணும் வேறொரு ஊரிலிருந்து ஒருவருடம் முன்னர் ஓடி வந்ததாக பெண்ணின் தந்தை சொன்னார். பெண்ணும் தந்தையும் முஸ்லிம்களாகத் தெரியவில்லை. பெண்ணின் தந்தை டர்பன் கட்டியிருந்தார். ராஜ்புத்தா அல்லது சீக்கியரா என்று தெரியவில்லை. அரசன் அவ்வீட்டுக்கு அடிக்கடி வந்து செல்வதைக் கிராமவாசி ஒருவன் அரசியின் தாயாருக்குத் தெரிவித்தான்.

ஒருநாள் அரசியின் தாயார் தன்னைப் பார்க்க வருமாறு அரசனை அழைத்தபோது, அவள் ஏன் சந்திக்க விரும்புகிறாள் என்ற கேள்விக்கு தாய்மாமன் பதிலேதும் அளிக்கவில்லை. மாமியாரும் அரசனும் வெகுநேரம் பேசிக்கொண்டிருந்தார்கள். அந்தச் சந்திப்புக்குப் பிறகு தாய்மாமனும் மந்திரியும் அரசனை அழைத்துக்கொண்டு வடக்கு நோக்கிப் பயணமானார்கள். மனைவியினுடைய ராச்சியத்தின் தலைநகரைக் கைபகப்படுத்த பகைவர்கள் முற்றுகையிடத் திட்டமுள்ளதாகவும், அவர்களின்

முயற்சியைத் தோற்கடித்து முழுப் பிரதேசத்துக்கும் பேரரசனாக தன்னை அறிவித்துக்கொள்ள இதுவே சரியான தருணம் என்றும் அரசனுக்கு அறிவுறுத்தப்பட்டது.

○

போரிலிருந்து திரும்பிய வீரர்களின் வாள்கள் எண்ணப்பட்டுக் கொண்டிருந்தன. ஒவ்வொரு வாளும் ஏற்கெனவே குவிந்திருந்த வாட்களின் மேல் விழுகையில் எழும் ஒலி விட்டுவிட்டு கேட்டுக் கொண்டிருந்தது. ஆயுதக் கிடங்கை ஒட்டியிருந்த குதிரைகள் சிகிச்சையகத்துக்கு மஹாராஜா வந்திருக்கிறார் என்று கேள்விப் பட்டதிலிருந்து ஆயுதக் கிடங்கின் மேற்பார்வையாளன் செனாப் மிகுந்த உற்சாகமடைந்திருந்தான்.

கிடங்கின் வாசலுக்கு அடிக்கடி வந்து பார்த்துக் கொண் டிருந்தான். புரவிகளின் மருத்துவன் செனாபின் நண்பனே, உரிமையுடன் சிகிச்சையகத்துக்குள் நுழைய முடியும். ஆனாலும் ஒரு தயக்கம். மகாராஜா சிறுவயது முதலே சினேகிதன் என்றாலும் மேற்கேயிருந்த மலையெல்லையிலிருந்து கிழக்கே உள்ள மலையெல்லைவரை ஒரு பெரிய ராஜ்யத்தை நிர்மாணித்து ஆளும் பெரிய மன்னர் அவர் இன்று.

பேரரசரின் பதின்மூன்றாம் வயதில் சில நண்பர்களை அழைத்துக்கொண்டு வேட்டைக்குச் சென்றது செனாபுக்கு நினைவு வந்தது. ஒவ்வொரு வேட்டையின்போதும் யாருட னாவது கைகலப்பு ஏற்படாமல் இருந்ததில்லை. இந்தமுறை ரெஹ்மத் என்பவன் தன் கூலிப்படையுடன் வந்து அரசரை வம்புக்கிழுத்தான்; ரெஹ்மத்தின் தந்தையை அரசரின் தந்தை கொன்றார் என்று பல வருடங்களாக ஊரில் பேச்சு இருந்தது. அதில் எத்துணை உண்மை என்று யாருக்கும் தெரியாது. ரெஹ்மத் அதை உண்மையென்று நம்பினான். ரெஹ்மத்தின் சிரத்தை அரசர் வெட்டியதும், நண்பர்களெல்லாரும் ரெஹ்மத்தின் தலையை ஊர்வலமாய் எடுத்துச்சென்றார்கள். அதைத்தொடர்ந்து அளவுக்கு மீறி கள் குடித்து போட்ட வெறியாட்டத்தின்போது நிகழ்ந்த விபத்தில் அரசரின் கண்ணொன்று இழக்க நேரிட்டது. அரசரை மருத்துவமனைக்குச் சரியான சமயத்தில் எடுத்துச்சென்ற செனாபை என் இரண்டாவது மகன் என்று சொல்லி ராஜமாதா அன்பு பாராட்டினாள்.

செனாப் பழைய நினைவுகளில் கொஞ்ச நேரம் மூழ்கி யிருந்தான். அவனுக்கு இருப்பு கொள்ளவில்லை; அரசனைச் சந்திக்கும் ஆவலில் குதிரை சிகிச்சையகத்துக்குச் சென்றான்.

போரில் காயப்பட்டிருந்த புரவிகளை மருத்துவரின் உதவியாளர்கள் படுக்கவைத்து அறுவைசிகிச்சை செய்து கொண்டிருந்தார்கள். மகாராஜாவின் கறுப்புக் குதிரையின் இடது கண்ணின் மேல் ஈட்டி பாய்ந்து காயமாகியிருந்தது. “ஒற்றைக் கண்ணனின் குதிரைக்கும் ஒற்றைக் கண் என்றாகிவிடாமல் எப்படியும் அதனுடைய கண்ணைச் சரிப்படுத்திவிடுங்கள்” என்றான் அரசன். அரசருக்குக் குதிரைகளின் மேல் அதிக வாஞ்சை; குள்ளம், கறுத்த தேகம், இளவயதிலேயே நரைத்த தாடி – என்று எளிதில் புறக்கணித்துவிடத்தக்க உருவம் படைத்திருந்த அரசன் குதிரையில் ஏறியவுடன் உருவம் மாறியவன் போலாகிவிடுவான். அவன் மார்பு நிமிர்ந்துவிடும். கவசம் பூண்டு, போர்க் கிரீடம் அணிந்து புராணக் கதைகளில் வரும் ராட்சசன் போலாகிவிடுவான்.

சிகிச்சையகத்துக்குள் நொண்டிநொண்டி நுழைந்த செனாபை அடையாளம் கண்டுகொண்ட அரசன் “ஹேய், செனாப் நொண்டி ... உன் நொண்டிக் கால் எப்படி இருக்கு?” என்று சத்தம் போட்டுக் கேட்டான். அருகே வந்த செனாபை கட்டித் தழுவிக்கொண்டான்.

“வாடா ... உம் பொண்டாட்டி ஜாகிர் எப்படி இருக்கா? வா ... உன் வீட்டுக்குப் போகலாம்.”

செனாபுக்குப் பெருமை தாங்கவில்லை; வெளுத்திருந்த தாடிக்குள் மஞ்சள் பட்டிருந்த பற்கள் தெரிய புன்னகைத்தான். அரசனின் பரிவாரங்கள் சிகிச்சையகத்தில் காத்திருந்தன.

திரும்பத் திரும்ப அழைத்தும் ஜாகிர் முற்றத்துக்கு வரவில்லை; செனாப் பின்கட்டுக்குச் சென்று அவளை வலுக்கட்டாயமாக அழைத்துவந்தான். துப்பட்டாவை வைத்து முகத்தை மூடி யிருந்தாள். அரசன் ஜாகிரின் தோளைத் தட்டினான். அவளின் தலையுச்சியை லேசாகத் தொட்டான். ஜாகிர் முகம் சுருக்கி விலகினாள். அதிக நேரம் நிற்காமல் பின்கட்டுக்குச் சென்றுவிட் டாள். அவள் பின்கட்டுக்குச் சென்றபின், “அவள் அப்படித்தான்; வெளியாட்களிடம் அதிகம் பேசமாட்டாள்” என்றான் செனாப். “ஹ்ம்ம் ... தெரியும் ... எங்கே கள்ளு?” என்றான் அரசன்.

கள்ளு வந்தது; எத்தனை கோப்பைகள் குடித்தனரோ! இருவரின் வாய்களும் உளற ஆரம்பித்தன. “நீ ஒரு மகனை வளர்ப்ப தாக கேள்விப்பட்டேனே ... அவன் எங்கே?” என்றான். “என் மகன் ஜபிந்தரைக் கேட்கிறீர்களா அரசே?” செனாப் இப்படிச் சொன்னதும் இடிபோல சிரித்தான் அரசன். “ஆமாம் உன் மகன்தான்!”

ஒரு கண் போனபிறகு அரசனின் உருவம் இன்னும் அசிங்கமாகிவிட்டது. மூடியிருந்த கண்ணின் துவாரத்தைச் சுற்றி கருங்குழிகள் தோன்றியிருந்தன. நீளமான நாசியின் முனையில் நிரந்தர வீக்கமுண்டாகி கண் துவாரத்தை இன்னும் ஆழமாகக் காட்டியது. சப்பையான உதடுகளில் கீறல்கள்; ஒரு கீறல் முகத்தின் குறுக்கே படர்ந்து நெற்றியின் இடப்பக்கத்தைத் தொட்டது.

அரசனின் உதவியாளன் ஒருவன் வந்து "ஐயா . . . அரண்மனைக்குச் செல்ல வேண்டும் . . . ஆங்கில அதிகாரி கோட்டைக்கு வந்துவிட்டாராம்" என்று சொன்னான். கூன் விழுந்தமாதிரி ஒருக்களித்து, நாற்காலிக்குள் பாதங்களை நுழைத்தவாறு, அமர்ந்து, குடித்து உளறிக்கொண்டிருந்த அரசன் எழுந்தான்; ஒருகணத்தில் அவனுடைய குடிபோதை உளறல் நின்றுவிட்டது. உட்கார்ந்திருந்தவன் ஒருவனாகவும் எழுந்து நின்றவன் வேறொருவனாகவும் தோன்றியது. தெளிவான குரலில் "நண்பா . . . சென்று வருகிறேன். ஹோலிப் பண்டிகையின்போது கோட்டைக்கு வா . . . பழைய தினங்களைப்போல பலமணி நேரங்களுக்கு குடித்துக்கொண்டே இருப்போம்" என்றான்.

அரசனின் பரிவாரங்கள் தூசு கிளப்பியவாறு நகர்ந்தன; பார்வையைவிட்டுப் புரவிகள் மறையும்வரை அரசன் சென்ற திசையை நோக்கியவாறு நின்றிருந்தான் செனாப். ஜாகிர் கோப்பைகளையும் பாத்திரங்களையும் நகர்த்தும் சத்தம் கேட்டது. வீட்டு முற்றத்திலிருந்த கள்ளுக் கோப்பைகளை எடுத்துக் கொண்டிருந்தாள்.

"வீட்டுக்குப் பெரியவர்கள் வந்தால் எப்படி நடந்துகொள்வது என்றுகூட உனக்குத் தெரிவதில்லை" என்று செனாப் சாதாரண மான குரலில் சொன்னான். தகாத வார்த்தைகளை ஊருக்கே கேட்கும் வண்ணம் கத்தி தடியால் அடித்து கோபத்தை வெளிப் படுத்தும் கணவனல்ல செனாப்.

செனாப் சொன்னதைக் கேட்டவுடன் ஜாகிர் "அது சரிதான் . . . இனிமே யாரையும் கூப்பிட்டு வராதீங்க" என்றாள். "வந்தவர் யார் என்பதை மறந்துவிட்டுப் பேசுகிறாய் . . . அவர் நாம் வாழும் மண்ணின் மன்னர் . . . அது மட்டுமல்ல . . . நீ மறந்திருக்கலாம் . . . எனக்கு உன்னைத் திருமணம் செய்துவைத்தவரும் அவர்தான்" என்றான்.

"பொல்லாத திருமணம்" என்று முணுமுணுத்தவாறு பின்கட்டுக்குச் சென்றாள் ஜாகிர்.

அசைக்க முடியாத தைரியம், தன்னம்பிக்கை—இவை பல போர்களில் அரசனுக்கு வெற்றி தேடித் தந்தன. பட்டத்தரசியை ஏறெடுத்தும் பார்க்காமல் இருக்கும் அவன் பட்டத்தரசியின் தாயாரைத் தெய்வமாகப் பூஜித்தான். ராஜாவின் அன்னையும் மந்திரியும் பணிந்து போனார்கள். போரில் படைகளுக்குத் தலைமை ஏற்பது, வீரத்துடன் சமர் புரிந்து எதிரிப்படைகளைத் தோற்றோட வைப்பது—இவை மட்டும்தான் அரசனின் கடமைகளாக இருந்தன. அரசியின் தாயார்தான் எல்லாம்! அவ்வப்போது ராச்சியத்தில் எழும் கலகங்களை நசுக்கும் அடக்குமுறைகள் முதல் வெள்ளைக்கார அரசாங்கத்துடன் சுமுகமாக உறவு பேணும் வழிமுறைகள்வரை எல்லா ராஜரிக விஷயங்களிலும் முடிவெடுப்பது அவர்தான்.

வடகிழக்கில் இருந்த ஒரு முக்கிய நகரைக் கைப்பற்றுவதற்காக ஒரு கடும்போர் நடந்தது. செத்துப்போன ரெஹ்மத்தின் காதலி அச்சமயம் போர் நடக்கும் நகரில் யாரையோ காண வந்திருப்ப தாகக் கேள்விப்பட்டு, அரசன் அப்பெண்ணைக் காண்பதற்காகச் சென்றிருந்தான். மன்னன் சில நாட்கள் போர்முனைக்கு வராமல் போகவும் செனாபே படைகளுக்குத் தலைமைதாங்கி பெரும் வெற்றியை ஈட்டித் தந்தான். அப்போரில் செனாப் தன் காலை இழக்க நேரிட்டது. நொண்டிக் காலுடன் செனாப் பெற்ற வெற்றி அரசரைப் பேரரசராக்கியது.

பாழடைந்த கோட்டைக்கருகில் இருந்த கிராமத்தில் வசித்த ஓர் இளம்பெண்ணை அரசன் வன்புணர்ச்சி செய்து விட்டானென்றும் அதன் காரணமாக அப்பெண் தற்கொலை செய்து கொண்டாளென்றும் ஒரு முறை பேச்சு கிளம்பியது. அப்பாவி மக்களை, பெண்களைக் காக்கும் உறுதிமொழி பூண்ட, முடியாளும் மன்னனின் செயல் ஈனத்தனமானது என்று சில நிலப்பிரபுக் குடும்பங்கள் அரசியின் தாயாரிடம் சென்று குறை சொன்னார்கள்.

திருமணமாகாத கால்போன இளைஞனை யார் திருமணம் செய்துகொள்வார்கள் என்று செனாபின் அன்னை அரசனின் தாயாரிடம் ஒரு முறை அரற்றினாள். அவர் ஒரு நாள் ஜாகிரையும் அவளின் தந்தையையும் அழைத்துக்கொண்டு செனாபின் இல்லத்துக்கு வந்து செனாபின் அன்னையிடம் சம்பந்தம் பேசினாள். யாரோ செய்த தவறுக்காக தன் மாப்பிள்ளை பேரில் சகதியை வாரிப் பூசும் காரியத்தில் சம்பந்தப்பட்ட குடும்பத்தின் உறவினர்கள் ஈடுபட்டிருக்கின்றனர் என்றும், வன்புணரப்பட்டு தற்கொலை செய்துகொண்ட பெண்ணின் தங்கையே ஜாகிர் என்றும் மாமியார் அறிமுகப்படுத்தினாள். செனாபின் திருமணம் ஜாகிருடன் நடந்தேறியது.

அரசனின் பட்டத்தரசி ஒருநாள் தன் சொந்த ஊருக்கே திரும்பிச் சென்றுவிட்டாள். வேண்டாவெறுப்பாக அரண்மனையில் காலம் கழித்துவந்த பட்டத்தரசி அரண்மனையைவிட்டு வெளியேறத் தூண்டிய காரணத்தை அரசனே உருவாக்கித் தந்தான். தென்கிழக்குப் பகுதியிலிருந்த சிற்றரசனுக்கு வயதாகிவிட, தன்னுடைய ராச்சியத்தைப் பேரரசுடன் இணைக்க விரும்பினான். பாலை நிலமான அந்தக் குறுநில மன்னனின் நாட்டின்மேல் ஒருவரும் கண் வைத்ததில்லை. யுத்தமில்லாமல் வந்து சேரும் ராச்சியத்தை வேண்டாமென்று சொல்லும் எண்ணம் அரசனுக்கில்லை. வயதான குறுநில மன்னன் சில மாதங்களுக்கு முன்னர் அழகான இரு சகோதரிகளைத் திருமணம் செய்துகொண்டிருந்தான். ராஜிய இணைப்பு ஒப்பந்தம் கையொப்பமான சிலநாட்களுக்குப் பிறகு வயதான மன்னன் இறந்துபோனான். கணவனின் மறைவுக்குப் பிறகு விதவையான சகோதரிகளைப் பாதுகாக்கும் பொறுப்பை தன் சிரமேற்கொண்டு அவர்களைத் தன்னோடு அழைத்துவந்தான். சில நாட்களுக்குப் பிறகு அவர்களைத் தன் தேவிகளாக்கிக்கொண்டான்.

பட்டத்தரசி தன் ஊருக்குத் திரும்பிப் போன செய்தி அவனுக்கு எட்டியபோது அவனுடைய தாயாரும் கூடப் போய்விடுவாளோ என்ற ஐயம் எழுந்தது. ராஜ்ய விவகாரங்களைப் பற்றி கலந்தாலோசிக்க தாய்மாமன் இருக்கும் அரண்மனைக்கு அவர் சென்றிருப்பதாக தகவல் கிடைத்ததும், தன் மகளுடன் அவர் ஊர் திரும்பவில்லை என்று நிம்மதியடைந்தான்.

❍

செனாபின் மகன் – ஜபிந்தர் – காய்ந்துபோன ரத்தக் கறைகள் படிந்திருந்த வாட்களை நீர்த்தொட்டிக்குள் போட்டுக் கொண்டிருந்தான். வேலையாள் ஒருவன் சில வாட்களை நெருப்பில் காட்டிக்கொண்டிருந்தான். சாணக்கருவிக்கருகில் உயரிய நாற்காலியில் உட்கார்ந்து ஹுக்கா புகைத்துக்கொண்டிருந்தான் செனாப். சாணக்கருவியில் நின்றவாறு ஜாகிர் சிறு கத்திகளைச் சாணம் பிடித்துக்கொண்டிருந்தாள். ஹுக்காவின் புகை மண்டலம் அவளுக்கு ஒவ்வாமை தந்திருக்க வேண்டும். ஜாகிரின் நாசியை அவளின் துப்பட்டா மூடியிருந்தது. அவள் கண்களில் பொதிந்திருந்த தீவிரம் சாணக்கருவியில் கத்திகள் உராய்ந்து தோன்றிய தீப்பொறிகளோடு போட்டியிட்டது.

செனாப் ஜபிந்தருக்குத் தன் போர் அனுபவங்களைப் பற்றிப் பெருமையுடன் சொல்லிக்கொண்டிருந்தான். வடகிழக்கு நகரில் நடைபெற்ற போரில் அவன் பயன்படுத்திய போர் உத்திகளைப் பற்றி விவரமாகச் சொல்லுகையில், கதையை நிறுத்துமாறு

ஜாகிர் சொன்னாள். மகனுக்குக் கதை சொல்லும் ஆர்வத்தில் இருந்த செனாப் அதைக் கேட்காமல் கதையைத் தொடர்ந்தான். சாணம் பிடிப்பதை நிறுத்திவிட்டு வாலிப வயதை விரைவில் எட்டப்போகும் ஜபிந்தரின் கையைப் பிடித்திழுத்து, "உன் அப்பா ஏமாந்தது போதும்... நீயும் ஏமாறணுமா? உள்ளே போய் மாட்டுக்குத் தீவனம் வை" என்று ஆணையிட்டாள். ஜபிந்தரும் ஜாகிரும் முற்றத்தைவிட்டு அகன்றபிறகு ஹுக்கா புகைசூழ மௌனமாக நெடுநேரம் உட்கார்ந்திருந்தான் செனாப்.

வேலையாளின் வேலை இயக்கங்கள் உருவாக்கிய சத்தமும் ஷீஷாவை உறிஞ்சும்போது எழும் நீருக்குள் சிறு கற்கள் உருளுவது போன்ற சத்தமும் தவிர வேறு சத்தம் எழவில்லை. திருமணத்துக்குப் பிறகு செனாபுக்கு மௌனம் காப்பது நன்கு பழகிவிட்டது. காவலன் என்பவன் அமைதி காக்க வேண்டும். யாரைக் காப்பதற்காக நியமிக்கப்பட்டிருக்கிறானோ அங்கே கேள்வி கேட்க காவலனால் முடியுமா?

திருமணமான புதிதில் பல மாதங்கள் ஜாகிர் செனாபுடன் ஒரு வார்த்தைகூடப் பேசவில்லை. அவ்வப்போது உறவினர்கள் நண்பர்கள் முன் ஓரிரு வார்த்தைகள் மட்டும் பரிமாறிக் கொள்வார்கள். ஜாகிரின் குரலில் ஈரம் கலந்திருக்காது. மனைவி யுடன் உறவுகொள்ள அவன் எடுத்த ஆரம்ப கால முயற்சிகள் தோல்வியில் முடியவும், முயற்சிகளை நிரந்தரமாகக் கைவிட்டு மௌனம் காத்தான் செனாப். இறந்துபோன அக்காவின் மகனை வளர்க்க ஜாகிர் விரும்புவதாக ஜாகிரின் தந்தை சொன்னபோதும் செனாப் மௌனம் காத்தான். வளர்ப்பு மகன் ஜபிந்தரின் மேல் ரத்த உறவுபோல அன்பைப் பொழிந்தாலும் ஜாகிருக்கு அது ஒரு பொருட்டில்லை. என் மகன்மேல் அன்பு காட்ட உனக்கென்ன உரிமை இருக்கிறது என்று கேட்காத குறையை அவளின் உடல்மொழி நிவர்த்தி செய்துவிடும்.

மௌனத்தின் தரம் மாறுபடும் தன்மையது; செனாபின் மௌனம் புறத்தன்மை கொண்டது. உள்மனம் மௌனம்கொள்வ தில்லை. தன் ஏமாற்றங்களைத் தியாகவுணர்வு என்னும் நிறம் பூசி அடையாளமிழக்கச் செய்வதையே பல வருடங்களாக செய்துகொண்டிருக்கிறான் அவன். ஒரு பெண்மணியை சில மாதங்களுக்கு முன்னர் ஊர்மன்ற வாசலில் சந்திக்க நேர்ந்தது; ஒரு பிச்சைக்காரிபோல தோற்றமளித்தாலும் கவலையின் நிழல்கூட அவளை அண்டாது என்பது போலத் தோன்றும் பேரானந்த நிலை அவள் முகத்தில் படர்ந்திருப்பதை உணர முடிந்தது. அவளைச் சுற்றி சதா ஜனக்கூட்டம்; அவளை அருகே சென்று பாதம் தொட்டு வணங்கும் சந்தர்ப்பம் கிடைக்கவில்லை.

அவளைப் போன்று முழுமையான மௌன நிலையை அடைதல் எப்போது சாத்தியம்?

திடீரென சாணைக்கருவி இயங்கும் சத்தம் மீண்டும் கேட்கத் துவங்கவும், மூடிய கண்களைத் திறந்தான். ஜாகிர் கத்திகளைச் சாணம் பிடித்துக்கொண்டிருந்தாள். ஜபிந்தர் இன்னும் முற்றம் திரும்பியிருக்கவில்லை.

○

வடகிழக்கில் இருந்த நகரில் ஒரு பழைய மசூதியை புதுப்பிக்கும் பணி நடந்துகொண்டிருந்தது. அரசன் அப்பணி களைப் பார்வையிட வந்திருந்தான், மசூதியின் வாசலில் உட்கார்ந் திருந்த சில பிச்சைக்காரர்களுக்கு பிச்சையிடும்போது அந்த வயதான மாதைப் பார்த்தான். அவன் பார்வையைத் தவிர்த்து அம்மாது வேறெங்கோ நோக்கிக்கொண்டிருந்தாள். அருகில் நின்றுகொண்டிருந்த பிரமுகர் ஒருவர் அம்மாது பல சித்தி பெற்ற சூஃபி இப்ராஹீமா என்று சொன்னதை அரைகுறையாகக் காதில் வாங்கிக்கொண்டான் அரசன். அவளின் காலைத் தொட்டு வணங்க முயல்கையில், இப்ராஹீமா சில தப்படிகள் பின்னால் சென்றாள்.

“இவன் தொட்ட மண்ணை நீருற்றிக் கழுவுங்கள்” – சூஃபி கூச்சலிட்டாள்.

பிரமுகர்களும் அதிகாரிகளும் அரசனை நோக்கினர். அவன் முகத்தில் வாட்டம் படர்ந்திருந்தது. சேவகரை நீர் கொண்டுவரப் பணித்தான். நீர் வந்ததும் தன் கையில் வாங்கிக்கொண்டு தன் கைபட்ட தரையில் நீரூற்றினான். பின்னர் கைகூப்பி இப்ராஹீமாவை வணங்கினான். பெண் துறவி கொஞ்சம் சாந்தமானாள். அவள் விழிகளில் இருந்த கடுமை ஒரு கணத்தில் விலகியது.

அவன் அரண்மனைக்குப் பின்னலிருந்த சிறுவீட்டில் அப்பா குடிவைத்தபோது கறுப்புநிற உடைகள் அணிந்து, தலைமுடியைக் கருந்துணியால் மூடியிருப்பார் இப்ராஹீமா. இப்போது கறைகள் படிந்த வெண்ணிற சல்வார் உடை அணிந்திருந்தார். தலைமுடியை மூடியிருக்கவில்லை. தலைமுடி முழுக்க நரைத்திருந்தது. நெடுக வளர்ந்து காற்றில் ஆடும் புற்களாய்த் திருத்தப்படாத நரை கூந்தல் இழைகள் ஆடிக்கொண்டிருந்தன.

அரசன் “உங்களைப் பல இடங்களில் தேடினேன்... இன்று உங்களை இங்கே சந்தித்ததில் எனக்கு மிகவும் மகிழ்ச்சி. என் அரண்மனைக்குப் பின்னால் நீங்கள் தங்கியிருந்த வீடு இன்னும்

பூட்டி இருக்கிறது. தயவு செய்து நீங்கள் அங்கு வந்து தங்க வேண்டும். உங்கள் மருமகள் ஜாகிரின் மறுமணத்துக்கு முன்னரே நான் உங்களை அழைத்தபோது தேசாந்தரம் போவதாகச் சொல்லிக் காணாமல் போய்விட்டீர்கள்" என்று குரல் நெகிழப் பேசினான்.

இப்ராஹீமா இருமத் தொடங்கினாள். தொண்டை கிழிந்து போகுமளவுக்கு இருமினாள். சேவகர்களிடம் சைகையால் குடிநீர் கொண்டுவரப் பணித்தான்; அவளுக்குப் பருகத் தந்தான். ஒரு மடக்கு குடித்துவிட்டு சுவரருகில் கால்நடைகளுக்காக அமைக்கப்பட்டிருந்த நீர்த்தொட்டியில் கொட்டினாள்.

"எனக்கு எதற்கு இல்லம்? இவ்வுலகம் முழுதும் என் இல்லம்!"

இப்ராஹீமா தரையில் உட்கார்ந்துகொண்டாள். அரசனும் அவளுக்கருகில் வந்து மண்தரையில் அமர்ந்தான். மன்னன் தரையில் உட்கார்ந்ததைக் கண்ட பிரமுகர்களும் கூடியிருந்த மக்களும் இப்ராஹீமாவின் பக்தர்களும் மண்தரையில் அமர்ந்தார்கள், ஒரு பெருங்கூட்டம் மௌனமாய் உட்கார்ந்திருந்தது. இருபதடி தூரத்திலிருந்த பள்ளிவாசலுக்குள்ளிருந்து எழுந்த உளிகளின் சத்தமும் அக்கம்பக்கத்தில் நடந்த பாதசாரிகளின் குரல்களும் எங்கோ தொலைதூரத்திலிருந்து ஒலிப்பதுபோல் இருந்தன; இப்ராஹீமாவின் கண்கள் கூடியிருந்த மக்களின் சூழலின் பிரக்ஞையின்றி எங்கோ நோக்கிக்கொண்டிருந்தன. எதை நோக்கின என்று யாருக்குத் தெரியும்? பக்தர் ஒருவர் சூஃபி பாடலொன்றைப் பாடத் தொடங்கினார்.

உலகினால் மதி மயக்கத்துக்குள்ளாகும் மனிதர்கள் இங்கே
வஞ்சக வேடமிட்டிருக்கிறார்கள் இவர்கள் ஐயா!

வாலிபமும் பெற்றோர்களும் சுகங்களும் நித்யமானவையன்று
இளவயதினராகவே நிரந்தரமாக இருக்கப் போவதில்லை ஐயா!

புதையல்களும் யானைகளும் குதிரைகளும் நித்யமானவையன்று
அரசர்களின் கைவசமான ராச்சியங்களும் நிரந்தரமில்லை ஐயா!

ஐயா ஷா மொஹம்மதே!

இவ்வுலகில் அழகும் நித்தியமற்றது;
நம் முடி கூட நிரந்தரமாக கருமையாகவே இருக்கப் போவதுமில்லை.

துணியால் மூடப்பட்ட கண் குழியில் அரித்தது. கைவிரல்களால் வருடிவிட்டுக் கொண்டபோது பனித்திருந்த இன்னொரு கண்ணின் ஈரம் ஒரு புள்ளியாக அரசனின் உள்ளங்கையில் ஒட்டிக்கொண்டது.

கலையும் பிம்பங்கள்

பிந்தியா மிகவும் அழகு என்று சொல்லிவிட முடியாது. ஆனால் சந்திப்பவரின் மனதில் பதிந்து விடுகிற முகம் அவளுடையது. நல்ல நிறமில்லை; ஆனால் நவீன நடை உடை பாவனைகள் வாயிலாக நினைவை நிறைத்துவிடக் கூடியவள். அவளுடைய பகட்டில் கொஞ்சமும் செயற்கைத்தன்மையைக் காண முடியாது. பஞ்சாபி கலந்து பேசும் இந்தியை நாள் முழுதும் கேட்டுக்கொண்டேயிருக்கலாம்.

ஸ்ட்ராபெர்ரி கேக்கை வாயில் அடைத்துக் கொண்டிருந்தாள். நான் கேட்ட கேள்விக்கு அவளின் பதிலை எதிர்பார்த்து உட்கார்ந்திருந்தேன். காபியின் நுரையின் மேல் க்ரீமினால் வரையப்பட்ட இதய டிசைன் காத்துக்கொண்டிருந்தது.

“என்னுடன் சினிமா போக வேண்டும் என்று கேட்ட முதல் ஆள் நீயில்லை. ஆனா நீ இதைக் கேட்கறது ஒரு மாதிரி இருக்கு. நேரா சொல்லிடறேன். நீ ஒரு நல்ல நண்பன். அப்படி இருக்கறதை மட்டும்தான் விரும்பறேன். அதைத் தவிர வேறெந்த ரிலேஷன்ஷிப்பும் நமக்கு வேண்டாம். நீ ரொம்ப சென்டின்னு எனக்கு தெரியும். அதனால் இதை க்ளியர் பண்றது முக்கியம்னு நினைக்கிறேன்”

கோபம் கலவாத வார்த்தைகள் வெளிவந்தன. இருவரிசைப் பற்களும் வழக்கம்போல பளிச்சிட்டு ஒளிர்ந்தன. வார்த்தைகளின் தீவிரத்தைப் பார்வை யில் பொதிந்திருந்த துள்ளல் பிரதிபலிக்கவில்லை. திசுக்காகிதத்தால் உதட்டைத் துடைத்துக் கொண்டாள்.

“ஹ்ம்ம் என்ன பிரதர்... ஏண்டா இவளை டேட்டிங்குக்கு கூப்பிட்டோம்னு இருக்கா?”

கண் சிமிட்டினாள்.

என்னுள் எழுந்த உணர்ச்சி என்னவிதமானது என்று தெளிவாக விளங்கவில்லை. ஏமாற்றவுணர்வு என்று அதைச் சொல்லிவிட முடியாது. அவள் என்னிடம் ஒருமுறைகூட விளையாட்டு வார்த்தைகளைப் பேசியதில்லை. ஈர்ப்பு கொள்ளாமல் என்னால் ஒரு பெண்ணிடம் பழக முடியுமா? ஆண்–பெண் ஈர்ப்பு கற்றுக்கொள்ளப்பட்ட பழக்கம். எதையும் மூன்று வாரங்கள் தொடர்ந்து செய்துவந்தால் அது பழக்கமாக ஆகிவிடும் என்று கேள்விப்பட்டிருக்கிறேன். பிந்தியாவின் மேலிருக்கும் ஈர்ப்பை மூன்று வாரங்களில் கைவிட முடியுமா என்று பார்க்க வேண்டும்.

ஒரு வறண்ட சிரிப்புடன் ‘நீ சொன்னது சரி..நட்பைத் தவிர வேறெந்த உணர்ச்சியும் இனிமேல் நமக்கு நடுவில் வராம பார்த்துக்கறேன்” என்றேன். எனக்குப் பக்கத்து இருக்கையில் உட்கார்ந்திருந்த அவள் அருகே வந்து என் கன்னத்தில் தன் கன்னத்தைச் சில கணங்களுக்கு வைத்து விலகினாள். “யூ ஆர் அ ஜென்டில்மேன்.”

காபிக்கடைக்குள் இருந்த முகம் கழுவும் அறைக்கு வந்து அங்கிருந்த வாஷ்பேசினுக்குமேல் இருந்த கண்ணாடியில் எண்ணெய்ப் படிந்த என் முகத்தைப் பார்த்தவாறு ஒரு நிமிஷம் நின்றேன். குழாயைத் திறந்து உஸ்ஸென்ற மெலிதான சத்தத்துடன் நுரைத்துக்கொண்டு கொட்டிய நீரை முகத்தில் வேகமாக அடித்துக்கொண்டேன். நீர்த்திவலைகள் கண்ணாடியில் படிந்தன; என் முகம் தெளிவற்று தெரிந்தது.

மீதி காபியைக் குடிக்க இருக்கைக்குத் திரும்பியபோது அங்கே பிந்தியாவைக் காணவில்லை. சற்றுமுன்னர் போன் பேசுவதற்காக வெளியே எழுந்துசென்றிருந்த அருண் குமார் திரும்பி வந்திருந்தான். அருண், பிந்தியாவின் அலுவலகத்தில் வேலை பார்க்கிறவன். விற்பனை மேலாளன். அருணுடன் ஒரு முறை சேர்ந்து அந்த காபிக்கடைக்கு வந்திருந்தபோதுதான் பிந்தியா முதன்முதலாக எனக்கு அறிமுகம் ஆனாள்.

“எங்கே பிந்தியா?”

“எங்க கம்பெனி முதலாளி ரவீந்தர்ஜியோட போன் வந்தது. ஓடிப்போயிட்டா...”

காபிக்கடையைவிட்டு வெளிவந்தபோது அருண் சிகரெட்டைப் பற்ற வைத்தான். நாங்கள் இருவரும் புகைத்தவாறே கொஞ்ச நேரம் பேசிக்கொண்டிருந்தோம். எனக்குப் பிந்தியாவுடன் இருந்த அளவிற்கு அருணுடன் நெருக்கமான நட்பில்லை.

அவர்களுடைய அலுவலகத்தில் நிலவும் அரசியல் பற்றி பெயர்கள் சொல்லாமல் பேசினான். "அழகா இருக்கணும், பெண்ணா இருக்கணும், எங்க கம்பெனில வேகமா முன்னேறிடலாம். ஆம்பளையா இருந்தா டிஸ் – அட்வாண்டேஜ்தான்" என்று அவன் சொன்னது பிந்தியாவை நினைத்துதான் என்று எனக்குப் புரிந்தது. "எல்லா கம்பெனியிலும் அரசியல் இருக்கப்பா ..." என்று அவனுக்குச் சமாதானம் சொன்னேன். "இதெல்லாம் உன் ஃப்ரெண்ட்கிட்ட ஷேர் பண்ணாதே" என்றான். "சில் அருண்" என்றேன்.

மூன்று வாரங்கள் அல்ல, அதன்பின் வந்த பல மாதங்கள் பிந்தியாவை நான் சந்திக்கவேயில்லை. அவளுக்கு போன் செய்யவில்லை. எங்கள் அலுவலகங்கள் எதிரெதிர் ப்ளாக்குகளில் இருந்தன. பார்க்கிங் ஏரியாவிலோ வழக்கமாகச் செல்லும் காபிக் கடையிலோ அவள் கண்ணில் படவில்லை.

○

அப்பா போன் பண்ணி காயத்ரி என்ற பெண்ணின் போன் நம்பரைத் தந்தார். "இந்த பெண் தில்லிலதான் இருக்கா ... ஆனந்த் விகார்லதான் அவங்க வீடு ... அவளோட பேசிப்பார்த்து உனக்கு புடிக்கறதான்னு சொல்லு" என்றார். பெற்றோர்களின் அனுமதியோடு ஒரு பெண்ணைச் சந்திப்பது புது அனுபவமாக இருந்தது.

சாகேத்தில் ஒரு ஷாப்பிங் மாலில் எங்கள் சந்திப்பு நிகழ்ந்தது. காயத்ரி தில்லியில் வளர்ந்த தமிழ்ப் பெண். தனியார் பல்கலைக்கழகமொன்றில் எம்பிஏ படித்திருக்கிறாள். அறிவு முதிர்ச்சி அவளுடைய தோற்றத்தில் பிரதிபலித்தது. சிரிக்காமல் இருக்கும்பொழுதும் ஒரு நிரந்தரப் புன்னகை பரவிய முகம். பார்வையிலும் குரலிலும் நேர்மை படிந்திருந்தது என்று சொல்ல வேண்டும். வலது கையால் தன் கூந்தலை அவ்வப்போது கோதிக்கொண்டாள். ஆறு மாதம் முன்னர் வேலையை விட்டு விட்டாள். *Still life painting*இல் அதிக ஆர்வம்; ஓவிய வகுப்புக்குச் செல்கிறாள்.

சுய அறிமுகங்களுக்குப் பிறகு எங்கள் பேச்சு எங்கெங்கோ சுற்றிவிட்டு காயத்ரியின் படிப்பின் பக்கம் திரும்பியது.

“இவ்வளவு படிச்சிருக்க... வேலைய ஏன் விட்டுட்ட ..?”

“ஏன் கேட்கறிங்க... வேலைக்குப் போற மனைவிதான் வேணுமா?” – உதட்டின் ஓரத்தில் சிரிப்பு.

“அப்படியில்ல...”

“ரெண்டு கம்பனியில வேலை பண்ணேன்... என்னால கார்ப்பரேட் சூழல்ல வெற்றி பெற முடியாதோன்னு எண்ணம். கார்ப்பரேட் கேரியருக்கு தேவையான போட்டித்தன்மை என்னிடத்தில் இல்லைன்னு நினைக்கிறேன்.”

மூன்று வார நடத்தை மாற்றம் எப்படி பழக்க மாற்றத்தை ஏற்படுத்துகிறது என்று அவளுக்கு ஓர் உரையாற்ற வேண்டும் என்ற அவாவைக் கட்டுப்படுத்திக்கொண்டேன்.

“ஏன் அப்படி நினைக்கிற?”

“ஸ்போர்ட்டிவ்னெஸ் கம்மின்னு நினைச்சுக்குங்க... என்னுடைய பலம் – பலவீனம் பற்றிய ஒரு தெளிவை ஒரு வருஷம் முன்னாடி அடைஞ்சேன்னு சொல்லலாம்.”

“அலுவலகத்தில் ஆண்கள் ரொம்ப சீண்டினார்களோ?” – அவளை வம்புக்கிழுத்தேன்.

“என்னைப் பார்த்தா ஆண்கள் தூர ஓடிப்போயிடுவாங்க; அவங்களைப் பத்தி கவலையில்லை. சொன்னா ஆச்சரியப் படுவீங்க... பெண்களே மத்த பெண்களை வளர விடறதில்லை... ஃபுட் நெட்ல இருந்தப்போ...”

“இரு... இரு... என்ன பேர் சொன்ன..?”

“ஃபுட் நெட் லிமிடெட்.”

“ஒனக்கு பிந்தியாவைத் தெரியுமா?”

“ஃபுட்நெட்ல வேலை பார்த்துட்டு பிந்தியாவைத் தெரியாம இருக்க முடியுமா..? உங்களுக்கு அவளை எப்படித் தெரியும்?”

அவளை டேட்டிங்குக்கு அழைத்ததைத் தவிர மற்றெல்லா வற்றையும் சொன்னேன். அதற்கப்புறம் எங்கள் பேச்சு வேறு திசையில் சென்றுவிட்டது.

வீட்டுக்குத் திரும்பியவுடன் அப்பாவுக்கு போன்செய்து, “நல்ல பெண்ணா தெரியறா... யோசிக்கணும்” என்றேன். “இதுல யோசிக்க என்ன இருக்கு?” என்றார் அப்பா.

○

நீண்ட இடைவெளிக்குப் பின்னர் ஒருநாள் பிந்தியாவிடமிருந்து தொலைபேசி அழைப்பு வந்தது. தாய்லாந்தில் நடைபெறும் ஒரு பொருட்காட்சிக்குச் செல்கிறாளாம். அவள் கம்பெனி அனுப்புகிறது. அதுவும் தனியாக. முதல் வெளிநாட்டுப் பயணம். நல்ல ஹோட்டல் ஏதாவது தெரியுமா என்று கேட்டாள். அங்கு என்னுடைய நண்பர்கள் யாராவது இருக்கிறார்களா என்றும் கேட்டாள். நான் ஓரிரு முறை தாய்லாந்து சென்றிருக்கிறேன்.

"எதுவும் கவலைப்படாதே! எங்களது கம்பெனியின் விற்பனை முகவர் ஒருத்தன் பாங்காக்குல இருக்கான். அவன்ட்ட சொல்றேன். எல்லா அரேஞ்மெண்டும் பண்ணுவான். ரொம்ப நல்ல மனுஷன்கூட."

ஹோட்டல் விவரங்களை நான் வருவித்தேன். புக் பண்ணச்சொல்லட்டுமா என்று பிந்தியாவிடம் கேட்டபோது வேண்டாமென்று பதில் வந்தது. "தேங்ஸ்... ஆனா பாஸே எல்லா ஏற்பாடும் பண்ணிட்டார். கூட அவரும் வரார்" என்றாள்.

ரவீந்தருக்கு என்ன வயசு இருக்கும் என்ற எண்ணம் தேவையில்லாமல் வந்து போனது.

❍

அருண் ஒரு நாள் அலுவலகம் வந்தான். பதற்றத்தில் இருந்தான்.

"ஒரு பிரச்னை! வேலை போயிடுச்சு. இப்போதான் ராஜினாமா பண்ணிட்டு வந்தேன்."

"ஏன் என்னாச்சு?"

"எனக்கு முதல்லேர்ந்தே பிடிக்கலை... ரவீந்தர் பிந்தியா பேச்ச கேட்டு ஆடறார்... அவ சொக்குப்பொடி போட்டு மயக்கி விட்டுருக்கா."

"ப்ளிஸ்... இந்தமாதிரி பேச்சு வேண்டாமே... வேலை போனது கெட்ட விஷயம்தான்... இனி ஆக வேண்டியதப் பார்க்கறதுதான் சரி."

தெரிந்த கம்பெனிகளில் பேசுவதாக அவனுக்குச் சொன்னேன்.

"வேலை போனா என்ன? ஃபுட் நெட் ஒரு குட்டி கம்பெனி... வேற நல்ல பெரிய கம்பெனில வேலை கிடைக்கும்" என்று ஆறுதல் சொன்னேன்.

பதவியும் அதிகாரமும் நிறுவனம் என்ற கட்டமைப்பின் இன்றியமையாத அங்கங்கள். கடைநிலை ஊழியன் முதல்

இயக்குனர் வரை அவரவரைப் பொறுத்தஅளவில் அதிகாரத்தை யும் அங்கீகாரத்தையும் நாடுகின்றனர். இத்தேடலில் குறுக்கிடு பவர்கள் நண்பராக இருந்தாலும்கூட சூழ்ச்சித் திறத்துடன் அவர்களை விலக்கவும் யாரும் தயங்குவதில்லை. மகளிர் அதிகம் வேலைக்குச் செல்லாத காலங்களில் இந்தப் போராட்டம் ஆடவர்களுக்கு மத்தியில் இருந்தது. அதிகாரப் போராட்டத்தில் மகளிர் சேரும்போது பாலியல் என்ற உள்ளார்ந்த இயக்கமும் சேர்ந்து சிக்கலை அதிகமாக்குகிறது. பாலுணர்வு ஆயுதமாகப் பயன்படுத்தப்படுகையில் அது ஏற்படுத்தும் விளைவுகள் அலுவலகச் சூழலில் பதற்றத்தை உண்டு பண்ணுகின்றன.

விற்பனை மேலாளராக இருந்தும் தன்னை விடுத்துப் பிந்தியா தாய்லாந்து சென்றது அருணுக்கு அதிருப்தியாய் இருந்திருக்கும். அக்கோபத்தை ரவீந்தரிடம் வெளிப்படுத்தியிருப்பான். ரவீந்தர் போன்ற முதலாளிகளுக்கு அருண் போன்றவர்களை இழப்பதைப் பற்றி ஒரு கவலையும் இல்லை. ஆயிரம் அருண்கள் கிடைப்பார்கள் என்ற நிச்சயம் அவர்களுக்கு!

இதில் பிந்தியாவின் பங்கு என்ன? பிந்தியாவின் நிலை உயர்வைக் கண்டு பொறுக்க இயலாததுதான் அருணின் வேலை யிழப்புக்குக் காரணமா? இல்லையெனில் ரவீந்தரிடம் கோள் மூட்டி அருணைத் துரத்தியனுப்பும்படிச் செய்து தன் பூரண அதிகாரத்தை நிலைநாட்டும் எண்ணத்துடன் பிந்தியா சாதுர்ய மாய் நாடகமாடியிருப்பாளா?

பிந்தியாவை முதல்முறை சந்தித்தபோது தந்த விசிட்டிங் கார்டைத் தேடிக் கண்டுபிடித்தேன். "அட்மினிஸ்ட்ரேஷன் ஆஃபீசர்" என்று போட்டிருந்தது.

◯

பிந்தியா பாங்காக்கிலிருந்து திரும்பியபிறகு ஒரு மாலையில் திரைப்படம் காணச் சென்றோம். அவள்தான் அழைத்தாள். முதல் வெளிநாட்டுப் பயணத்துக்குக் கொடுக்கும் ட்ரீட் என்றாள். சிரிப்பும் உற்சாகமான பேச்சுமாகப் பொழுது நன்றாகக் கழிந்தது. அருணையும் காயத்ரியையும் பற்றி எதுவும் கேட்கவும் இல்லை; சொல்லவும் இல்லை. ஒரு கல்லூரி நண்பனிடம் பழகுவது போலவே அவளிடம் பழகினேன். கார்ப்பரேட் நடை முறைகள்பற்றிய அவளின் உலகப் பார்வையை அறியும் முயற்சி யிலும் நான் இறங்கவில்லை.

சினிமாவுக்குப் பிறகு ரெஸ்டாரன்டில் உட்கார்ந்து வெகுநேரம் பேசினோம். பத்தாம் வகுப்பு படிக்கும்போது பிந்தியா தன் தாயாரை இழந்ததைப் பற்றிச் சொன்னாள். அவுட்டர் ரிங்

ரோட்டில் ஒரு கோரமான கார் விபத்தில் சிக்கி அவள் அம்மா உயிரிழந்திருந்தார். அம்மா மறைவின் காரணமாக உண்டான மன அதிர்ச்சியிலிருந்து கிட்டத்தட்ட மூன்று மாதங்கள் வரை மீள முடியவில்லை. இதன் காரணமாகப் பத்தாம் வகுப்பில் தோல்வியுற்றாள். கல்லூரி முதலாம் ஆண்டில் அவளுடைய அப்பாவிற்குப் புற்றுநோய் இருந்தது கண்டுபிடிக்கப்படவும், அப்பாவின் உடல் நலம், அவருடைய வியாபாரம் மற்றும் வீடு இவைகளைப் பார்த்துக்கொள்ளும் பொறுப்பு பிந்தியாவின் மேல் விழுந்தது. கல்லூரிப் படிப்பு முடிவதற்கு முன்னர் அப்பாவும் இறந்துபோனார். கடும் நட்டத்தில் இயங்கிக்கொண்டிருந்த வியாபாரத்தை வேலை பார்த்த ஊழியர்களுக்கே விற்றுவிட்டு வியாபாரத்தில் இருந்து விலகிக்கொண்டாள். மூன்று வருடங்களாக ஃபுட் நெட்டில் உத்தியோகம். இதற்கெல்லாம் நடுவில் குடும்பச் சொத்தை அபகரிக்கும் எண்ணத்துடன் உறவினர்கள் போட்ட வழக்குகள் வேறு. அவற்றையெல்லாம் ஒற்றையாகச் சந்தித்துப் போராடி வெற்றியும் பெற்றிருக்கிறாள்.

"ஆ... சொல்ல மறந்துட்டேனே! என்னோட டைட்டில் மாறிப்போச்சு" என்று சொன்னபடி தன் கைப்பையிலிருந்து ஒரு கார்டை எடுத்து நீட்டினாள். 'வைஸ்-பிரெசிடெண்ட்-பிசினஸ் டெவலப்மெண்ட்' என்று போட்டிருந்தது. எனக்கு அருணின் முகம் நிழலாடியது. அவனுக்கு போன் செய்ய வேண்டும் என்று நினைத்துக்கொண்டேன். வேலை கிடைத்துவிட்டதா என்று கேட்க வேண்டும்.

அவளுடைய வீட்டு வாசலில் அவளை இறக்கிவிட்டேன். போர்டிகோவில் ஸ்கோடா கார் நின்றிருந்தது. "என்ன கிஃப்ட்டா?" என்று கேட்டேன்.

"இல்லப்பா... கார்டு மாறிச்சு இல்லையா... அது போல காரும் மாறிடிச்சு" என்று சொல்லி என் தலையை லேசாகக் கோதிவிட்டாள். முதல் மாடியில் இருந்த அவளுடைய போர்ஷனுக்குச் சென்று பால்கனிக்கு வந்து அவள் எனக்குக் கையாட்டும்வரை கேட்டிலேயே நின்றிருந்தேன்.

○

"நேத்து என்ன ஆச்சு? அப்புறமா பேசறேன்னு எஸ் எம் எஸ் அனுப்பியிருந்தீங்க. கூப்பிடவேயில்ல" – காயத்ரி போனில் கேட்டாள்.

"சினிமாவுக்குப் போயிருந்தேன். பிந்தியான்னு என் ஃப்ரெண்ட் பற்றிச் சொன்னேனில்லையா... அவளோட..." – சவரம் செய்துகொண்டே பேசினேன்.

கலையும் பிம்பங்கள்

“ஹ்ம்ம் . . .”

கொஞ்சம் அமைதி.

“நீங்க தப்பா நினைக்கலன்னா ஒண்ணு சொல்லணும் . . .”

“பேஷா . . .”

“அந்த பிந்தியா அவ்வளவு நல்லவள் இல்லை . . .”

“அது உன்னோட ஒப்பீனியனா இருக்கலாம் . . . அதை ஏன் என்கிட்ட சொல்ற?”

“நீங்க ஜாக்கிரதையா இருக்கணும்னுதான் . . .”

“எனக்கென்னமோ தீயற வாசனை வருது!”

“இதுல பொறாமைப்பட என்ன இருக்கு?”

அமைதி. போனில் தும்மினாள். தும்மல் சத்தத்தை போனில் கேட்டு லேசாகப் புன்னகைத்தேன். தும்மும்போது அவள் முகம் எப்படி மாறியிருக்கும் என்று கற்பனைசெய்து பார்த்தேன்.

“ஓக்கே. உங்க இஷ்டம்.”

“எது என் இஷ்டம்?”

“உங்க ஃப்ரண்ட் யாருங்கறது உங்க இஷ்டம் . . . ஹேப்பி?”

சவரம் செய்து முடித்து டவலால் துடைத்துக்கொண்டு வராண்டாவில் சேரில் அமர்ந்து, பின்னர் கட்டிலில் படுத்துக் கொண்டு எங்கள் போன் சம்பாஷணையில் ரொம்பநேரம் போய்க் கொண்டிருந்தது.

”என் அப்பா போன் பண்ணினாரு . . . அடுத்த வாரம் தில்லி வராறாம் . . .”

“ஹ்ம்ம் . . . தெரியும்” என்றாள்.

❍

அருணை போனில் தொடர்புகொண்டு விசாரித்தேன். மாற்றுத் திறனாளி தொழில் முனைவோருக்கு நிதி ஏற்பாடு செய்யும் தன்னார்வத் தொண்டு நிறுவனமொன்றில் கள அதிகாரியாக சேர்ந்திருந்தான்.

“ஏன் என்.ஜி.ஓ. வேலையை எடுத்துக்கிட்டீங்க?”

“ஏற்கெனவே நேரம் கிடைக்கும்போது பண்ணிட்டு இருந்ததுதான் . . . மனநிறைவு பார்ட் – டைமாகத்தான் இருக்க வேண்டும் என்பது அவசியமில்லை என்று புரிபட கொஞ்ச

காலம் பிடித்தது. வீட்டுல இருந்தபோது நிறைய யோசிச்சேன். ரவீந்தரையோ பிந்தியாவையோ காரணம் சொல்லி அதிருப்தி யுடன் செய்த வேலையில் என்ன மன நிறைவு கிடைக்கும்? மனசுக்கு பிடிச்ச வேலை செய்யறதைத் தவிர திருப்தி தர்றது வேற எதுவுமில்லை... இதைத் தவிர இந்த வேலைய எடுத்துக்க இன்னொரு காரணமும் இருக்கு... எங்க வீட்டுலயே ஒரு மாற்றுத் திறனாளி இருக்கார்."

"யாரு?"

"என் மனைவி."

போட்டித்தன்மையின்றிச் செய்யும் வினைகள் எல்லாமே பொழுதுபோக்குகள் மாதிரி சுமையற்றுப் போகும்போல. எப்போதும் பதற்றமாகவே பேசும் அருணின் குரலில் படர்ந்திருந்த அமைதியே சாட்சி. வேலையை விடுத்து ஓவிய வகுப்புக்குச் செல்லும் காயத்ரியை நினைத்துக்கொண்டேன்.

❍

அடுத்த மாதம் எனக்கும் காயத்ரிக்கும் கல்யாணம் நிச்சய மானதும் பிந்தியாவுக்குத் தெரியப்படுத்தினேன். ஒரு வாரஇறுதி நாளில் தன் வீட்டில் சாப்பிட அழைத்தாள்.

அவள் வீடு மிகச் சுத்தமாக இருந்தது; எல்லாப் பொருட்களும் அதனதன் இடங்களில். ஜன்னல் திரை முதல் செருப்பு வைக்கும் அலமாரிவரை பிந்தியாவின் ரசனை ஒவ்வொன்றிலும் தெரிந்தது.

சிக்கன் பிரியாணி, தயிர் பச்சடி, வீட்டில் பொறித்த உருளைக் கிழங்கு வறுவல், அவளே செய்த ஐஸ் – க்ரீம் என்று தடபுடலான டின்னர். அவளே சமைத்தது என்று சொன்னாள்.

இருட்டான பால்கனியில் உட்கார்ந்து பேசிக்கொண் டிருந்தோம். நவம்பர் மாதம். குளிர் காற்று வீசியது. வராண்டாவில் வடலி சகோதரர்களின் கவ்வாலி இசை ஒலித்துக்கொண்டிருந்தது.

"இதோ வந்துடறேன்" என்று உள்ளே சென்றவள் சிறிது நேரம் கழித்து இரண்டு கோப்பைகளில் வைன் எடுத்து வந்தாள்.

"ஃபார் யுவர் ஹேப்பி மேரேஜ்" என்று கோப்பையை உயர்த்தினாள்.

"நீ சரியான அமுக்குளி. எங்கேஜ்மெண்ட் ஆகப்போகுதுன்னு சொல்லவேயில்லையே..? அது போகட்டும்... உன் வருங்கால மனைவி பற்றிச் சொல்லு."

"ஒனக்கும் அவளைத் தெரியும்."

“அப்படியா ... யாரு?”

“காயத்ரி ... உன்னோட முன்னாள் கலீக் ...”

“அப்படி யாரையும் தெரியாதே... ஃபுட் நெட்ல வேலை பண்ணாளா? எப்போ?”

“என்ன சொல்ற... ஒன்றரை வருஷம் முன்னால வரைக்கும் அங்கே வேலை பண்ணவதான் ... இருபத்தைஞ்சு பேர் மட்டும்தானே வேலை செய்யறாங்க உங்க கம்பெனில ... உனக்கு கண்டிப்பா தெரிஞ்சிருக்கும் ...”

“இல்லப்பா... கண்டிப்பா நான் ஜாய்ன் ஆறதுக்கு முன்னால வேலை பார்த்துருப்பா ...”

இருட்டாக இருந்ததினால் அவள் கண்ணை உற்று நோக்க முடியவில்லை. அவள் பால்கனிக்குக் கீழே எதையோ பார்த்துக் கொண்டிருந்தாள். நான் வைனை வேகமாக அருந்தினேன். கொஞ்ச நேரம் அங்கு அமைதி நிலவியது.

“அப்போ நான் கிளம்பறேன் பிந்தியா ...”

“ஒக்கே ...”

கிளம்புமுன் பிந்தியா வீட்டு பாத்ரூமைப் பயன்படுத்திவிட்டு கை கழுவ பேசின் குழாயைத் திறந்தேன். சுடுநீர் வந்தது. கையைச் சில வினாடிகளுக்கு குழாய்க்கடியில் வைத்திருந்தேன். குழாயை மூடிவிட்டு கண்ணாடியில் பார்த்தேன். கண்ணாடியில் படிந் திருந்த நீராவி என் முகத்தை மறைத்திருந்தது.

அந்தச் சந்திப்புக்குப் பிறகு பிந்தியாவை நான் மறுபடி சந்திக்கவேயில்லை. நான் எதிர்பார்த்தது போலவே என் திருமணத்துக்கு அவள் வரவில்லை. அருண் மனைவி சகிதம் வந்திருந்தான்.

அதன்பின் இரண்டு – மூன்று வருடங்களுக்குப் பிறகு ஜூனியர் போஸ்டுக்கு வந்திருந்த விண்ணப்பக் குவியலுக்கு நடுவே பிந்தியாவின் புகைப்படத்தை ஒரு விண்ணப்பத்தில்தான் பார்த்தேன். வைஸ் பிரெசிடெண்ட் – பிசினஸ் டெவலப்மெண்ட் டாக வேலை பார்த்தவள் சீனியர் சேல்ஸ் சூப்பர்வைசர் வேலைக்கு எதற்கு விண்ணப்பிக்க வேண்டும்? நேர்முகம் காணப் போகும் என் பாஸ் (திருமதி) ராவ் அவர்களிடம் சொல்லி இதைப் பற்றிக் கேட்கச் சொல்ல வேண்டும் என்று தோன்றியது. பிறகு வேண்டாம் என்று ஒன்றும் சொல்லாமலேயே விட்டுவிட்டேன்!

வாசனை

இருண்ட அறையெங்கும் பூமணம். ஒவ்வொரு நாளும் ஒவ்வொரு பூவில் மாலை. இன்று சம்பங்கிப்பூ, திருமணமான புதிதில் மூக்கைத் துளைக்கும் பூவாசத்துக்கு நடுவில் அவளால் தூங்க முடியாமல் இருந்தது. இப்போது பழகிவிட்டது. சிறு பெண்ணாக இருந்தபோதிலிருந்து பூக்கள் சூடும் பழக்கம் அவளுக்கு இருந்ததில்லை. பெற்றோர்களின் இறைஞ்சல்களுக்கு அவள் மசிய மாட்டாள். உறவினர்களை அவள் என்றும் பொருட்படுத்தியதே கிடையாது. பூக்களைப் பிடிக்காத பெண் ஒருத்தி இவ்வுலகில் இருப்பாளா என்று அவளின் பாட்டி சொல்லிக் குறைபடாத நாள் இருந்ததில்லை.

பெரிய கட்டிலில் கபிலானியும் அவளின் கணவன் பிப்பாலியும் படுத்திருந்தார்கள். பிப்பாலி இடது பக்கமாகத் தலையை வைத்துக்கொண்டு சுவரைப் பார்த்தபடி உறங்கிக்கொண்டிருந்தான். அசையா வெண் பாம்பைப் போல ஒரு சம்பங்கிப் பூமாலை அவர்களுக்கு மத்தியில் கிடந்தது.

வாசமுள்ள பூமாலையைக் கட்டிலுக்கு நடுவில் இருவருக்குமான எல்லையாக பிப்பாலி ஏன் தேர்ந்தெடுத்தான் என்ற கேள்வியை அவள் கேட்டதில்லை. பூமாலை எதைக் குறிக்கிறது? படுக்கையறைக்கு அடுத்த அறையை ஒருநாள் சுத்தம் செய்துகொண்டிருந்தாள். முந்தைய நாள் இரவின் பூமாலை எடுக்கப்படாமல் கட்டிலிலேயே இருந்தது அதன் வாசம் அடுத்த அறை வரை வீசியது. தொடரும் வாசனை. வாசனையே நின்று போ என்று சொல்ல

முடிகிறதா? மூச்சடக்கி நின்றால் வாசனை மறைகிறது. மூச்சை நெடுநேரம் பிடித்து நிறுத்த முடிவதில்லை. வாசனை மீண்டும் தொடர்கிறது.

O

ஏழு பிறப்பிற்கும் இவனே என் கணவனாக வர வேண்டும் என்று திருமணமான சிநேகிதிகள் தெய்வங்களை வேண்டிக் கொள்வதை இவள் திருமணத்துக்கு முன்னர் பார்த்திருக்கிறாள். "ஏனம்மா! உன் தோழிகளெல்லாம் தக்க வயதில் கல்யாணம் செய்துகொண்டுவிட்டார்களே, உனக்கு இன்னும் ஆகவில்லையே என்ற ஏக்கம் இல்லையா?" என்று மணமான பெண்களுக்கான நோன்பு விழாவொன்றில் அத்தையார் கடிந்துகொண்டது ஞாபகம் இருக்கிறது. நோன்புச் சடங்குகள் முடிந்த பின்னர் அம்மாவின் கண்களில் பொலபொலவென்று கண்ணீர் கொட்டியதை அன்று பார்க்க நேர்ந்தது. பூ, கோலம், நாட்டியம், விளையாட்டு – இதிலெல்லாம் நாட்டமில்லை என்று சொன்னபோது ஆச்சரியப் படுவதோடு நிறுத்திக்கொண்டவர்கள், திருமண விஷயத்தில் மட்டும் இவளின் இஷ்டப்படி விட விரும்பவில்லை.

ஒரு நாள் அம்மாவும் அப்பாவும் படுக்கையில் இருந்தபோது பேசிக்கொண்டிருந்தது இவள் காதில் விழுந்தது. இவள் தூங்கி விட்டாளென்று நினைத்துப் பேசினார்களா அல்லது இவள் காதில் விழட்டும் என்று பேசினார்களா, தெரியவில்லை.

"இவள் வயதில் நமக்கு இரு குழந்தைகள் பிறந்து அல்பாயுசில் செத்தும்போய்விட்டன. இவளுக்கோ திருமணத்தில் நாட்ட மில்லை. என்ன அதிசயப் பிறவியோ!"

"இவளின் சிறு வயதுத் தோழி கமலி மணமாகி குழந்தை பெற்று விதவையாகி ஊர் திரும்பினாளே. அவள் ரதவோட்டி ஒருவனின் வீட்டுக்கு அடிக்கடி சென்று வருவதாக எல்லோரும் பேசிக்கொள்கிறார்கள்."

இதே கோட்டில் தொடர்ந்த அவர்களின் உரையாடலைக் கேட்டவாறு வராண்டாவில் தனியே படுத்திருந்தாள் கபிலானி. சற்று நேரத்தில் உரையாடலின் தொனி மெலிதானது; தாயின் நகைப்பொலி குறைந்த ஸ்தாயியில் கேட்டது.

வீடு முழுதும் இருள் கவிந்தது. தனியே பாயில் படுத்திருந்த கபிலானிக்கு வியர்த்தது. கும்மிருட்டில் கண்கள் திறந்து பயத்தில் வெறித்துப்போய் அமைதியாயிருக்கும் சிசுபோல அவள் படுத்திருந்தாள்.

கண்ணை இறுக்க மூடிக்கொண்டாள்; எப்போது உறக்கம் தழுவியதோ? பல வருடங்களாகத் திரும்பத் திரும்ப வரும் கனவொன்று அன்றும் வந்தது. அசையும் திரையொன்றின் பின்னால் நிழலுருவம் ஒன்று தோன்றியது. அது பெண்ணுருவம். நிழலுருவின் கையில் தீப்பந்தம். அசையும் திரையில் தோன்றிய பிற நிழலுருக்களையும் நிழற்பொருட்களையும் எல்லாவற்றையும் தீப்பந்த வெளிச்சம் அடித்து பெண்ணுரு காண முயன்றது. தீயொளி பட்டதும் நிழலுருக்கள், நிழற்பொருட்கள் எல்லாம் மறைந்து போயின. நிழற்பெண்ணுரு தொடர்ந்து மறையாமல் கனவின் இறுதிவரை தீப்பந்தத்துடன் திரிந்தவண்ணம் இருந்தது.

தீப்பந்தம் ஏந்திய பெண் – நிழலுரு கபிலானியின் மனத் திரையில் தெளிவாகப் பதிந்துவிட்டது. யாரையோ எதையோ தேடிக்கொண்டிருக்கிறோம் என்ற பிரக்ஞை அவளுக்குச் சிறுவயது முதலே இயற்கையாகத் தோன்றிவிட்டது. புலன்களால் உணரப்படுபவையெல்லாம் அவள் அடிக்கடி காணும் சொப்பனத் திரையின் பின்னால் தெரியும் நிழற்பொருட்கள் போலத்தான்! மணமுடித்து இல்லற வாழ்க்கை வாழுவதும் கனவில் உலவும் இருள் சித்திரங்கள் போலத்தான் எனில் அத்தகையதொரு வாழ்க்கையை ஏன் நாட வேண்டும்?

அவளின் பெற்றோர்களுக்கு மகளின் சிந்தனைத்திடம் கவலையளித்தது. பிறந்த ஒரே பெண்ணைக் கன்னியாதானம் செய்துகொடுக்காமல் வீட்டில் வைத்திருப்பது பாவமாயிற்றே!

அவளின் மேல் மிகப்பாசம் கொண்டிருந்த பாட்டி ஒருநாள் படுத்த படுக்கையானாள்; ரொம்பநாள் உயிரோடு இருக்க மாட்டாள் என்று வைத்தியர் சொல்லிவிட்டார். இறக்குமுன்னர் பேத்தியின் திருமணத்தைப் பார்க்க வேண்டும் என்ற பாட்டியின் ஆசையைச் சுட்டிக்காட்டித் தந்தை அவளுக்குக் கணவன் தேடும் பணியில் மும்முரமாய் இறங்கினார்.

மகதத்திலிருந்து கபிலன் என்ற ஒரு பண்டிதரும் அவருடைய மனைவி சுமனா தேவியும் சாகள நகருக்கு வந்திருந்தார்கள். மகதத்தில் உள்ள பதினாறு கிராமங்களை ஒரு சிற்றரசைப் போல் கட்டியாளும் வசதியான குடும்பத்தைச் சேர்ந்த தம்பதிகள் தன் புதல்வன் பிப்பாலி காசிபனுக்கு ஓர் அழகிய பெண்ணை மனைவியாகத் தெரிந்தெடுக்க ஆயிரம் மைல் தொலைவில் இருக்கும் சாகள நாட்டுக்கு வந்திருப்பதாக எல்லாரும் பேசிக் கொண்டனர். அதுவும் கையோடு தங்கத்தினால் செய்த இளம் பெண்ணொருத்தியின் சிறு சிலையொன்றை எடுத்துவந்திருப்ப தாகவும், அச்சிலையைப்போல் இருக்கும் ஒரு பெண்ணையே தங்களின் மருமகளாக்க விழைவதாகவும் சொல்லிக்கொண்டனர்.

கபிலானியின் தந்தை அவளின் உருவச்சித்திரத்துடன் மகத நாட்டுப் பண்டித தம்பதிகளைச் சந்தித்தார். கற்பனைப் பெண்ணின் உருவில் வடிவமைக்கப்பட்ட சிலையும் கபிலானியும் உருவச்சித்திரமும் நூறு சதவிகிதம் ஒத்திருந்தன.

பொறுப்பிலாத ஆனால் சாத்துவீகக் குணமுடைய இளைஞ னான பிப்பாலிக்கு இருபது வயது. அவனுக்கும் திருமண வாழ்க்கையில் நாட்டமில்லை. துறவு பூணும் எண்ணம் அவன் மனதில் எப்போது முளைத்தது என்று அவனுக்குத் தெரிய வில்லை. குடும்பச் சொத்துக்களை நிர்வகித்தல், வேலையாட் களைக் கட்டியாளுதல், கணக்குவழக்குகளைப் பார்த்தல் – இவை யெல்லாம் அவனுக்குச் சுவைக்கவில்லை. குடும்பச் சொத்துக்களை பராமரி என்று மகனிடம் சொன்னால் எங்கே வீட்டிலிருந்து ஓடிவிடுவானோ என்ற பயத்தால் அவன் போக்கில் இருக்கும்படி விட்டுவிடுவதே உத்தமம் என்றிருந்தார் கபிலர். குடும்ப வியாபாரத் தைக் கவனிக்க வேண்டும் என்று நிர்ப்பந்திக்கவில்லை. வசதிக்குக் குறைவிலாத குடும்பம். பிப்பாலி கவலையின்றிக் காலம் கழித்து வந்தான். குடும்பத்துக்குச் சொந்தமான பாழ் நிலம் ஒன்றின் நடுவில் ஒரு குடில் அமைத்துக்கொண்டு முக்கால்வாசி நேரம் அக்குடிலில் கழித்துவந்தான்.

தாய் சுமனா தேவி நோய்வாய்ப்பட்டுச் சில காலம் படுத் திருந்தாள். பிப்பாலி ஒரு மகள்போல அம்மாவைக் கவனித்துக் கொண்டான். "உனக்கெதற்கு மருமகள் தேவை? உன்னையும் அப்பாவையும் அக்கறையுடன் கவனித்துக்கொள்ள நான் இருக்கிறேன்" என்று சொன்னான். "எங்களை நீ கவனித்துக் கொள்வாய்; உன்னை யார் கவனித்துக்கொள்வார்?" என்ற எதிர் வினாவிற்கு "நம்மெல்லாரையும் இயற்கை கவனித்துக் கொள்கிறது... இப்போ இந்த கஷாயம் உன் உபாதையைக் கவனித்துக்கொள்ளப்போகிறது" என்று பேச்சை மாற்றினான்.

கபிலரின் நண்பர்கள் வீட்டிலிருந்து வரும் திருமண முன்மொழிவுகளை பிப்பாலி விடாப்பிடியாக நிராகரித்து வந்தான். கபிலருக்குத் தர்மசங்கடம். ஒரு விவாக சம்பந்தம் நிராகரிக்கப்பட்டபோது கபிலரின் நண்பர் "என்ன அய்யா பிரச்னை? என் மகளுக்கு என்ன குறைவு? எங்கள் குடும்பம் உங்களுக்கு ஏற்றதில்லையென கருதுகிறீரா? மகத நாட்டு இளவரசியொருத்தி தான் உங்களுக்கு மருமகளாக வேண்டுமா?" என்றெல்லாம் பேசினார். அதிகம் கோபம் வராத கபிலருக்கு அன்று கோபம் வந்துவிட்டது. மகனைத் தேடி பாழ்நிலக் குடிலுக்குச் சென்றார். குடிலுக்குப் பின்னால் சில வேலையாட்கள் குழி தோண்டிக்கொண்டிருந்தார்கள். அப்போது டங்கென சத்தம் கேட்டது. அழகான தங்கச்சிலையொன்றைத் தோண்டி

எடுத்தார்கள். இளம்பெண்ணின் சிலை. முகஎழிலும் உடலெழிலும் ஒருங்கிணைந்த பெண்ணின் சிலை. செய்த சிற்பி கற்பனையின் உச்சத்தில் இச்சிலையைச் சமைத்திருக்க வேண்டும். பிப்பாலி அன்று குடிலுக்கு வரவில்லை; வீட்டில்தான் இருக்கிறான் என்று சொன்னார்கள். சிலையைக் கண்டதும் கபிலரின் கோபம் கொஞ்சம் தணிந்துவிட்டது. சிலையை எடுத்துக்கொண்டு வீடு வந்தடைந்தார். பிப்பாலி உணவருந்திக்கொண்டிருந்தான். கபிலர் தன் விசாரத்தை மகனிடம் பகிர்ந்துகொண்டார். பொறுமையுடன் அப்பா சொல்வதையெல்லாம் கேட்டுக்கொண்டிருந்த பிப்பாலி பேச்சை ஒரு முடிவுக்கு கொண்டுவர "அப்பா, இதோ நீங்கள் கொண்டு வந்திருக்கிறீர்களே ஒரு சிலை . . . இதைப்போல நூறு சதவீத பொருத்தத்தில் ஒரு பெண் கிடைப்பாளென்றால் அவளை மணக்கச் சித்தமாயிருக்கிறேன்" என்றான். அம்மாவுக் குக் கஷாயம்; அப்பாவுக்குத் தங்கச்சிலை. அப்பா வேறு வேலை செய்யப்போய்விடுவார் என்று எண்ணியிருந்த பிப்பாலிக்கு அடுத்த நாள் அதிர்ச்சி காத்திருந்தது. சிலையை எடுத்துக்கொண்டு, சுமனா தேவியையும் சில புரோகிதர்களையும் அழைத்துக்கொண்டு சாகள நாட்டுக்குப் பயணமானதாகக் கேள்விப்பட்டான். சாகள நகர் அழகான பெண்களுக்குப் பேர்போன நகர். அங்கு சென்று சிலையாயிருக்கும் பெண்போல தோற்றமளிக்கும் ஒரு பெண் ணைத் தேடிக் கண்டுபிடிக்கும் பணியில் தீவிரமாக ஈடுபட்டனர்.

பிப்பாலி தன் நண்பன் குணபாலனிடம் ஒரு கடிதத்தைக் கொடுத்து சாகள நகருக்கு அனுப்பினான். கபிலானியின் தந்தை யிடம் சம்பந்தம் பேசிமுடித்த மதியம் குணபாலன் சாகளம் வந்தடைந்தான். குணபாலன் வந்த நோக்கத்தைத் துருவித்துருவி கபிலர் கேட்கவும், வேறு வழியின்றிக் குணபாலன் பிப்பாலியின் கடிதத்தைக் காட்டினான்.

> என் பெற்றோர் சம்பந்தம் பேசிய பெண்ணுக்கு,
>
> என் பெயர் பிப்பாலி. தயவுசெய்து உங்களுக்கேற்ற வேறொருவரை மணந்துகொண்டு மகிழ்ச்சியுடன் வாழுங்கள். என்னைப் பொறுத்தவரை, துறவு வாழ்க்கை வாழவே நான் விரும்புகிறேன். தயவுசெய்து இதைப் படித்து வருத்தம் கொள்ளாதீர்கள்
>
> அன்புடன்
பிப்பாலி

கபிலர் கடிதவோலையைத் தீயில் பஸ்மமாக்கினார். தான் அனுப்பிய கடிதம் கபிலானிக்குக் கொடுக்கப்படவில்லை என்பது திருமணத்திற்குப் பிறகு கபிலானி சொல்லித்தான் பிப்பாலிக் குத் தெரிந்தது. சாகள நகரிலிருந்து குணபாலன் மகதம் திரும்பவே

யில்லை. ஒரு சாகளப் பெண்ணை மண முடித்து அங்கேயே தங்கிவிட்டதாக அவனின் உறவினர்கள் கேள்விப்பட்டார்கள்.

பூமாலையை வேலியாய் இருவருக்கும் நடுவில் வைத்து உறங்கும் பழக்கம் திருமண இரவன்று ஆரம்பித்தது. கபிலானியின் உள்ளக்கிடக்கையும் தன்னுடைய இச்சையும் துறவுதான் என்பதை பிப்பாலி அறிந்தபோது பூமியில் புதைந்திருந்து சரியான சமயத் தில் வெளியெழுந்த தங்கச்சிலைக்கு நன்றி சொன்னான். சாகள நகரிலிருந்து நண்பன் குணபாலன் திரும்பி வராத மாதிரி, தங்கச்சிலையும் மகதம் திரும்பவில்லை; சாகள நகரைவிட்டுக் கிளம்புவதற்கு முதல்நாள் அந்த பொன் சிலை காணாமல் போயிருந்தது.

○

சம்பங்கிப் பூமாலையின் மணம் கபிலானிக்கு உறக்கத்தைத் தரவில்லை. பிப்பாலி ஆழ்ந்த உறக்கத்தில் இருந்தான். கபிலானியின் சிந்தனையில் அவஸ்தை. புகுந்த வீட்டிற்கு வந்து இருபது வருடங்கள் ஓடிவிட்டன. ஆறு மாதம் முன்னர் மாமனார் மறைந்தார்; இருபது நாட்கள் முன்னர் மாமியாரும் காலமானாள். கருமங்கள் எல்லாம் முடிந்து உறவினர்கள் எல்லாம் இரண்டு நாள் முன்னர்தான் தத்தம் வீடுகளுக்குச் சென்றிருந்தனர். வாழ்க்கையை லேசாக, துய்ப்பு-துக்கம் இரண்டுங் கலக்காமல் வாழ்ந்து வந்த கபிலானிக்கு அதீத வீட்டுப் பொறுப்புகள், வேலையாட்களின் மேல் ஏவல் செய்யும் உரிமை, எஜமானியம்மா என்ற பதவி முதலியவை பாரவுணர்வை நெஞ்சுள் ஏற்படுத்தின. வெகுநாட்களுக்கு முன்னர் இருவரும் சேர்த்து எடுத்திருந்த முடிவைப் பற்றி மீண்டும் பேசும் வேளை வந்துவிட்டது!

○

கபிலானி எழுவதற்கு முன்னரே பிப்பாலி விழித்தெழுந்து வயல் வேலைகளைக் கவனிக்கப் போய்விட்டான். பாழ் நிலத்தை அடுத்த ஒரு வயலை உழுதுகொண்டிருந்தார்கள். வயலின் ஓரத்தில் ஒரு மரம் இருந்தது. மர நிழலில் அமர்ந்தபடி வேலையை மேற்பார்வை பார்த்துக்கொண்டிருந்தான். நிலத்தைக் கீறிக் கொண்டிருந்த ஏர் ஆழமாக மண்ணில் இறங்கியது. மண் புரட்டிப் போடப்பட்டது; சருகுகள், களைகள், பயிர்க்குச்சிகள் எல்லாம் மண்ணில் புதைந்தன. ஏர் உழுது முடிந்ததும், குடியானவர்கள் நிழலில் கொஞ்சநேரம் களைப்பாறினர். பிப்பாலி வயலுக்குள் இறங்கினான். உழுத நிலத்தைப் பார்த்தவனின் கண்களில் நிறைய புழுக்கள், பூச்சிகள் தெரிந்தன. பாதி அறுபட்ட புழுக்கள் தத்தளித்துக்கொண்டிருந்தன. பிப்பாலியின் கூரிய பார்வையில் பூச்சிகளுடைய வெளிர் மஞ்சள் ரத்தக் கறைகள் அங்கங்கு

தென்பட்டன. வயலின் மேல் சில பறவைகள் வட்டமிட்டன. பிப்பாலி வானை நோக்கினான். சூரிய வெளிச்சத்தில் அவனின் கண்கள் கூசி, லேசாக இருட்டிக்கொண்டு வந்தது.

பிணந்தின்னிப் பறவையொன்று அவனை நோக்கி பாய்ந்தது. அவன் தலைமேல் உட்கார்ந்து கொத்தியது. மேலும் சில பறவைகள் அவனை நெருங்கின. ஓடத் தொடங்கினான். அவன் காலில் சில மனித உடல்கள் இடறின. கண்கள் திறந் திருந்த சடலங்களின் வாய்களில் பூச்சிகள் மொய்த்தன அவன் தலைமேல் உட்கார்ந்திருந்த பறவையை ஓர் அம்பு வந்து தாக்கியது. பறவையின் ரத்தம் அவன் முகமெங்கும் வழிய ...

யாரோ அவனை அழைத்தார்கள் ... பூத்தூவலாக தண்ணீர் முகத்தில் விழுந்து குளிர்வித்தது. அவனை எழுப்பி மரத்தில் சாய்ந்து உட்காரவைத்தார்கள். துளி உப்பு கலந்த தண்ணீர் குடிக்கத் தந்தார்கள். வயலில் பறவைகள் புழுக்களை இன்னும் கொத்தி எடுத்துக்கொண்டிருந்தன. புத்துணர்ச்சி மீண்டதும் வயலைவிட்டு நீங்கினான்.

❍

கபிலானி வீட்டு முகப்பில் அமர்ந்திருந்தாள். வீட்டின் முன்புறம் பெரிய வெள்ளைத் துணி விரித்து அதன் மேல் எள்ளைக் காயப் போட்டிருந்தார்கள். பறவைகளை விரட்டும் தடி கீழே அனாதையாய்க் கிடந்தது. வேலைக்காரப் பெண் எங்கோ சென்றிருக்கிறாள். காகங்களும் குருவிகளும் விரிப்பில் வந்தமர்ந்தன. கபிலானி தடியைக் கையிலெடுத்துக் காகங்களை விரட்ட எள் பரப்பிய துணிக்கருகே வந்தாள். எள்ளைத் தின்ன பூச்சிகளா? பூச்சியைத் தின்ன எள்ளா? பூச்சிகள் எள் குவியலுக்குள் நெளிந்தன. அரைவெள்ளை நிற எள்ளைத் தின்னவந்த பூச்சி களைக் காகங்களும் குருவிகளும் கொத்திக்கொண்டிருந்தன. தடியை வீசுவதுபோல் பாவனை காட்டுவதற்குள் வேலைக்காரி வேகமாக ஓடிவந்தாள். தடியை அவளிடம் கொடுத்தாள் கபிலானி. வேலைக்காரி “உஸ் உஸ்” என்று காகங்களை விரட்ட முயன்றாள். அவளின் விரட்டலுக்குப் பறவைகள் பணிந்த மாதிரி தெரியவில்லை. காகங்கள், குருவிகளின் எண்ணிக்கை மேலும் அதிகமானது.

கபிலானி வானை நோக்கினாள்; மழை வந்தால் தேவலை என்று தோன்றியது. வேலைக்காரி வீசிய தடியடியில் ஒரு குருவி காயமாகித் தரையில் விழுந்தது. வேலைக்காரி குருவிக்கு முதலுதவி பண்ணித் திரும்புவதற்குள், நிறைய பூச்சிகளைக் காகங்களும் குருவிகளும் கொத்திச்சென்றுவிட்டன.

திடீரென காற்று பலமாக வீசியது; இலேசான தூறல்கள் தரையைத் தொட்டன. அழுத்தமான மண்வாசனை பரவியது. கபிலானி வீட்டுக்குள் செல்லுமுன் வீதியைப் பார்த்தாள். பிப்பாலி வீட்டை நோக்கி வந்துகொண்டிருந்தான்.

○

அடுத்த நாள் விடிகாலை காவியுடை பூண்ட தம்பதிகள் வீட்டைவிட்டு வெளியேறினர். அவர்கள் வெளியேறியபோது அவர்கள் வசித்த கிராமத்தில் யாரும் விழித்திருக்கவில்லை. கிராமத்தை நீங்கியபோது யாரும் பார்க்கவில்லை. அடுத்தடுத்த கிராமங்களில் உள்ளவர்கள் அவர்களை அடையாளம் கண்டு கொண்டனர்; கிராமவாசிகள் தம்பதிகளைப் பின் தொடர முயலும்போது பிப்பாலி அவர்களை வணங்கி தொடர்ந்து வர வேண்டாமென்று கேட்டுக்கொண்டான். அடிமைகளெல்லாம் விடுதலையாகித் தன் இஷ்டம் போல வாழ்க்கையை அமைத்துக் கொள்ளலாம் என்றும், பிப்பாலியின் குடும்ப வயல்கள் அவற்றைப் பராமரிக்கும் குடியானவர்களுக்கே சொந்தம் என்றும் அறிவித்துக்கொண்டே நடந்தான். பொருட் பாரங்கள் ஏதும் மனதில் இலாமல் கபிலானியும் பிப்பாலியும் அவர்களுக்கு சொந்தமாக இருந்த கிராமங்களை விட்டு வெகுதூரம் விலகிச் சென்றுகொண்டிருந்தனர்.

○

அன்று மாலை ஒரு சத்திரவாசலில் இளைப்பாறினர். கபிலானி மறதியாக ஒற்றைக் கொலுசொன்றைக் கழற்றாமல் வந்துவிட்டதாகச் சொன்னாள். அவள் அதைக் கழற்றுகையில் வெண்மையான கெண்டைக்கால் தெரிந்தது. கொலுசைச் சத்திர வாசலிலேயே வைத்துவிட்டு அவர்கள் மீண்டும் நடக்கத் தொடங்கினர். கபிலானி முன்னால் நடக்க பிப்பாலி பின் தொடர்ந்தான்.

ராஜகிருகம் – நாளந்தா சாலை ஓரிடத்தில் இரண்டாகப் பிரிந்தது. கொஞ்சம் பின்தங்கி மெதுவாக வந்துகொண்டிருந்த பிப்பாலிக்காக கபிலானி சந்திப்பில் காத்துநின்றாள். கழுதைகளில் பூக்கூடைகளை ஏற்றிப் பூ வியாபாரிகள் ராஜகிருகத்தை நோக்கி வந்துகொண்டிருந்தார்கள். கிட்டத்தட்ட இருபது கழுதைகள் இருக்கலாம். பூக்கள் சரமாகக் கோர்க்கப்பட்டு கோளங்களாக கூடைகளில் நிறைக்கப்பட்டிருந்தன. வெறும் பார்வையழகுக்காக சூடிக் கொள்ளப்படும் வாசமற்ற அடர்மஞ்சள் நிறப்பூக்கள்! பாதசாரிகள் கழுதைகள் எல்லாம் தாண்டிச்செல்லும்வரை பாதையோரங்களில் நின்றார்கள்.

பிப்பாலி அருகே வந்து நின்றான். கபிலானி அவன் விழியை நேராக நோக்கி "நான் இந்த வழி போகிறேன். இந்தப் பாதை கோசல நாட்டுக்குக் கொண்டுபோய் விடும் என்று சத்திரத்தில் சொன்னார்கள்" என்றாள். பிப்பாலி ஒன்றும் பேசவில்லை. அவனுடைய கண்கள் எங்கோ நிலைகுத்தி நின்றன. கபிலானி பிப்பாலியை நெருங்கி கையைக் கூப்பி வணங்கினாள். மூன்று முறை வலம்–இடமாக சுற்றி வந்தாள். பிறகு சாஷ்டாங்கமாகத் தரையில் விழுந்து பிப்பாலியின் கால்களைத் தொட்டுக் கண்களில் ஒற்றிக்கொண்டாள். தயக்கமின்றி இடப்புறமாகப் பிரிந்த பாதையில் தீர்க்கமாக நடந்தாள். ஒருமுறைகூட திரும்பிப் பார்க்கவில்லை.

நாளந்தா நோக்கிச் செல்லும் பாதையில் பிப்பாலி தன் பயணத்தைத் தொடர்ந்தான். அவனுடைய நடையின் வேகம் அதிகரித்திருந்தது.

இரண்டாகப் பாதைகள் பிரிந்த இடத்திலிருந்து பத்து கல் தொலைவில் தன் வருங்கால மாணவனைச் சந்திப்பதற்காக சாக்கியமுனி காத்துக்கொண்டிருந்தார். பூ, பழம், விதை மூன்றும் இணைந்து பூங்கொத்தாகப் பழ வடிவில் பூக்கும் அத்தி மரமொன்றின் அடியில் அவர் கண் மூடி தியானத்தில் ஆழ்ந்திருந்தார்.

குறிப்பு

1. பிப்பாலி காஸ்யபன் பின்னாளில் மஹாகாஸ்ஸபராகி புத்தரின் முக்கிய சீடரானார். புத்தரின் பரிநிர்வாணத்துக்குப் பிறகு கூடிய முதல் பௌத்த மாநாட்டுக்குத் தலைமை ஏற்றவரும் இவரே. ஜென் பௌத்தத்தின் முதன்மையான சமயகுருவாகவும் இவர் வணங்கப்படுகிறார்.
2. பத்த கபிலானியென்று போற்றப்படும் கபிலானி பிப்பாலியிடமிருந்து பிரிந்து சென்ற சாலை அவரை சாவத்திக்கு (பௌத்த மதத்தின் புனிதத்தலங்களுள் ஒன்று) கொண்டுபோய்ச் சேர்த்தது. ஐந்து வருடங்கள் கழித்து பௌத்தத்தில் பிக்குணிகளுக்கான சங்கம் புத்தரால் அனுமதிக்கப்பட்டபின் பௌத்த பிக்குணியானார். சாவத்தியில் ஜேதாவன பௌத்த மடத்தில் வசித்து சாக்கிய முனியின் பல பேருரைகளைக் கேட்டார். ஒருமுறை சாக்கியமுனி பத்த கபிலானியை "பிக்குணி சங்கத்தின் அருட்சகோதரிகள் எல்லாரிலும் கடந்த பிறவிகளை நினைவுகொள்ளும் ஆற்றல் பெற்ற பத்த கபிலானியே முன்னணியில் இருப்பவர்" என்று புகழுரை ஆற்றியதாக பௌத்த மரபு சொல்கிறது.

சமிக்ஞை

ரொம்பநேரமாக காரை ஓட்டிச் சென்று கொண்டிருக்கிறோம். கோவையில் இருந்து ஆத்தூர் செல்லும் வழியைக் கேட்டுக்கொண்டு கிளம்பினோம். சொல்லப்பட்ட வழியில் தவறாமல் சென்றுகொண் டிருந்தாலும், மனதில் லேசாக சந்தேகம். வெகு நேரமாகிவிட்டது. சென்றடைய வேண்டிய இலக்கு இன்னும் வரவில்லையே! வழி மாறி வந்துவிட்டோமா என்ற கேள்வி நெஞ்சில் எழுகின்றது. பாதசாரிகள் யாரையாவது கேட்கலாமென்று பார்த்தால் ஒருவர்கூட தென்படவில்லை. சுத்தமாக துடைத்து விட்டது போன்றிருந்தது சாலை. அப்போதுதான் கண்ணில் ஒரு மைல்கல் பட்டது. அதனருகில் காரை நிறுத்தி கவனமாக நோக்கியபோது சென்றடைய வேண்டிய இடம் இன்னும் இரண்டு கிலோமீட்டர் தொலைவில் இருக்கிறது என்றும் நேர் திசையில் தான் செல்ல வேண்டும் என்றும் தெரியவருகிறது. மனம் நிம்மதியுற்று, மேலும் காரை செலுத்திக் கொண்டுபோய் இலக்கை அடைகிறோம்.

ஆத்தூர் சென்று சேரும்போது இரவு பத்து மணியாகிவிட்டது. முருகன் லாட்ஜில் அறை போடப்பட்டிருந்தது. இரண்டு மூன்று அறைகள் மாற்ற வேண்டியதாகிவிட்டது. ஒரு ரூம் மிகவும் அசுத்தமாய் இருந்தது. இன்னொரு அறையில் ஒரே சிகரெட் நெடி. மூன்றாவது அறையில் படுக்கை விரிப்பில் ஒரே கறை. நான்காம் அறையை விட்டால் வேறு அறை காலியாக இல்லை. வேறு வழியில்லாமல் அந்த அறையிலேயே தங்கும்படியாக ஆனது. என்னுடன் கூட வந்திருந்த சக ஊழியன் கோபாலும்

நானும் ஒரே அறையில் தங்கினோம். நான் கவனித்துக்கொள்ளும் வாடிக்கையாளர்களைக் கோபாலுக்கும் அறிமுகம் செய்யும் பணியின்முகமாக ஆத்தூர் வந்திருந்தோம். எங்கள் நிறுவனத்தின் முக்கியமான வாடிக்கையாளர் ஒருவர் தன் தொழிற்சாலையை சென்னையிலிருந்து ஆத்தூருக்கு மாற்றியிருந்தார். பத்தோடு பதினொன்றாக சென்னையிலேயே முடிந்திருக்க வேண்டிய சந்திப்பிற்காக ஆத்தூர்வரை வரும்படி ஆகிவிட்டது. தென்னகத்தின் மிகவும் பிரசித்தி பெற்ற ஒரு பிராண்டின் பிஸ்கட் தயாரிக்கும் ஆலை அது. மறக்காமல் மாதாமாதம் கொள்முதல் ஆணையைத் தவறாமல் எங்களுக்கு அனுப்பிவைக்கும் நிறுவனம். இவ்வாடிக்கையாளரை அரும்பாடுபட்டு கடந்த ஒரு வருடமாக வளர்த்திருக்கிறேன். என் உயர் அதிகாரிக்கு என்ன பயம் என்று எனக்கு விளங்கவில்லை. என்னுடைய முக்கியமான வாடிக்கை யாளர்களையெல்லாம் என்னுடன் சேர்ந்து இன்னொரு மேலாளரும் பார்த்துக்கொள்வார் என்ற புது யோசனையைக் கிளப்பிவிட்டு கோபாலையும் இம்முறை என்னுடன் அனுப்பிவைத்திருக்கிறார். அவர் மனதில் உள்ள எண்ணம் நான் அறியாமல் இல்லை. ரிவ்யூ மீட்டிங்குகளில் வேண்டாத பெண்டாட்டியாக அவரிடமிருந்து நான் கேட்கும் கேலிப் பேச்சுகளும் கடும் விமர்சனங்களும் கடந்த சில வாரங்களில் மிகவும் அதிகமாகிவிட்டிருந்தன. நான் பார்த்துக்கொண்டிருக்கும்போதே என் காலுக்குக் கீழ் என் கம்பள விரிப்பை தூக்கிவிடும் எண்ணம் அவருக்கு இருக்கிறது என்பது தெளிவாகப் புரிகிறது. கோபாலை வானளாவப் புகழ்வதும் வாடிக்கையாகிவிட்டது. அந்தப் புகழ்ச்சியில் குண்டூசி அளவுக்குக்கூடச் சிரத்தை இல்லாமல் இருப்பதை கோபால் கவனித்தானா என்று எனக்குத் தெரியவில்லை.

ஊர் தூங்கிக்கிடந்தது. நடுவில் மின்சாரம் வேறு போய் விட்டது. கொசுக்களின் ரீங்காரம் எரிச்சலைத் தந்தது. கோபால் சிகரெட் பிடிப்பதற்காக லாட்ஜின் வாசலுக்குச் சென்றிருந்தான். நானும் சட்டையை மாட்டிக்கொண்டு வாசலுக்கு வந்தேன். தெரு அடங்கியிருந்தது.

கோபால் "பார்... எவ்வளவு அமைதி! இந்த அமைதி மும்பையில் எங்கே கிடைக்கிறது?" என்றான்.

"ஆம் அதுசரி... நான் போன வருடம் துபாயிலிருந்து திரும்பிவந்த பிறகு ஆத்தூர் மாதிரி எதாவது சின்ன ஊரில் செட்டிலாகிவிடலாம் என்றுதான் பார்த்தேன்" என்றேன்.

"ஏன் அதைச் செய்யவில்லை? இன்னும் நிறைய சம்பாதிப்பதற் காக மும்பையில் வந்து செட்டிலாகிவிட்டாயா?"—அவன் சிறிது ஏளனப் புன்னகையுடன் கேட்டது மாதிரி இருந்தது.

“இருக்கலாம். ஆனால் அது மட்டுமல்ல காரணம். என் மனைவி மும்பையில் பிறந்து வளர்ந்தவள் … எனக்கும் இத்தனை வருடங்கள் கழித்து … கிட்டத்தட்ட முப்பது வருடங்களுக்குப் பிறகு தமிழ்நாட்டில் வந்து திரும்ப செட்டிலாக முடியுமா என்ற வினா …”

எனக்கு கோபாலை இந்நிறுவனத்தில் வந்து சேர்ந்த பிறகுதான் தெரியும். நெருங்கிய நண்பனில்லை. உயர் அதிகாரியின் அரசியல் லீலைகளின் தாக்கத்துக்கு அவ்வளவாக அலட்டிக்கொள்ளாதவன். அதே சமயம் தன் உள்ளத்தை யாரிடமும் அதிகம் திறக்காதவன். மதியம் நான், அதிகாரி, கோபால் – மூவரும் சேர்ந்துதான் உணவு அருந்துவது வழக்கம். எதற்கெடுத்தாலும் சேல்ஸ், கஸ்டமர் என்று லஞ்ச் டயத்திலும் என்னைக் கேள்வி கேட்டு அரித்துக் கொண்டிருப்பவர் கோபாலிடம் மட்டும் நாட்டு நிலைமை, பங்குச் சந்தை நிலவரம் என்று லைட்டாக மட்டும் பேசுவார்.

நானும் அவனும் சேர்ந்து பயணம் செய்வது இதுதான் முதல்முறை. இப்பயணத்தில் என்னைப் போல அவனும் அதிக ஆர்வம் கொண்டிராதவன் போல் பட்டது.

“மும்பை ஒன்றும் நிரந்தரமில்லை என்று நினைக்கிறேன் … போகிற போக்கில் அதிகாரி என்னை வீட்டுக்குப் போகச் சொல்லி விடுவார்போல் தெரிகிறது. அவர் என்னை எப்படி நடத்துகிறார் என்பதைத்தான் நீ பார்த்துக்கொண்டிருக்கிறாயே …”

“இல்லை … நான் அப்படி நினைக்கவில்லை. உலகமையம் நீயில்லை” என்றான் கோபால். புகைந்துகொண்டிருந்த சிகரெட்டைக் கீழே போட்டு கால் செருப்பால் அதனை மிதித்து உருவிழக்கச் செய்தான். ஏதோ சொல்ல வந்தவன் எதுவும் சொல்லாமல் நிறுத்திக்கொண்டான். அரசியல்ரீதியாக சரியாக இருக்க விழைபவர்கள் அடிக்கடி அர்த்தம்பொதிந்த மௌனம் காப்பார்கள்.

சுவர்க்கோழி கூவும் ஒலி கேட்டது. இருவரும் கொஞ்சநேரம் அமைதியாக இருந்தோம். நாங்கள் இருவரும் சேர்ந்து பயணம் செய்ய ஆரம்பித்த பத்தாவது நாள் இன்று. கோபாலுடன் சேர்ந்து மீண்டும் பயணம் செய்யும் சந்தர்ப்பம் அமையாது என்றே எனக்குத் தோன்றுகிறது. இன்றொரு நாளாவது தடங்கலில்லாமல் அரசியல் சரி – தவறு பார்க்காமல் இவனால் பேச முடியாதோ?

“நான் வேலையை விட்டுவிடலாமா என்று யோசிக்கிறேன். மும்பை திரும்பியவுடன் அதிகாரியிடம் பேசலாம் என்றிருக்கிறேன்” என்று கோபாலிடம் சொல்லத் துவங்கினேன். அச்சமயத்தில் அதை அவனிடம் சொல்ல என்ன அவசியம் என்று எனக்கே

தெரியவில்லை. ஆனாலும் என் மனக்கஷ்டத்துக்கு இவன் ஆறுதல் தரும் வார்த்தைகளைப் பேசுகிறானா என்று பார்க்க அவா. அதன் வாயிலாக இவனின் உள்ளத்தில் என்ன ஓடுகிறது என்று அறிந்துகொள்ளவும் ஆசை. மேற்சொன்னவாறு பேசிய பிறகு நேராக உள்ளத்தைத் திறந்து பேசுவதுகூட ஒருவித கையாளல் அல்லது மென்மையான அரசியல் என்ற எண்ணம் ஓடியது.

கோபால் "நீயே வேலையை விட்டு நீங்கிவிட வேண்டும் என்று ஏன் எண்ணுகிறாய்?" என்று கேட்டான்.

"அதிகாரிக்கு என்னைப் பிடிக்கவில்லை. நான் வேலைக்கு வந்தவுடன் என் பொறுப்பில் இருந்த இரண்டு பெரிய வாடிக்கை யாளரை நிறுவனம் இழந்துவிட்டது... அதனால் அவருக்கு கடுப்பு... 55 வயதிற்குப் பிறகு சாதிப்பதற்கு என்ன இருக்கிறது?" என்று சலிப்புடன் உதட்டைச் சுழித்தேன்.

அவன் மீண்டும் டாபிக்கை மாற்றினான். "ஆத்தூர் வருவதற்கு முன்னால் ஒரு மைல் கல் அருகே காரை நிறுத்தினாயே... ஞாபகம் இருக்கிறதா?" என்றான். "அந்த மைல்கல்லை கண்டதும் எவ்வளவு ரிலீஃப் கிடைத்தது! அதைக் கண்டவுடன் சென்றடையும் இடம் தூரமில்லையென்று நீ மகிழ்ச்சியுடன் விசிலடித்துக் கொண்டே வண்டி ஓட்டினாய்... நாமெல்லாரும் நம் வாழ்வின் பயணத்திலும் மைல்கல்லைப் போன்று ஒரு சமிக்ஞையைத் தேடுகிறோம்... என் சகோதரன் தன் வாழ்நாள் முழுவதையும் ஜோசியத்தின் பின்னர் செலவழித்தான். கொடும் நோய் வந்தபோது மருத்துவத்துக்குச் செய்த செலவைவிட ஜோசியத்துக்கும் வேண்டுதல்களுக்கும் பூஜைகளுக்கும் அவன் செய்த செலவு மிக அதிகமாக இருக்கும் என்று நினைக்கிறேன். என்னைப் பொறுத்தவரை சமிக்ஞையைத் தேடி ஓடுவதைவிட நம் பயணம் நம்மை அழைத்துச் செல்லும் இடத்துக்கு நாமே விருப்பப்பட்டு செல்லுதல் கூடுதல் நிம்மதியைத் தரும் என்றே எனக்குத் தோன்றுகிறது. அதிகாரியின் அரசியல், சொன்ன பேச்சைக் கேட்காமல் இருக்கும் கீழ் மட்ட ஊழியர்கள், விலகிப் போய்க் கொண்டிருக்கும் வாடிக்கையாளர்கள்... இவர்களெல்லாம் உங்களைக் கஷ்டப்படுத்துவது மட்டுமே குறி என்றா இயங்கு கிறார்கள். அவர்கள் அப்படி நடப்பது அவர்களின் இயல்பு. வடிகாலையோ எதிர்காலம் என்ன என்ற சமிக்ஞையையோ தேடுவதினால் இவைகளெல்லாம் மாறி விடப் போகின்றனவா? வேண்டுமானால் அலுத்து, களைத்து நீ வேறு இடம் தேடிப் போய்விடுவாய். போகின்ற இடத்திலும் இது போன்றவர்களை, இதே சலிப்பூட்டும் நடத்தைகளைச் சந்திக்க மாட்டாயென்று என்ன உத்தரவாதம்?"

எவ்வளவு ஆழம் இருக்கும் என்ற யோசித்தவாறே நின்று பார்த்துக்கொண்டிருந்த தரையிலிருந்து எதிர் பாராது ஊற்றுப் பெருக்கெடுத்து முகத்தை நனைத்தது போலிருந்தது. தலை மட்டும் ஆட்டினேன்.

"என்னுள் சில நாட்களாகவே சில கேள்விகள்... எத்தனை நாட்கள் ஓடிக் கொண்டிருப்பது..? என் அண்ணன் சிலமாதங்கள் முன்னர் இறந்துபோனான். அவன் நடத்திவந்த சிறு வியாபாரம் மூடும் நிலைக்கு வந்துவிட்டது. என் அண்ணியின் சகோதரர்கள் கழுகுகளாக மாறி லாபங்களையெல்லாம் சுருட்டிக்கொண்டு கழன்றுவிட்டார்கள். அண்ணியின் குழந்தைகளின் கல்விக்கான முழுச்செலவையும் நான் ஏற்று நடத்திவருகிறேன். எனக்குக் குழந்தைகள் இல்லை. மனைவி நடத்தும் 'பெற்றோரிலா குழந்தை களுக்கான பள்ளிக்கூட'த்திற்கான செலவையும் நான் ஏற்றுக் கொண்டிருக்கிறேன். சம்பளம், இன்செண்டிவ்–இவைகளெல்லாம் போதவில்லை."

அறியா ஊரில், இரவு ஒருமணிக்கு மேல், சுவர்க்கோழிகளின் சத்தத்துக்கு நடுவே நின்று அதிகம் பேசிக்கொள்ளாத, அலுவலகத் தில் அதிகாரப்பகிர்வுக்கான அமைதிப் போராட்டத்தில் ஈடுபட்டிருக்கிற இரு சக ஊழியர்கள் உரையாடினால் இந்த மாதிரிதான் அதிசயங்கள் நிகழும் போலிருக்கிறது.

சில நிமிடங்கள் திறந்த மடை மூடிக்கொள்வது மாதிரி அவனுடைய பேச்சு மேம்போக்கான தளத்துக்கே திரும்பச் சென்றுவிட்டது.

அடுத்த நாள் வாடிக்கையாளர் சந்திப்புக்குப் பிறகு கோவை திரும்பிக்கொண்டிருந்தோம். கோபால் நன்றாகக் குறட்டைவிட்டு தூங்கிக்கொண்டே வந்தான். சங்ககிரி தாண்டியதும் காரின் பின்புற டயர்களில் ஒன்று பஞ்சராகிவிட்டது. எங்களுடைய கோவை வினியோகஸ்தரின் காரை இரவல் வாங்கிக் கொண்டு வந்திருந்தோம். காருக்குள் டயரை கழற்றி மாட்டும் உபகரணங்கள் இருந்தன. ஆனால் ஸ்டெப்னி இல்லை. கோபால் நெடுஞ்சாலை யில் டூ–வீலரில் சென்றுகொண்டிருந்த ஒருவனை நிறுத்தி டயர் பஞ்சர் பார்க்கும் கடை எங்கிருக்கிறது என்று கேட்டான். ஒரு கிலோமீட்டர் தள்ளி வலப்புறம் திரும்பி மேலும் ஒரு கிலோ மீட்டர் தாண்டியவுடன் வரும் கிராமத்தில் இருக்கிறது என்று மோட்டார்பைக்காரன் சொன்னான். டயரைக் கழற்றி பைக்கார னின் பின்னால் உட்கார்ந்துகொண்டு டயரை சரி செய்ய கோபால் எடுத்துப் போனான். நான் காத்திருந்தேன்.

ஒரு கிராமத்து இளைஞன் பத்து பதினைந்து ஆடுகளை மேய்த்துக்கொண்டு வந்தான். நான் நின்றிருப்பதைப் பார்த்து

என்னிடம் பேச்சு கொடுக்கலானான். அவனிடம் சற்று நேரம் பேசிக்கொண்டிருந்தேன். ஆட்டுக்கூட்டத்துக்கு நடுவில் ஒரு நாயும் காணப்பட்டது. அது 'லொள்லொள்' என்று குரைத்துக்கொண்டே வந்தது. "சூ... மணி... சூ... மணி" என்று இளைஞன் கத்தினாலும் அது குரைப்பதை நிறுத்துவதாக இல்லை. மணியைப் பாசத்துடன் கையில் தூக்கி அதனைத் தடவிக்கொடுத்தான்.

"பசிக்குது போலிருக்கு" என்றான்.

அருகிருந்த வேலியில்லா தோட்டத்துக்குள் ஒரு அனாமதேயப் பசு புல் மேய்ந்துகொண்டிருந்தது. அதனுடைய கன்று பசுவின் மடியை உறிஞ்சிக்கொண்டிருப்பதைப் பார்த்தான் ஆட்டுக்கார இளைஞன். "சூசூ"வென்று இறைந்தபடி கன்றைப் பசுவின் மடியிலிருந்து விலக்கினான். கையில் வைத்திருந்த தூக்கு பாத்திரத்தில் பாலைக் கறந்துகொண்டான். நாய் திருப்தியுடன் பாதிப் பாத்திரம் பாலைக் குடித்து மீதியைக் குடிக்கப் போராடியதில் மிச்சப் பால் மண்ணில் கொட்டியது. நாயின் குரைப்பு நின்றவுடன், இளைஞன் ஆடுகளை ஓட்டிக்கொண்டு போனான்.

திடீரென்று வானம் பொத்துக்கொண்டது போல் மழை கொட்ட ஆரம்பித்தது. நான் காரின் ஜன்னல் கண்ணாடிகளை மேலே ஏற்றி உள்ளே உட்கார்ந்திருந்தேன். கோபால் எப்படி திரும்புவான்? டூ – வீலர்க்காரனே அவனை வந்து திரும்ப விடுவானா அல்லது புளி மூட்டையென பயணிகளை ஏற்றிக் கொண்டு கண்ணை எரிக்கும் புகையைக் கக்கியபடி ஓடும் ஆட்டோவில் வந்து இறங்குவானா? ஆட்டோவில் வந்தால் டயரை எப்படி தூக்கிக்கொண்டுவருவான்? கண்கள் அசந்துகொண்டு வந்தன. கண்ணயர்ந்தேன்.

கோபால் காரின் ஜன்னலைத் தட்டும்போது விழித்தேன். மழை நின்றுவிட்டிருந்தது. "சாரி... மழை நிற்பதற்காக காத்திருந்தேன். நேரமாகிவிட்டது". பஞ்சர் பார்க்கப்பட்ட டயரை பொருத்தியவுடன் வண்டியைக் கிளப்பினேன். கோபால் எதில் வந்தான்? அவனிடம் கேட்க வேண்டுமென நினைத்துக்கொண்டிருந்தேன். ஆனால் கேட்கவில்லை.

கோவையில் நாங்கள் தங்கியிருந்த ஓட்டலுக்கு அன்றிரவு எங்கள் நிறுவனம் தயாரிக்கும் பொருட்களின் விநியோகஸ்தர் – பாஷா – வந்தார். ஓட்டலுக்குள்ளிருந்த பார் – கம் – ரெஸ்டாரண்டில் உணவருந்தினோம். பாஷாவும் கோபாலும் சந்திப்பது அன்றுதான் முதல் முறை. என்றாலும் நெடுநாளைய நண்பர்கள் போல் கலகலவெனப் பேசிக்கொண்டிருந்தார்கள். நான் அதிகம் பேசவில்லை. கடந்த ஒரு வருடத்தில் நான் ஐந்துமுறையாவது கோவை வந்திருப்பேன். ஓட்டல் வாசல்வரை வந்து என்னைத்

தன் காரில் கொண்டு விடும் பாஷா ஒருமுறைகூட என்னுடன் சேர்ந்து உணவருந்தியதில்லை.

கோபாலும் பாஷாவும் மதுவருந்தினார்கள். எனக்கு மது அருந்தும் பழக்கம் கிடையாது. அவர்களுக்கிடையே நான் தனியனாகிப் போனேன். கோபால் எப்போதும் குடிப்பதைவிட அன்று அதிகம் குடித்தான்.

"நான் ஒரு சின்ன வேலையாக ஒண்டிப்புதூர் போயிருந்தேன், அந்நேரம் மும்பையில் இருந்து அதிகாரி என் ஆஃபீஸ் நம்பருக்கு போன் செய்தார் என்று கேள்விப்பட்டேன். எதற்கு என்று தெரியவில்லை? அவர் எப்பவும் ராத்திரி என் வீட்டு நம்பருக்குத்தான் போன் செய்வது வழக்கம்... வீட்டுக்குப் போய் அவருக்கு போன்செய்ய வேண்டும்..."

"போனவாரம் ஸ்பெஷலாக எனக்கு போன் பண்ணி நீங்க வரப்போவதைப் பற்றி எனக்குச் சொன்னார். உங்களைச் சிறப்பாகக் கவனிக்க வேண்டுமென்று கேட்டுக்கொண்டார்."

பாஷா இனிப்பாக கோபாலுடன் பேசிக்கொண்டிருப்பதைக் கேட்டு ஐம்பத்தைந்து வயசுக்காரனான எனக்குப் பொறாமை வந்தது என்று சொன்னால் எல்லோரும் சிரிப்பார்கள்.

"நாளைக்கு விடிகாலை ஃப்ளைட். நேத்து இரவே சரியா தூங்கலை. நான் தூங்கப்போறேன்... நீங்க கண்டினியு பண்ணுங்க" என்று வெடுக்கென சொல்லிவிட்டு என் அறைக்குத் திரும்பினேன்.

நாள் தவறாமல் நாட்குறிப்பு எழுதும் பழக்கம் எனக்குண்டு. குறிப்பிட்ட நாளின் 'மூட்' சரியாகப் பதிவுசெய்யப்பட அன்றன்றைக்கான பதிவை முடிந்தவரை அந்த நாள் முடிவதற் குள்ளேயே எழுதுதல் அவசியம் என்று நினைப்பேன். ஆத்தூரில் கோபாலுடன் ஒரே அறையில் தங்கியிருந்ததாலோ என்னவோ, டயரி எழுதவில்லை. முந்தைய நாளுக்கான பதிவைத் தூங்கு வதற்கு முன்னால் இவ்வாறு எழுதினேன் "மைல்கல்லின் பணி என்ன? நமக்கு இலக்கு என்ன என்று தெரியும்? அதன் வழியை யும் நாம் அறிந்து வைத்திருக்கிறோம். சரியான பாதையில்தான் சென்றுகொண்டிருக்கிறோம் என்றும் தெரியும். சரியான பாதையில் நாம் சென்றுகொண்டிருந்ததை அறிவுபூர்வமாக நாம் அறிந்திருந்தாலும், இலக்கை அடையும் வரை அனுபவபூர்வ அறிதலை நாம் பெறப்போவதில்லை. சந்தேகமும், நம்பிக்கை யின்மையும் அப்போது தலை தூக்குகிறது. இலக்கை வந்தடைவதில் ஏற்படும் காலதாமதம் வேறு! மைல் கல் நம் ஐயத்தைப் போக்கி நம்பிக்கையைப் பலப்படுத்துகிறது. மன நிம்மதி படர்ந்து உற்சாகத்துடன் பயணத்தைத் தொடர நமக்கு ஊக்கம் நல்குகிறது."

இன்றைய பதிவாக எதுவும் எழுதத் தோன்றவில்லை. டயரியின் பக்கத்தை நிரப்பாமல் காலியாக விட்டேன்.

அதிகாலை ஐந்து மணிக்கு ஓட்டல் ரிசப்ஷனில் கோபாலைச் சந்தித்தபோது சரியாகத் தூங்காததன் அடையாளமாக அவன் கண்கள் சிவந்திருந்தன. "ரொம்ப நேரம் பேசிக்கொண்டிருந்தீர்களா?" என்று கேட்டேன். "இல்லையில்லை... நீ போன ஐந்தாவது நிமிஷம் நானும் அறைக்குத் திரும்பிவிட்டேன்" என்றான். ஆத்தூரில் தத்துவ மழை பொழிந்து ஆழமாகப் பேசினவன் இவன்தானா என்ற ஆச்சரியம் இருபத்தி நான்கு மணி நேரம் கழிந்தபின்னும் விலகவில்லை.

மும்பை அடைந்ததும் நேராக அலுவலகம் சென்றோம். அன்று சேல்ஸ் ரிவ்யூ இருந்தது. விற்பனைத் துறையின் முக்கியமான ஆட்கள் எல்லோரும் இருந்தார்கள். கோபாலைக் காணவில்லை. தலைவலியென்று பர்மிஷன் போட்டுவிட்டு வீட்டுக்குக் கிளம்பிப்போனான் என்று கேள்விப்பட்டேன். அதிகாரி என்னைக் குறிவைத்துப் பேசுவார் என்பது நான் அறிந்திருந்ததுதான். ஆனால் எல்லைகளை மீறி, கடுமையின் உச்சத்தில் எரிமலைக் குழம்பாக எல்லோர் முன்னாலும் நான் அவமானப்படும் வகையில் அன்று அவர் பேசியபோது என் பொறுமைச் சரக்கு தீர்ந்துவிட்டிருந்தது. இரண்டு வரி ராஜினாமா கடிதத்தை அங்கேயே அவர் கையில் கொடுத்துவிட்டு அலுவலகத்தை நீங்கினேன்.

இரண்டு மாதங்கள் கழித்து ஒரு மதியம் நானும் என் மனைவியும் ஸ்க்ரேபிள் விளையாடிக்கொண்டிருந்தோம். ஒரு வாரமாகவே அவளிடம் தோற்றுக்கொண்டிருக்கிறேன். *Writing* என்ற சொல்லை வைத்து எல்லா எழுத்துகளையும் காலி செய்து விட்டுப் பெருமிதத்துடன் ஒரு புன்னகை வீசினேன். அவளிடம் இரண்டு *O* எஞ்சியிருந்தன. என்றும் இல்லாத விசேஷமாக எங்கள் வீட்டு போன் அப்போது ஒலித்தது. வீட்டில் எங்களுடன் தங்கியிருந்த என் அக்கா பேரன் போனை எடுத்துப் பேசினான். நான் வேலை விட்டு வந்த நிறுவனத்திலிருந்து மேனேஜிங் டைரக்டருடைய காரியதரிசியின் அழைப்பு.

"என்ன விஷயம்? எதுக்கு கூப்பிடறாங்க?" என்று என் மனைவி கேட்டாள்.

"எல்லாம் நல்ல செய்தியாகத்தான் இருக்கும்."

"எப்படிச் சொல்கிறீர்கள்? யூகமா?"

"சமிக்ஞைகள்" என்று சொல்லிக் கண் சிமிட்டினேன். போன் ரிசீவரை எடுத்தபோது, மதியம் இரண்டு மணியாகி பெண்டுலக் கடிகாரம் "டங்டங்"கென இருமுறை அடித்தது.

டைசுங் நகரில் ஒரு புத்தர் கோயில்

நேரமே கிடைக்காது என்று எண்ணித்தான் தைவானின் மேற்குப் பிராந்தியத்தில் இருக்கும் டை-சுங் நகருக்குப் பயணமானோம். சியாஹி நகரில் இரண்டு மணி நேரச் சந்திப்பை முடித்துக்கொண்டு அதிவேக ரயில் ஏறினோம். என்னுடன் வந்திருந்த எங்கள் லண்டன் தலைமை அலுவலகத்தில் வேலை பார்க்கும் சக ஊழியர் ரயில்வே அட்டவணையைச் சரியாகப் பார்க்காமல் டை-சுங் நகரை அடைய இரண்டு மணி நேரம் பிடிக்கும் என்று தகவல் அளித்திருந்தார். ஆனால் டை-சுங் நகரை வந்தடைய அரை மணி நேரமே பிடித்தது.

நகரின் பிரசித்தமான ஓட்டலின் நாற்பத்திரண்டாம் மாடியில் எங்களுக்கு அறை பதிவு செய்யப்பட்டிருந்தது. ஒரு சிறு குடும்பம் தங்குகிற அளவுக்குப் பெரிதாக இருந்தது. அறையிலிருந்து டை-சுங் நகரம் கட்டிடங்கள் நிரம்பிய, அங்கங்கே பச்சை வர்ணம் பூசப்பட்டதொரு நவீன ஓவியமாகக் காட்சியளித்தது. குளியலறையின் கண்ணாடிச் சுவர் வழியாகவும்கூட டை-சுங் நகரம் விரிந்து தெரிந்தது. இங்கே குளித்தால் நகரமே நாம் குளிப்பதைப் பார்க்காதோ என்ற எண்ணம் தோன்றி மறைந்தது – கண்ணாடிச் சுவருக்கு பிளாஸ்டிக் திரைபோட்டு மூடும் வசதி இருப்பதைக் கவனிக்குமுன்.

நிறபேதம் போல் தூரத்தில் மலைத் தொடர்கள் மங்கலாகத் தெரிந்தன. கீழ்வானம் கருமேகங்களாலும் மேல்வானம் வெண்ணிற மேகங்களாலும் மறைக்கப் பட்டிருந்தன.

நான்கு மணிக்கு நாங்கள் ஒருவரைச் சந்திக்க வேண்டி யிருந்தது. அவர் என் சக–ஊழியருக்கு போன்செய்து சந்திப்பை ஐந்து மணிக்கு மாற்றச் சம்மதம் கேட்டார். எதிர்பார்த்ததைவிட சீக்கிரமே டை–சுங் நகருக்கு வந்தது; பிறகு சந்திப்பு தாமதமானது; சிலசமயம் நேரம் நாம் கேட்காமலே நம் கையில் வந்தமர்ந்து விடுகிறது.

மனைவியுடன் போன் பேசினேன். எங்காவது ஊர் சுற்றி விட்டு வருவதுதானே என்றாள். அடுத்த அறையில் தங்கியிருக்கும் என் சக–பயணருக்கு போன் செய்தேன். அவர் "நான் தூங்கப் போகிறேன்" என்றார்.

மின்னஞ்சல்களைப் படித்துப் பதிலளித்தேன். தில்லியில் இருக்கும் என் அலுவலகத்துக்கு போன்செய்து சில விஷயங்கள் குறித்துப் பேசினேன். பிறகு கொஞ்ச நேரம் யூ–ட்யூபில் பழைய தமிழ்த் திரைப்படப் பாடல்களைப் பார்த்தேன். இரண்டு பாடல்களுக்குப் பிறகு அதுவும் அலுத்துப் போனது. டை–சுங் நகரைப் பற்றி படிக்கலாம் என்று இணையத்தில் தேடினேன். பாஉ–சுயே பௌத்த கோயில்பற்றி அப்போதுதான் அறியக் கிடைத்தது. கூகிள் மேப்ஸ் அந்தக் கோயில் நான்கு கிலோ மீட்டர் தொலைவில் இருப்பதாகச் சொன்னது.

ஓட்டல் சிப்பந்தி டாக்ஸி வரவழைத்து ஓட்டுனரிடம் நான் எங்கே செல்ல வேண்டும் என்பதைச் சீன மொழியில் எடுத்துச் சொன்னார். வானம் மப்பும் மந்தாரமுமாக இருக்கிறபடியால் ஓர் ஆரஞ்சு நிறக் குடையொன்றை என் கையில் திணித்தார்.

ஓட்டுனர் அமைதியாகப் பாதையிலிருந்து பார்வையை அகற்றாமல் ஓட்டினார். அவர் பேசினாலும் பலனில்லை. அவர் சொல்லும் ஒரு சீன வார்த்தையும் எனக்குப் புரியப்போவதில்லை. நான் சொல்லும் எந்த ஆங்கில வார்த்தையும் அவருக்கும் புரியப் போவதில்லை. சுவஸ்திக் சித்திர உலோகத் தகட்டை காருக்குள் தொங்கவிட்டிருந்தார்; சீரான லயத்தோடு அது வலமும் இடமு மாக ஆடுவதைப் பார்த்துக்கொண்டே வந்தேன்.

சாலையில் அதிகம் போக்குவரத்து இல்லை. தைவானில் இது பள்ளி விடுமுறைக் காலம். பூட்டியிருந்த ஒரு நடுநிலைப்பள்ளியின் எதிரே காரை நிறுத்தினார். முகத்தைத் திருப்பி என்னைப்

பார்த்து சிறு புன்னகை வீசினார். நான் "வந்துவிட்டோமா?" என்று ஆங்கிலத்தில் கேட்டேன். அவர் கையை வலப்புறமாகச் சுட்டினார். அவர் சுட்டிய திசையில் ஒரு பெரிய கேட்டுக்கருகே ஜப்பான் நாட்டுச் சுற்றுலாப் பயணிகள் சிலர் கைகளில் காமிரா சகிதம் நின்றுகொண்டிருந்தனர். அவர்கள் எங்கள் காரை அணுகினர்.

கேட்டுக்குள் வலப்புறமாக நீல வர்ணம் பூசப்பட்ட நவீனமான பகோடாவைப் பார்த்ததும் நான் காரிலிருந்து இறங்கினேன். மீட்டரைக் காட்டிக் கட்டணம் பெற்றுக்கொண்டார் ஓட்டுனர்.

ஜப்பான்காரர்களுக்கும் சீனர்கள்போல ஆங்கிலம் பொதுவாகப் பேச வராது; அவர்கள் ஜப்பானிய மொழியில் சொல்வதை ஓட்டுனர் புரிந்துகொள்வாரா?

அகலத் திறந்திருந்த கேட்டைத் தாண்டி நுழைந்தேன். இடப்புற கோடியில் சிவப்பு நிற வளைவுகள் மேவப்பட்ட ஒரு கட்டிடம். வலப்புறம் இருந்த கட்டிடம்தான் பகோடா என்கிற பாவனை தரும் நீல நிறக் கட்டிடம். பக்கத்தில் காலியிடத்தில் சில கார்கள் நின்றிருந்தன. நான் முதலில் எங்கு செல்வது என்ற குழப்பத்தில் இருந்தேன்.

பௌத்த கோயிலில் என்ன எதிர்பார்ப்பது என்று எனக்குத் தெரியும். சீனாவுக்குப் பலமுறை சென்றிருக்கிறேன். அங்கெல்லாம் கொத்தான ஊதுபத்திகள் புத்த விக்கிரகங்களுக்கு முன்னால் ஏற்றிவைக்கப்பட்டிருக்கும்; பக்தர்கள் சிலர் நான்கு திசைகளை நோக்கி கைகளில் ஏற்றிய ஊதுபத்திக் கொத்துகளை ஆட்டிக் கொண்டே சுற்றுவார்கள். சாக்கிய முனி விக்கிரகம் இருக்கும் திசையைப் பார்த்து வெகுநேரம் ஆட்டுவார்கள். அதிக நேரம் பௌத்த கோயில்களில் இருக்க நேரிட்டால் ஊதுபத்திக் கனலில் கண்கள் எரிய ஆரம்பித்துவிடும்.

போலீஸ்காரர் என்று கருதத்தக்க ஒருவர் வாக்கி–டாக்கியில் ஏதோ பேசிக்கொண்டிருந்தார். வாக்கி–டாக்கி கருநிற காரின் கூரைமேல் வைக்கப்பட்டிருந்தது. ஒரு சராசரி தைவான் பிரஜையை விட அவர் உயரமாயிருந்தார். அவரிடம் சென்று கேட்கலாமா? கொஞ்சம் தள்ளி, முட்டி வரை ஸ்கர்ட் போட்டிருந்த மூன்று இளம் பெண்கள் புகைத்துக்கொண்டிருந்தனர். கோயில்களுக்குள் புகைக்கலாமா? அவர்களிடம் சென்று மூலக்கோயில் எங்கிருக்கிறது என்று கேட்க மனம் வரவில்லை.

இடப்புறக் கட்டிடத்தை நோக்கி நடக்கத் தொடங்கினேன். ஒரு மஞ்சள் நிற டாக்ஸியும் கோயில் வளாகத்துக்குள் நிறுத்தி

வைக்கப்பட்டிருந்தது வளாகத்தை பார்க்கிங் இடமாகப் பயன் படுத்துகிறார்களோ? சிவப்பு நிறக் கட்டிடத்தை விட்டு ஒருவர் வெளியே வந்தார். தைவானில் நான் பார்த்த முதல் மீசைவைத்த ஆசாமி அவர்தான்.

அவரை அணுகி, "புத்தர் சன்னிதி எந்த கட்டிடத்தில் இருக்கிறது?" என்று கேட்டேன். "அங்கும் இருக்கிறது, இங்கும் இருக்கிறது, மரத்துக்குப் பக்கத்திலும் இருக்கிறது. கட்டிடத்துக்குப் பின்னாலும் இருக்கிறது. கட்டிடத்துக்குள்ளும் இருக்கிறது." அவர் என்ன சொல்ல வருகிறார்? அவருக்கு ஆங்கிலம் பேச வரும் என்று நான் ஊகித்தது தவறு.

சிவப்பு நிறக் கட்டிடத்தைத் தொட்டடுத்து இருந்த புல் தரையில் நினைவுக்கல் மாதிரி ஒன்று இருந்தது. அதில் ஏதோ எழுதப்பட்டிருந்தது. அதன் துவாரபாலகர்கள் மாதிரி இரு சிறு பாறைகள் நினைவுக்கல்லின் பக்கவாட்டில் இருந்தன.

சிவப்புக் கட்டிடத்தின் வாயிலுக்கு வெளியே குடைகள் வைக்கப்பட்டிருந்த கூடையொன்றுக்குள் என் ஆரஞ்சு நிறக் குடையையும் வைத்தேன். உள்ளே நுழைந்தவுடன் நேருக்கு நேராக, கையில் கத்தியோ அல்லது தடியோ ஏந்தி தங்க முலாம் பூசியது போன்ற மஞ்சள் நிறத்தில் மூல விக்கிரகம் இருந்தது... புத்தர் ஏன் ஆயுதம் தாங்கி நிற்கிறார்? பத்மசம்பவராக இருக்குமோ? சீன பௌத்தர்கள் வஜ்ராயனத்தையா பின்பற்றுகிறார்கள்? (ஹச்சிமான் என்ற பெயர் கொண்ட ஷிண்டோ சமயத் தொன்மங்களில் தோன்றும் தெய்வம் இதுவென்று பின்னர் விக்கிபீடியா வாயிலாகத் தெரிந்துகொண்டேன்.)

கதவையொட்டி இரு கேபின்கள் இருந்தன. ஒரு கேபினில் சிலர் டிவி பார்த்துக்கொண்டிருந்தனர். இன்னொரு கேபினில் கறுப்புச் சீருடை அணிந்த இளைஞர் சிலர் உணவருந்திக் கொண்டிருந்தனர். இடப்புற கேபினுக்கு வெளியே இரு பெண்கள் அதே கருப்புச் சீருடை அணிந்து அன்பளிப்பு ரசீது போன்று இருந்த சில காகிதங்களில் எழுதிக்கொண்டிருந்தனர். நான் உள்ளே நுழைந்து மூலவரை நோக்கிக்கொண்டிருக்கையில், எழுதிக்கொண்டிருந்த ஒருத்தி என்னைப் பார்த்து சைகை செய்தாள். என்ன என்பது மாதிரி அவளை நோக்கினேன். "நோ ஃபோட்டோ" என்றாள். நான் "ஓக்கே ஓக்கே" என்றேன்.

மூலவரின் சிலை போலவே இருந்த குட்டிச்சிலைகள் ஏராளமாய் அந்தக் கோயிலில் இருந்தன. பிரகாரத்தைச் சுற்றி சிவன் கோயில்களில் இருக்கும் நாயன்மார் சிலைகள் மாதிரி

வலது பக்கச் சுவர்களில் ஆங்காங்கே அடையாளம் தெரியா சிலைகள் இருந்தன. புறாக் கூடு மாதிரி பல நீள் – செவ்வக வடிவங்களில் மரக்கூடுகள் அமைக்கப்பெற்று ஒவ்வொன்றிலும் கலை நேர்த்தியான ஜாடிகளோ, சிவப்பு நிறத்தில் கண் கவர் சித்திரங்கள் வரையப்பட்ட உறைகளோ வைத்திருந்தனர், ஒவ்வொரு கூண்டுக்குள்ளும் பாஸ்போர்ட் போட்டோக்கள் ஒட்டி வைக்கப்பட்டிருந்தன. அவற்றைப் பார்த்துக்கொண்டே பிரகாரத்தைச் சுற்றிவந்தேன்.

மூலவரை உற்று நோக்கிப் பிரார்த்தனை செய்பவன் போல கைகளைக் கோத்து நின்றிருந்தேன். ஒரு வயதான மூதாட்டி மூலவர் இருந்த மேடையைத் துடைத்துக்கொண்டிருந்தாள். என்னைப் பார்த்தவளின் முகத்தில் நட்பு கலந்த புன்னகை. நான் அவளிடம் சென்று "புத்தா?" என்று மூலவரைக் காட்டிக் கேட்டேன். அவள் ஜப்பானிய மொழியிலோ அல்லது சீன மொழியிலோ ஏதோ சொன்னாள். மூலவர் சிலையின் பக்கவாட்டில் தொங்கிக்கொண்டிருந்த சிவப்புக் காகிதங்களில் எழுதப் பட்டிருந்த ஒன்றைப் படித்துக்காட்டினாள். வெறுமனே தலையாட்டிவிட்டு "சிசியே" என்ற எனக்குத் தெரிந்த ஒரே வார்த்தையைச் சொல்லிவிட்டு வெளியே வந்தேன்.

குடையை மறக்காமல் எடுத்துக்கொண்டு சிவப்புக் கட்டிடத்துக்கு இடப்புறம் இருந்த அசோக மரங்களுக்கு நடுவே லக்ஷ்மி அல்லது சரஸ்வதி சிலைமாதிரி ஒரு பெண் தெய்வத்தின் சிலைக்குச் சென்றேன். சிலையைச் சுற்றி வட்டமான பிளாட்ஃபார்ம் எழுப்பப்பட்டு, ஊதுபத்திகள் படைக்கப்பட்டிருந்தன. பெண் தெய்வத்தின் முகம் அழகும் அமைதியும் பொருந்திக் காணப் பட்டது. அவள் வலது கையில் ஒரு தாமரை மலர் ஏந்திக் கொண்டிருந்தாள். தாமரைப்பூ சிற்பமல்ல. நிஜத் தாமரை மலர் அவள் கையில் பொருத்தப்பட்டிருந்தது. அச்சிலையைப் பிரதக்ஷிணம் பண்ணினேன். அது தாரா தேவியின் சிலையாக இருக்கலாம் என்பது என் யூகம்.

வலப்புற நீலப் பகோடாவை நோக்கி நடக்க ஆரம்பித்தேன். மஞ்சள் டாக்ஸிக்கு அருகே ஓர் ஆள் சிகரெட் புகைத்துக் கொண்டிருந்தான். அவனைத் தாண்டி நடந்துசென்ற ஒரு யுவதி கையிலிருந்த ஏதோவொன்றை ஒரு குப்பைத் தொட்டியில் போட்டாள். இங்கு எதற்காக வந்தேன்? என்ன சாமி என்று தெரியவில்லை. இதெல்லாம் என்ன என்று விளக்குவதற்கும் யாரும் இல்லை. கூட்டம் அலைமோதும் நம்மூர்க் கோயில்கள் சிலவற்றில் அமைதி மருந்துக்குக்கூட இருக்காது. இந்தக் கோயிலில் தவழும் அமைதியை அனுபவிக்கலாமே...

நீல நிற பகோடா பின்னாளில் கட்டப்பட்டது என்பது அருகில் சென்றதும் விளங்கியது. ஏற்கெனவே இருந்த புத்தர் கோவிலின் மேல் ஆடை போன்று புதுக் கோபுரம் கட்டப்பட்டுள்ளது. உள்ளே மூன்று புத்தர் சிலைகள் இருந்தன; தியானம் செய்யும் கோலத்தில். நடுச் சிலையின் முன்னால் கொலு வைத்தது போன்று சிறிதுசிறிதாக சிரிப்புப் புத்தர்கள். சன்னிதியில் நுழைய முடியாதவாறு தடுப்புகள் போடப்பட்டிருந்தன. கை கூப்பிச் சில நொடிகள் நின்றிருந்தேன்.

கோயில் வளாகத்துள் நிலைத்த அமைதியில் மனம் லயித்துப் போனது. புத்தர் சன்னிதிக்கு வெளியே வந்து வலப்புற வாயில் வழியாக வெளியே வந்தேன். இருபுறங்களிலும் வெள்ளை யானைச் சிற்பங்கள். பரவியிருந்த புல் தரையில் வெண்ணிறத்தில் செதுக்கப் பட்ட சிறுசிறு சிரிப்புப் புத்தர்கள். மொபைல் காமிராவை எடுத்து வெள்ளை யானையைப் புகைப்படம் எடுக்கலாமா என்ற எண்ணத்தைக் களைந்து கோயிலின் வலப்புறம் இருந்த இன்னொரு சிறு கட்டிடத்துக்குள் நுழைந்தேன். ஈரடுக்குக் கட்டிடத்தின் முதல் அடுக்கு கல்யாண மண்டபம் போன்று தோற்றமளித்தது. உள்ளே என்ன இருக்கிறது என்று பார்க்க முடியவில்லை. கண்ணாடி பதிக்கப்பட்டிருந்தாலும் என் பிரதிபலிப்பே அதில் தெரிந்தது. ஒளி ஊடுருவமுடியாத கண்ணாடிக் கதவு.

இறங்கி வலப்புறமாக மேலும் நடந்தேன். கண் முன்னால் பிரம்மாண்டமான சிரிக்கும் புத்தர் சிலை. திடீரென இவ்வளவு பெரிய சிலை இங்கே இருக்கிறது என்று இவ்வளவு அருகில் வந்த பிறகுதான் எனக்குத் தெரிந்தது. சிரிக்கும் புத்தர் உட்கார்ந்திருந்தார். பொன்னிறம். அவர் தொப்புள் இருக்கும் இடத்தில் துளை. ஒரு காலை மடித்தும் இன்னொரு காலை குந்த வைத்தும் உட்கார்ந்திருந்தார். அவரது ஒரு கையில் ஜப மாலை இருந்தது. அவரின் கால் விரல்கள் அழகாகச் செதுக்கப்பட்டிருந்தன. அவர் காதுகள் இரண்டும் பெரிதாக, அடிப்பாகம் மடிந்து தோள்களில் படர்ந்திருந்தன. வயிற்றின் மடிப்புகளும் நெற்றியின் சுருக்கங் களும் இரட்டை மோவாய்க்கட்டைகளும் தெளிவுறச் சித்திரிக்கப் பட்டிருந்தன.

சிரிப்புப் புத்தரைப் பார்த்ததும் ஒரு வித பிரமிப்புணர்ச்சியை எய்தியதாக உணர்ந்தேன். புற்கள் சரிசமமாக வெட்டப்பட்ட பாதையில் வலம் – இடமாகப் புத்தரைச் சுற்றி நடந்தேன். புத்தருக்குப் பின்னால் இருந்த மரத்தடியில் பழுப்பு வண்ணப் பூனையொன்று தன் கூரிய கண்களால் நான் நடந்துபோவதைப் பார்த்துக்கொண்டிருந்தது. முன்புறக் கால்களில் ஒன்றைத் தூக்கிமடித்துக்கொண்டு மரத்தின் மீது சாய்ந்தவாறு ஒய்யாரமாய்

டைசுங் நகரில் ஒரு புத்தர் கோயில் 71

இருந்தது. அதன் அருகில் சென்றால் அது ஓடிவிடும் என்பதால் கொஞ்சம் தள்ளி நடந்தேன்.

புத்தரின் இடப்பக்கத்தில் ஜன்னல்கள்போல சில ஓட்டை களைக் கண்ணாடியால் மேவியிருந்தார்கள் புத்தர் சிலையின் உள்ளுக்குள்ளே படிகள் அமைக்கப்பட்டிருக்கலாமோ?

புத்தர் சிலையின் எதிரே ஒரு சிறு செயற்கை ஓடை அமைக்கப் பட்டிருந்தது. பாறைகள் பதிக்கப்பட்டு அவ்விடத்தில் உட்கார்ந்து நீர் நிலையைப் பார்க்க வசதி செய்யப்பட்டிருந்தது. சில நிமிடங்கள் அங்கே அமர்ந்திருந்தேன். ஆரஞ்சு நிறத்திலும் வெள்ளை நிறத்திலும் மீன்கள் சிறியதும் பெரியதுமாக நீந்திக்கொண் டிருந்தன. பாறையில் என் கால்களைத் தொங்கப்போட்டு உட்கார்ந்திருந்ததால் எல்லா மீன்களும் என் காலுக்குக் கீழே நீந்தின. பின்னர் நான் எழுந்து இன்னொரு பாறைக்குப் பின்னால் நின்றபோது அந்த மீன்கூட்டம் அதே பாறை முன்னால் வந்து நீந்தின. பழக்கமா? நான் பொரியோ அல்லது உணவோ போடுவேன் என்ற எதிர்பார்ப்பா?

மீன்களைப் பார்த்தவாறு அமைதியில் ஆழ்ந்தேன். வளாகச் சுவர்களைத் தாண்டிப் பல்லடுக்கு மாடி அபார்ட்மென்ட் கட்டிடம் இருந்தது. எல்லா வீடுகளின் ஜன்னல்களும் மூடி யிருந்தன. பால்கனிகளில் ஒருவரும் தென்படவில்லை. ஏர் – கண்டிஷனர்களின் பின்புறங்கள் நீண்டிருந்தன. பக்கத்தில் எங்கோ இருந்த விளையாட்டு மைதானத்திலிருந்து சிறுவர்களின் சத்தம் கேட்டது. டப் டப் என்று பந்து தரையில் மோதி எழும்பும் ஓசை. கூடைப்பந்தாட்டமாக இருக்கலாம்!

நீர்க்குட்டைக்குக் கொஞ்சம் தள்ளியிருந்த பெஞ்சில் உட்கார்ந்து சிரிக்கும் புத்தரின் ஆஜானுபாகுவான உருவத்தை நோக்கிக்கொண்டிருந்தேன். அமைதியை நிறைக்கும் சூழலை எது உருவாக்கியது? யாருமிலாத கோயில், பிரம்மாண்டமான சிலை, உலவும் பூனை, அலைவுறும் மீன்கள் – இவைதானா? கவனமாற்றம் விளைவிக்காத புரியா மொழி பேசும் அன்னிய நாடு, தற்காலிகமாகவேனும் இணைப்புகளிலிருந்து தூரப்படுத்தும் பயணம் – இவையா?

அப்போதுதான் அம்முதியவரைப் பார்த்தேன். மண்ணைக் கொத்திக்கொண்டிருந்தார். புல்விதைகள் விதைக்கப்படத் தயாராக இருந்தன. அவர் முதுமைக்கால வாய்ப் பொக்கையுடன் இருந்தார். சட்டையணியாத உடம்புடன் ஓசையெழுப்பாது தன் வேலையில் ஆழ்ந்திருந்தார். கால் சட்டையை முட்டிவரை

மடக்கிவிட்டிருந்தார். அவர் முதுகைத் திருப்பி வேலை செய்யும்போது அவரின் கழுத்துக்குப் பின்புறம் மேல்முதுகில் பச்சை குத்தப்பட்ட சிரிக்கும் புத்தர் கண்களுக்குத் தெரிந்தது. கழுத்தில் வழிந்த வியர்வைத் துளிகள் பட்டுப் பச்சை குத்தப்பட்ட புத்தர் உருவம் மினுமினுத்தது. இன்னொரு தரிசனம்!

மணி ஐந்தாகப் பத்து நிமிடங்கள் இருந்தன. ஓட்டலுக்குத் திரும்ப வேண்டும். கேட்டுக்கு வெளியே டாக்ஸி பிடிப்பதற்காக நின்றபோது மழை பெய்யத் தொடங்கியது. குடையை விரிப்பதற்குள் தொப்பலாக நனைந்துவிட்டேன். ஒரு டாக்ஸி வந்து என்னருகே நின்றது. ஏற்கனவே பார்த்த சுவஸ்திக் தகட்டின் மேல் என் பார்வை விழுந்ததும், ஓட்டுனர் என்னைப் பார்த்து நான் தங்கியிருக்கும் ஓட்டலின் பெயரைச் சொன்னார். நான் புன்னகை செய்தேன். ஓட்டுனரும் புன்னகையுடன் காரை செலுத்தலானார்.

அணி விருந்து

விற்பனை அணி பொருட்காட்சிக்காகத் தயாராகிக்கொண்டிருந்தது. வயதிலும் அனுபவத் திலும் மூத்தவனான பார்த்திபன் பதற்றத்தில் இருந்தான். கடைசி நேரத்தில் குளிர்சாதனப் பெட்டி கிடைக்கவில்லை என்று சாவடியை நிர்மாணிக்கும் நிறுவனம் கைவிரித்துவிட்டது. மும்பை நகரின் தொலைபேசி மஞ்சள் பக்கங்களைத் தேடி சிலரைத் தொடர்புகொண்டு குளிர்சாதனப் பெட்டி வாடகைக்குக் கிடைக்குமா என்று கேட்டுக்கொண் டிருந்தான். பார்த்திபனுக்கு இணையாக மூத்த விற்பனை மேலாளராக இருக்கும் ஹரி, வழக்கம் போல் பட்டும்படாமலும் இருந்தான். வாடிக்கை யாளர்களிடம் வியாபாரத்துக்காக பேசுவது தவிர நிறுவனத்தின் இதர உள் நடவடிக்கைகளில் பங்களிப்பு செய்வதில் அவன் துளியும் விருப்பம் காட்டியதில்லை. ஆனாலும் சுயமுக்கியத்துவம் தேடும் வேட்கை அவனுள் சதா இருக்கும்; அப்படி இருப்பதனாலோ என்னவோ தேடுவது அவனுக்குக் கிடைத்துவிடுகிறது. ஹரியின் மனநிலை கலையாமல் வைத்திருப்பதில் போஸ் அதீத கவனம் செலுத்துவார்.

பார்த்தி(பார்த்திபனின் சுருக்கம்)யின் மேற் பார்வையில் வேலைசெய்யும் ரௌனக், வாடிக்கை யாளர்களுக்கு மின் – அழைப்பிதழ்கள் அனுப்பிக் கொண்டிருந்தான். ரௌனக் வேலையில் சேர்ந்த முதல் நிறுவனம் இதுதான்; விற்பனைத் திறத்தின் முதல் படிகளைப் பார்த்தியிடமிருந்து கற்றதனால் ரௌனக்கிற்கு பார்த்தியின் மேல் பரிவுடன் கூடிய மரியாதை இருந்தது. பார்த்தி அளிக்கும் பணிகளைச் "செய்யமாட்டேன்" என்று சொல்வதில்லை.

ஹரியின் துணையாக இயங்கும் அனில், நிறுவனத்தில் வேலையில் சேர்ந்த நாள்முதல் ஒரே வாடிக்கையாளரின் மேல் மட்டும் கவனம் செலுத்துகிறான் என்ற பெயர் இருந்தது. அந்நிறுவனத்துக்கு விற்ற பண்டத்தில் ஏதோ தரக்குறைவு ஏற்பட்டு, அதன் காரணமாக அளவற்ற பதற்றத்தில் இருந்தவன் ஒரு வாரம் முன்னதாக திடீரென தன் வேலையை ராஜினாமா செய்துவிட்டான்; அது உடனே ஏற்கப்பட்ட காரணத்தால் அனிலைப் பொருட்காட்சிக்குக் கூட்டிக்கொண்டு போகமுடியாத நிலை உருவானது. பார்த்தியின், ரௌனக்கின் தலையில் எல்லாப் பணிகளும் விழுந்தன.

விற்பனை அணியில் மேலும் இருவர் உண்டு; சுசிதா – நிறுவனத் தலைவரும் விற்பனை அணியின் பொதுத் தலைவருமான போஸ்'ஸினால் நேரடியாக நியமிக்கப்பட்டவள். விமானப் பயணத்தில் சகப்பயணியாக அமர்ந்து அறிமுகமானவள் என்று போஸ் யாரிடமோ சொல்லிக் கொண்டிருந்ததை ஹரி ஒருமுறை கேட்டிருந்தான். அதற்குப் பிறகு போஸ் அச்சந்திப்பைப் பற்றி யாரிடமும் பிரஸ்தாபித்ததாக அறிக்கை இல்லை. மாறாக, நிறுவனத்தின் வேலை நியமன ஆலோசகர் ஒருவர் வாயிலாக அறிமுகமானவர்தான் சுசிதா என்று கிளிப்பிள்ளைபோல எல்லோர் காது பட உரைத்துக்கொண்டிருப்பார் போஸ்.

சுசிதா விற்பனை அணியின் ஓர் அங்கமாக தன்னைக் காட்டிக்கொள்வதில் விருப்பமற்று இருந்தாள். வாய்ப்பு கிடைக்கும்போதெல்லாம் போஸ்ஸின் அறைக்குச் சென்று அளவளாவிக் கொண்டிருப்பாள். இளையவர்களான அனிலையும் ரௌனக்கையும் முழுக்க முழுக்க ஹரியின், பார்த்தியின் மேற்பார்வையில் விட்டுவிட்ட போஸ், சுசிதாவைத் தன் நேரடிப் பார்வையில் வைத்துக்கொண்டது போன்ற ஒரு பாவனையைச் செய்தார். அதிகாரப்பூர்வமாக சுசிதா இருப்பது ஹரியின் நேரடிக் கண்காணிப்பில், ஆனால் ஹரியிடம் பேசவே பயமாக இருக்கிறது என்று சக–ஊழியர்களிடம் சுசிதா சொல்லிக்கொண்டிருந்தாள்.

விற்பனை அணியில் புதிதாகச் சேர்ந்திருக்கும் இன்னொரு யுவதி மௌஷுமி. அவளுக்கு யார் சூப்பர்வைசர் என்று எவருக்குமே தெரிந்திருக்கவில்லை. வேலையில் சேர்ந்த ஒரு வாரத்துக்குத் தினமும் தன் அறைக்குக் கூப்பிட்டு பேசிக்கொண்டிருந்த போஸ் பிறகு அவளைக் கூப்பிடவில்லை. பார்த்தி, ஹரி இருவரிடமும் வேலை சம்பந்தமான ஆலோசனைகளைச் செய்வாள். அதிகாரப் பூர்வமாக சொல்லப்படாதவரை அவளை யார் வழிப்படுத்துவது என்பதில் இரு மூத்த மேலாளர்களுக்கும் குழப்பம்.

வசீகரமில்லாத, முகப்பொலிவற்ற தோற்றம் கொண்டிருந்த மௌஷ்மி ஆரம்பத்தில் மிகச்சாதாரணமான நடுத்தர வர்க்க உடைகளை அணிந்துகொண்டிருந்தாள். இப்போதெல்லாம் நவீன உடைகளை அணிந்துவருகிறாள். "விற்பனைத் துறையில் சேரும் பெண்கள் அதிர்ஷ்டசாலிகள்; அவர்களுக்கு நேரடி மேற் பார்வையாளர்கள் தேவைப்படுவதில்லை; பெரிய தலைவரின் கடைக்கண் பார்வை சதா அவர்கள் மேல் விழுந்தவண்ணம் இருக்கும்" என்று ரௌனக் அடிக்கடி அனிலிடம் சொல்லிக்கொண்டிருப்பான்.

சுசிதாவும் மௌஷ்மியும் ஒருவருடன் ஒருவர் அதிகம் பேசிக்கொள்வதில்லை; இன்னது என்று வரையறுக்கமுடியாத அமைதிப்போர் இருவருக்கும் நடுவில். அவ்வப்போது மௌஷ்மி யின் பொருத்தமில்லாத ஆடை அலங்காரத்தைப் பற்றி கேலி யுடன் மற்றவர்களிடம் பேசிக்கொண்டிருப்பாள். ஆண்களின் மேலாதிக்கம் மிகுந்த விற்பனை அணியில் இருந்த இந்தப் பெண்களுக்கிடையில் ஏனிந்த தொலைவு என்பது புரியாத புதிராகவே இருந்தது.

பார்த்தி ஒரு வழியாகக் குளிர்சாதனப் பெட்டிக்கு ஏற்பாடு செய்துவிட்டான். பொருட்காட்சிக்கு முந்தைய தினம் ஒப்படைக்கப்பட்டுவிடும். சாம்பிள்களையும் நிறுவனம் தயாரிக்கும் பண்டங்கள் பற்றிய துண்டுப் பிரசுரங்களையும் பேக் செய்து கொண்டிருந்தபோது போஸ் அவனருகில் வந்து ஏற்பாடுகள் குறித்து விசாரித்தார். பார்த்தியின் பதிலை முழுக்கக் கேட்காமல் அவனை இடைமறித்து "ஹரி எங்கே?" என்று வினவினார். ஹரி அழைக்கப்பட்டான். கூடவே ரௌனக்கும்.

வியாழன் இரவு மும்பை ஓட்டலில் பார்ட்டி பற்றித் திட்டமிட்டார்கள். என்ன பிராண்ட் விஸ்கி வாங்குவது என்று முடிவு செய்யப்பட்டது. பார்த்திக்கு மதுவருந்தும் பழக்கம் இல்லாததால் அவ்வுரையாடலில் தனித்து விடப்பட்டான். இளைய விற்பனை அதிகாரி ரௌனக் மும்பை வந்திறங்கியதும் விமான நிலைய மதுக்கடையில் மது வாங்கும் வேலையை ஏற்றுக்கொண்டான். பிறகு பெண்கள் மது அருந்துவார்களா என்ற கேள்வி எழுந்தது. அதற்குள் அங்கு ஏற்கனவே வந்து நின்றிருந்த சுசிதாவும் மௌஷ்மியும் சங்கடப் புன்னகை பூத்தார்கள். சுசிதா, "நான் குடிக்கறதில்லை" என்றாள். மௌஷ்மி ஒன்றும் சொல்லவில்லை. "அப்போ நீங்க ரெண்டு பேரும் பார்த்தியோட சேர்ந்து சர்க்கரைப் பாகு தண்ணி குடிங்க" என்று உதட்டைக் கோணி பேச்சு நடையில் பிரிட்டிஷ் ஆங்கிலத்தை வரவழைத்தார் போஸ். எல்லோரும் சிரித்தார்கள். பார்த்திக்குச்

சிரிப்பு வரவில்லை. பிசினஸ் கார்டு இருந்த சிறு பெட்டியை எடுத்து அட்டைப் பெட்டிக்குள் போட்டான்.

வியாழனன்று தொடங்கும் பொருட்காட்சிக்கு ஒரு நாள் முன்னதாகவே பார்த்தியும் ரௌனக்கும் மும்பை சென்று பொருட்காட்சிச் சாவடியை நிர்மாணம் செய்யும் பணிகளை மேற்பார்வை செய்யும் பொறுப்பை ஏற்றுக்கொண்டிருந்தார்கள். ஹரியும் முன்கூட்டியே வந்தால் உதவியாக இருக்கும் என்று பார்த்தி பலமுறை சொல்லியும் ஹரி போஸ்ஸிடம் நேராகப் பேசி வியாழன் காலை நேராகப் பொருட்காட்சி தொடங்கியபிறகு வந்து சேரும் ஒப்புதலைப் பெற்றிருந்தான். வடநாட்டு பண்டிகைகள் பற்றிய விபரங்கள் அதிகம் அறிந்திராத பார்த்தியிடம், “புதனன்று விஸ்வகர்மா பூஜை; நான் வீட்டில் இருப்பது அவசியம்” என்று பொய் சொல்லியிருந்தான்.

ரௌனக் மும்பை விமான நிலையத்தில் ஏழு வருடம் பழையதான சிறப்புப் பதிப்பு விஸ்கி பாட்டிலொன்றை வாங்குகையில் பார்த்தி ஆர்வமில்லாமல் மதுக்கடைக்கு வெளியே நின்றிருந்தான்.

பொருட்காட்சி ஏற்பாடுகள் ஒழுங்கற்று இருந்தன. பார்த்தி சொன்னபடி கான்ட்ராக்டர் சாவடியை எழுப்பவில்லை. நிறைய மாற்றங்கள் செய்யவேண்டியிருந்தன. சாவடிக்கு வலப்புறம் டாய்லெட் அமைந்திருந்தது. வலப்புறம் தகடுகளால் சுவர் எழுப்ப ஏற்பாட்டாளர்களிடமிருந்து அனுமதி கிடைக்கவில்லை. பார்த்தியும் ரௌனக்கும் வாக்குவாதம் செய்து அனுமதி வாங்கினார்கள். சாவடிக்கு இருபத்து நான்கு மணி நேர மின்சாரம் தேவையாக இருந்தது. குளிர்சாதனப் பெட்டிக்குள் குளிர்ப் பொருட்கள் காட்சிக்கு வைப்பதாகத் திட்டம். ஏற்பாட்டாளர்கள், “இருபத்தி நான்கு மணி நேர மின்சாரத்திற்கு நீங்கள் முன்பதிவு செய்யவில்லை” என்றார்கள். பார்த்தி இரு வாரம் முன்னர் அவர்களுக்கு அனுப்பியிருந்த மின்னஞ்சலைத் தன் கைத்தொலைபேசியில் காண்பித்தான். ஒரு வழியாக மாலை ஆறு மணிக்கு இருபத்து நான்கு மணி நேர மின்சார இணைப்பு கொடுக்க ஒப்புக் கொண்டார்கள். குளிர்சாதனப் பெட்டி மாலை ஏழு மணிவரை வரவில்லை. வாடகைக்குக் கொடுப்பதாகச் சொன்னவரைப் பார்த்தி பலமுறை தொடர்பு கொண்டான். மாலை ஏழு மணியாகியும் குளிர்சாதனப் பெட்டி வந்தபாடில்லை. ரௌனக் தொலைபேசியில் சத்தம் போட்டு கத்தியபோது இரவு பத்துமணிக்குக் கிடைக்கும் என்று பதில் வந்தது.

பார்த்தியும் ரௌனக்கும் ஓட்டலுக்கு வந்து செக்–இன் செய்தார்கள். ஒரு குளியல் போட்டுவிட்டு காஃபி ஷாப்பில் இரவு உணவு உண்டுகொண்டிருக்கையில் போஸ் வந்தார். இருவருக்கும் ஆச்சரியம். போஸ் அடுத்த நாள் காலையில் வருவதாகத்தான் முதலில் சொல்லியிருந்தார். "அதிகாலையில் விமானம் பிடித்து மும்பை வந்துசேர நான்கு மணிக்கே எழுந்துவிட வேண்டும்; அதனால்தான் இரவே வந்துவிட்டேன். நிம்மதியாகத் தூங்கிப் பொருட்காட்சியில் புத்துணர்ச்சியுடன் இருக்கலாம் பாருங்கள்" என்றார் போஸ். மூவரும் சேர்ந்து உணவுண்டார்கள். பத்தரை மணியளவில், "பொருட்காட்சித்திடலுக்குச் சென்று குளிர்சாதனப் பெட்டி வந்துவிட்டதா என்று பார்க்க வேண்டும்" என்று பார்த்தி, ரௌனக்கைத் துணைக்கு அழைத்துக்கொண்டு கிளம்பினான்.

திடலுக்குச் சென்றபோது குளிர்சாதனப் பெட்டி சாவடியில் இருந்தது. அது சரியாக வேலை செய்கிறதா என்று சரி பார்த்தார்கள். இருபத்து நான்கு மணி நேர மின்சார இணைப்பு குளிர்சாதனத்துக்கு கொடுக்கப்பட்டது. ஏற்பாட்டாளர்கள் சாவடிகளின் வரிசைகளுக்கிடையில் இருக்கும் நடைபாதையில் கம்பளத்தை விரிக்கும்வரை பார்த்தியும் ரௌனக்கும் திடலிலேயே இருந்தார்கள். அறைக்குத் திரும்பியபோது மணி ஒன்று.

பார்த்தி அடுத்த நாள் காலை எட்டு மணிக்கு முந்தைய தினம் ஓட்டலின் குளிர்சாதனப் பெட்டிக்குள் வைத்த சாம்பிள்களை எடுத்துச் சென்று கண்காட்சிச் சாவடியின் குளிர்சாதனப் பெட்டிக்குள் அடுக்கி, சாவடியைச் சுத்தப்படுத்தி, பாம்ப்ளெட்டுகளை ஸ்டாண்டில் இட்டு வருகையாளர்களை வரவேற்கத் தயாராக நின்றபோது ரௌனக் வந்தான். அடுத்த ஐந்து நிமிடங்களில் ஹரியும் மௌஷுமியும் சுசிதாவும் மும்பை விமான நிலையத்திலிருந்து நேராக பொருட்காட்சித் திடலுக்கு வந்தனர். போஸ் சிவந்த விழிகளுடன் நடுப்பகல் பன்னிரண்டு மணிக்கு வந்தார்.

முதல் நான்கு மணி நேரம் பார்வையாளர்களின் வருகை மிக அதிகமாக இருந்தது. விற்பனை அணி உற்சாகத்துடன் வருகையாளர்களுடன் பேசியது. விருப்பம் காட்டியவர்களுக்கு மாதிரிகளைக் கொடுப்பதும், சுவையறிய வைப்பதுமாகக் கழிந்தது. போஸ் சாவடிக்குள் இருக்கையில் அமர்ந்து கைத்தொலைபேசியில் குறுஞ்செய்தி அனுப்பியவாறும் பேசிக்கொண்டும் இருந்தார். சுசிதா மைய மேஜைக்கருகில் வெகுநேரமாக நின்றுகொண்டிருப்பதைப் பார்த்து அவளைத் தனக்கருகில் போடப்பட்டிருந்த இருக்கையில் களைப்பாறச் சொன்னார். "உஹும்" என்று தொண்டையில் சத்தமேற்படுத்தி ரௌனக், பார்த்தியிடம் வந்து "பாத்தீங்களா?" என்று மெலிதாகச் சிரித்தான்.

ஹரி சுறுசுறுப்பாக வருகையாளர்களுடன் தொடர்ந்து பேசிக்கொண்டிருந்தான். மௌஷுமி சாவடியின் சாம்பிள்களை ஒழுங்குபடுத்துதல், சுவைக்கும் குச்சிகளைக் குப்பைத் தொட்டிக்குள் இடுதல், மைய மேசையை அவ்வப்போது சுத்தம் செய்தல் போன்ற காரியங்களைச் செய்தவாறிருந்தாள்.

ஹரியும் போஸூம் சாவடிக்கு வெளியே நின்றவாறு சற்றுநேரம் பேசிக்கொண்டிருந்தார்கள். வெவ்வேறு வாடிக்கையாளர்களைப் பற்றியதாய் அவர்களின் பேச்சு இருந்தது. மதியத்துக்குப் பிறகு பார்த்தி சூழலிலிருந்து விலகியவன்போல் காணப்பட்டான். ரௌனக் "என்ன ஆச்சு? ஏன் மூட் அவுட்?" என்று கேட்டபோது ஒன்றும் சொல்லாமல் பார்த்தி புறக்கணித்தான். சிறிதுநேரம் கழித்து ஹரியும் அதையே கேட்டபோது, "மிகவும் களைப்பாக இருக்கிறது" என்று சொன்னான்.

போஸ் பார்த்திக்கு அருகே வந்து நின்றபோது, "பாஸ், எனக்கு இன்று மாலை கொஞ்சம் பர்சனல் வேலை இருக்கு; போரிவலில இருக்கற என் சகோதரன் வீடுவரை போகணும்" என்றான் பார்த்தி. போஸ், "இன்னிக்கு டீம் டின்னர் கம் பார்ட்டி இருக்கே... அத விட்டுட்டு ஏன் போகணும்? நாளைக்குப் போ" என்று சொன்னார். "சார் எனக்கு குடிக்கற பழக்கம் கிடையாது; பார்ட்டிக்கு வந்து நான் என்ன பண்ணப் போறேன்?" என்று பார்த்தி சொன்னதும், "ஒரு சீனியர் மாதிரி பேசு பார்த்தி, டீம் ஸ்பிரீட் ரொம்ப இம்பார்டென்ட். ஸோ, ஜாய்னிங் தி பார்ட்டி இஸ் எ மஸ்ட்... சேஞ்ச் யுவர் ப்ரோக்ராம்!" என்று சொல்லி நகர்ந்தார். போஸ்ஸின் பதில் கடுமையாகவும் நேரடியாகவும் இருந்தாலும் அவர் உதட்டின் சிறு புன்னகை மாறாமல் இருந்தது. கொஞ்சம் தள்ளிநின்று யாரேனும் அவரை நோக்கினால் புன்னகை தவழ சாதாரணமானதோர் உரையாடலில் ஈடுபட்டிருக்கிறார் என்றே நினைப்பார்கள்.

சுசிதாவும் போஸூம் மொபைலும் கையுமாக யாருக்கோ செய்தி அனுப்பியவண்ணம் இருந்தார்கள். ரௌனக்கும் சுசிதாவும் போஸூம் மதிய உணவு உண்ண வெளியே சென்றபோது ஹரியும் மௌஷுமியும் வருகையாளர்களிடம் அளவளாவினார்கள். பார்த்தி முகத்தைத் தூக்கி வைத்துக்கொண்டு வெறுமனே ஒன்றும் செய்யாமல் உட்கார்ந்திருந்தான்.

மதிய உணவிற்குப் பிறகு திரும்பிவந்த ரௌனக் "பார்த்தி ஏன் அப்செட்?" என்று போஸ் அவனைக் கேட்டதாகச் சொன் னான். அதற்கு அவன் என்ன பதில் சொன்னான் என்பதை அறிய பார்த்தி ஆர்வம் காட்டவில்லை.

பொருட்காட்சி நேரம் முடிவடைய அரை மணி நேரம் இருந்தது. பவாய் செல்ல எத்தனை மணிநேரம் பிடிக்கும் என்று சுசிதா பார்த்தியிடம் கேட்டாள். முக்கால் மணி நேரம் ஆகலாம் என்று பதில் சொன்னான். “டீம் விருந்துன்னு சொன்னார் பாஸ். இவ எங்கே பிய்த்துக்கொண்டு ஓடுகிறாள்?” என்று கேட்டான் ரௌனக்.

போஸ் யாருடனோ போனில் ரொம்பநேரம் பேசிக்கொண்டிருந்தார். பின்னர் ஹரியிடம், “ஒருவரை அவசரமாகச் சந்திக்க வேண்டும்; ஒன்பது மணிக்குள்ள ஓட்டலுக்கு வந்துடறேன். எனக்காக ஓட்டல்ல வெய்ட் பண்ணுங்க... பார்த்தி, இங்கருந்து பாந்த்ரா போக எத்தனை நேரம் பிடிக்கும்?” என்று கேட்டார். பார்த்தி, “ஒரு மணி நேரம் ஆகலாம்” என்றதும் சுசிதாவைப் பார்த்து, “உனக்கு பவாய் போகணுமில்லியா ... நான் உன்ன ட்ராப் பண்ணிட்டு பாந்த்ரா போறேன்” என்றார் போஸ்.

சுசிதாவும் போஸும் ஆறு மணிக்குக் கிளம்பிச் சென்றார்கள். மைய மேஜையில் இருந்த சாம்பிள்களை குளிர்சாதனப் பெட்டியில் திரும்பவைக்கும் பணியையும், ஸ்டேஷனரி, கட்டர் போன்ற சாதனங்களை அட்டைப் பெட்டிக்குள் திரும்பவைக்கும் வேலையையும் மௌஷுமியும் ரௌனக்கும் செய்து முடித்தார்கள். பொருட்காட்சித் திடலிலேயே போட்டி நிறுவனத்தில் வேலைபார்க்கும் நண்பனொருவனைச் சந்தித்துவிட்டு ஹரி திரும்பிய பிறகு எல்லோரும் ஓட்டலுக்குக் கிளம்பினார்கள்.

ஓட்டல் திரும்பிச் சென்றவுடன் ரௌனக்கின் அறைக்கு ஹரி வந்தான். பார்த்தியை இன்டெர்காமில் போன் செய்து அழைத்தார்கள். “கொஞ்ச நேரம் கழித்துவருகிறேன்” என்று பதில் கிடைத்தது.

மௌஷுமி பார்டியில் சேர்ந்துகொண்டாள். மினி பாரில் இருந்த வோட்காவை எடுத்து லிச்சிப் பழச் சாற்றில் ஊற்றிக் குடித்தாள். ரௌனக்கும் ஹரியும் விஸ்கி பருக ஆரம்பித்தார்கள். மதுவுடன் சேர்ந்து உண்ண நொறுக்குத் தீனிகளும் தந்தூரி சிக்கன் துண்டுகளும் வரவழைக்கப்பட்டன. சுசிதா எங்கு சென்றிருக்கக்கூடும் என்று கொஞ்சநேரம் வம்பு பேசிக்கொண்டார்கள். மௌஷுமி இருக்கும்வரை ஹரியும் ரௌனக்கும் கண்ணியமாக அவளுடன் உரையாடிக் கொண்டிருந்தார்கள். போஸிடமிருந்து போன் வரவில்லை. மௌஷுமி தூக்கம் வருகிறது என்று தன் அறைக்குச் சென்றாள். ஹரியும் ரௌனக்கும் ரூம் சர்வீஸில் சிக்கன் பிரியாணியும் தந்தூரி ரொட்டியும் பன்னீர் மசாலாவும் வரவழைத்துச் சாப்பிட்டார்கள்.

பதினொரு மணிக்கு கேப்-டிரைவர் ஒருவன் போன்செய்து போஸ் சாரின் இரண்டு கைத்தொலைபேசிகளிலும் சார்ஜ் போய்விட்டதால் அவரால் போன்செய்ய முடியவில்லை; அவர் பாந்த்ராவிலேயே சாப்பிட்டுவிட்டதாகவும் பார்ட்டியில் கலந்து கொள்ள முடியாது என்றும் தகவல் சொன்னான். ரௌனக் "ஹாஹா" என்று சிரித்தான். "பார்த்தி சாரை ரொம்ப மோசமா ட்ரீட் பண்ணிட்டாரு போஸ்; அந்த கோபத்துலதான் பார்த்தி சார் நம்ம ரூமுக்கு வராமே தன்னோட ரூமுலயே இருக்காரு போல" என்று ரௌனக் சொன்னதும், "போஸ் பாஸ் எப்பவுமே அப்படித்தான்" என்றான் ஹரி. பிறகு ஹரி இன்டெர்காமில் பார்த்தியைத் தொடர்புகொள்ள முயன்றான். இன்டெர்காமில் ஒரு பதிலும் இல்லை.

பாட்டிலில் விஸ்கி கொஞ்சம்தான் பாக்கியிருந்தது. அறையின் காலிங் பெல் ஒலித்தது; பார்த்தி அறைக்குள் நுழைந்தான். "விஸ்கி மிச்சம் இருக்கா?" என்று கேட்டான். ரௌனக், "என்ன பாஸ் சொல்றீங்க? நீங்களா கேக்குறது?" என்று ஆச்சரியப்பட்டான். "ஹரி, எனக்கு மிக்ஸ் பண்ணிக்குடு". பார்த்திக்கு ஹரி மிக்ஸ் பண்ணிக் கொடுத்தான். "என்ன பாக்கறீங்க... டீம் பார்ட்டி போயிட்டிருக்குப்பா" என்றபடி கோப்பையைத் தன் வாய்க்குள் கவிழ்த்தினான் பார்த்தி.

திரும்பிவந்த நண்பன்

நிரஞ்சனா நதிக்கரையில் சில ஓடக்காரர்கள் துடுப்பு போடும் சத்தம் கேட்டது.

உள்ளூறை ஞானவெளியின் பிரகாச ஒளியில் தன்னை நிறைத்துக்கொண்டு போதி மரத்திலிருந்து நூறடி தள்ளியிருந்த ஓடையின் முன் உட்கார்ந் திருந்தார். சித்ரா பௌர்ணமியன்று இரவின் மூன்றாம் பகுதிக்குப் பிறகு எல்லாம் மாறிவிட்டன. துக்கத்தின் சுவடுகள் அடியோடு அழிக்கப்பட்டுவிட்டன. துயரங்கள் எல்லாமே மனதின் போக்குகள் என்பது, அனுபவபூர்வ ஞானம் வாயிலாக தெள்ளத் தெளிந்து விட்டது.

ஒருவாரம் முன்னர் நான் எதை உணர்ந்தேன்? பலமுறை எண்ணத்தில் எழுந்த கேள்விகளுக்குக் கிட்டிய பதில்களை உலகத்தார்க்கு எங்ஙனம் விளக்குவேன்? ஏன் விளக்க வேண்டும்? நீடிக்கும் ஆனந்த உணர்வில் உறைந்த வண்ணம் ஜீவிதத்தைக் கழித்துவிடலாம்தான். இனிமேல் அவதரிக்கப் போவது மில்லை. என்னைக் காண்பவர்கள் என் தேஜஸை உணர்ந்து மரியாதை தரக்கூடும்; ஆனால் என்னுள் ளிருக்கும் ஞானவொளியின் பிரகாசத்தை மற்ற மானிடர்களுக்கு நான் எப்படி அறியத் தருவது? அப்படி தந்தாலும் அவர்கள் அதைப் பெறுதல் சாத்தியமா?

ஞானம் பெற்று துக்கங்களை வென்றவருக்கும் சிறு குழப்பம்! போதி மரத்தின் இலைகள் இளங் காற்றில் ஆடி ஓசையெழுப்பின. புத்தர் தன் உள் நிறை அமைதியில் அடங்கியவாறே கண்மூடி இருந்தார்.

பரந்த அமைதியின் பரமானந்தத்தில் ஜகத் சித்திரங்கள் தோன்றத் தொடங்கின. நிலையுற்று இருப்பதுபோல தோற்ற மளிக்கும் பிரபஞ்சத்தின் நிலையற்று இயங்கும் உண்மைத் தன்மை காட்சிகளாக புத்தருள் மனக்கண்ணுள் எழுந்தன. மண்ணோடு ஒட்டி எங்கும் நகராமல் இருக்கும் ஒரு மரம்கூட மாறிக்கொண்டும் உயிரோடு இயங்கிக்கொண்டும் இருப்பதை அவர் தன் ஞானக்கண்கொண்டு பார்த்தார். பிறப்பது, வளர்வது, மறைவது... பிறகு மீண்டும் பிறப்பது... வாழ்க்கை முடிவுறாமல் தொடர்ந்த வண்ணம் இருக்கிறது. பிரபஞ்சம் தொடர் இயக்கத்தில் களிநடனம் புரிந்தவாறு எண்ணற்ற யுகங்களாக இயங்கிக்கொண்டே இருக்கிறது. ஒரு வினாடிகூட இயக்கமின்றி எந்தப் பொருளும் இருப்பதில்லை. தேக்கமோ இளைப்பாறுதலோ பிரபஞ்சத்தின் எந்த ஓர் உயிர்க்கும் பொருளுக்கும் வாய்த்திருக்கவில்லை. எழுவதும் விழுவதும் தோன்றுதலும் மறைதலும்... கருமத் தொடர்புகளின் செயலாக்கத்தின் வழியாக முடிவிலா மாற்றச் சுழற்சியில் பிடிபட்ட உயிர்கள்! ஓடிக்கொண்டிருந்த காட்சிகளை யாரோ துண்டித்தார்கள். காட்சிகள் மறைந்து மெலிதான மயக்கமூட்டக்கூடிய குரலொன்று பேச ஆரம்பித்தது.

"நான் உன் பாதுகாவலன். மிகக் கடினப்பட்டு நீ அடைந்த நிர்வாணத்தின் ஆனந்தத்தில் திளைத்திரு. உலக மானிடர்களால் எளிதில் புரிந்துகொள்ளத் தக்கதா நீ அடைந்தது? உன்னுள் ளிருக்கும் ஞானவொளி சாதாரண மானிடர்களின் பார்வையைக் கூச வைக்கும் என்பதை மனதில் வைத்துக்கொள்".

சித்ரா பௌர்ணமி இரவின் இரண்டாவது பகுதியில் உள்புகுந்து மனதை அசைத்த மாரனின் குரல்தான் அது என்பதைப் புத்தர் புரிந்துகொள்கிறார். கவனத்தை மாரனின் குரலிலிருந்து அகற்றுகிறார். அதல பாதாளத்திலிருந்து கேட்பதுபோல அவன் குரல் சன்னமாக ஒலிக்கிறது. சுவாசத்தைக் கவனிக்கிறார். அமைதிக் கடலில் கல்லை விட்டெறிந்து பார்த்திருக்கிறான் மாரன்! கல் அடிவாரத்துக்குச் சென்று மறைந்துவிடுகிறது. கடலின் பரப்பில் மீண்டும் அமைதி தவழ்கிறது.

சில கணங்களில் இன்னொரு குரல் பேசுகிறது. மெலிதான வசீகரமான குரலல்ல! வயது முதிர்ந்த ஒருவனின் குரல் போல இந்தக்குரல் ஒலித்தது. சித்ரா பௌர்ணமியன்று ஒலித்த போது அந்தக் குரல் 'பிரமன்' என்று தன்னை அடையாளப் படுத்திக்கொண்டது.

பிரமன் "நீ உன் உலக வாழ்க்கையைத் துறந்ததன் குறிக்கோள் உனக்குள்ளேயே அமைதியுற்று இருப்பதல்ல. இந்த அமைதியை உலகத்தார் எல்லாருக்கும் தன் பிரசன்னத்தாலும் சொற்களாலும் வழங்குவதற்காகவே உனக்கு இந்த அனுபவ அறிவு வழங்கப்

பட்டிருக்கிறது. ஹ்ம்ம்... செல்... மனிதர்களிடம் உன் ஞானத்தைப் பகிர்ந்துகொள்" என்று சொன்னான்.

புத்தர் கண்களைத் திறந்தபோது ஓடைக் கரையில் ஐந்து வாத்துகள் மண்ணைக் கொத்திக்கொண்டிருந்தன. அவற்றின் நாசியின் விளிம்பிள் கறுப்பான ஈர மண் துறுத்திக்கொண்டிருந்தது.

அடுத்த நாள் விடிகாலை வடமேற்குத் திசை நோக்கி நடக்கலானார்.

◐

மான் பூங்காவில் இருக்கும் ஒதுக்குப்புறமான சிறு குடிலில் அந்த ஐந்து துறவிகளும் இருந்தனர். பல்வேறு துறவிகளும் ஞானிகளும் நிறைந்த மான் பூங்காவில் இவர்கள் இருக்கும் இடத்தைத் தேடி ஒருவரும் வருவதில்லை. சகமானிடர்களிடம் அவர்கள் பேசி பல நாட்கள் ஆகிவிட்டன. இவ்வளவு ஏன், அவர்களுக்குள் பேசிக்கொண்டே ஒரு வாரத்துக்கு மேல் ஆகிறது. யோக முத்திரைகளைப் பிடித்தவாறே மணிக்கணக்கில் தியானத்தில் ஆழ்ந்திருப்பார்கள். மான்களின் சத்தம் தவிர ஏதும் அங்கு கேட்பதில்லை. சில போதுகளில் நாகங்கள் ஐந்து துறவிகளுக்குப் பக்கத்தில் அமைதியாய் ஊர்ந்தவாறு அங்கும் இங்குமாக நகர்ந்து கொண்டிருக்கும்.

மகதத்தில் இருந்த சேனா கிராமத்திலிருந்து வாரணாசிக்கு வந்து ஏறக்குறைய இரண்டு மாதங்கள் முடிந்துவிட்டன. மான் பூங்காவிற்கு வந்தபிறகு ஐவரும் ஒருவருக்கொருவர் பேசிக் கொள்வதைக் கணிசமாகக் குறைத்துவிட்டிருந்தார்கள்.

கௌண்டின்யர் மற்ற நான்கு பேரையும் விட வயதில் மூத்தவர். இமயமலை அடிவாரத்திலிருந்த ஒரு கிராமத்தில் புரோகிதராக இருந்தார். குடும்பத்துப் பெரியோர்களின் கட்டாயத்துக்கு இணங்காமல் ஒற்றையாகவே வாழ்ந்து வந்தார். திருமணம் செய்யாதவர்கள் புரோகிதம் செய்யலாகாது என்று கிராமசபை ஒரு தீர்மானம் கொண்டுவந்தபோது கிராமத்தை விட்டகன்றார். நகரத்தில் இருந்த சிற்றரசரின் அரண்மனையில் புரோகிதம் செய்ய சந்தர்ப்பம் அமைந்தது.

பாரிகர், பாஸ்பர், மஹாநாமா மற்றும் அஸ்வஜித் அப்போது குழந்தைகளாக இருந்தார்கள். கௌண்டின்யர் அவர்களுடைய தந்தையர்களின் குடும்ப நண்பர். வேத பாராயணம் முதற்கொண்டு யாகங்கள், அரச குடும்பத்தின் சுப நிகழ்ச்சிகள் எல்லாவற்றிலும் கௌண்டின்யருடன் சேர்ந்து நான்கு பேரின் தந்தையர்களும் கலந்துகொள்வார்கள். நான்கு பேருக்கும் கிட்டத்தட்ட ஒரே சமயத்தில் புத்திரர்கள் பிறந்தார்கள். தற்செயலாகச் சிற்றரசருக்கும் ஒரு மகன் பிறந்தான். அவனுக்கு கௌதமன் என்று பெயரிட்டார்கள்.

அரசரின் மனதில் ஒரு வித்தியாசமான எண்ணம். ஐந்து புரோகிதர்களையும் தனித்தனியே அழைத்துக் கௌதமனின் ஜாதகத்தை குறிக்கச்சொல்லி அவனுடைய எதிர்காலம் பற்றி கணிக்கச் சொன்னார் அரசர். ஜாதகத்தை யாராவது ஒருவர்தான் கணிப்பது வழக்கம். அரசரின் சாமர்த்தியவுணர்வு மகனின் ஜாதகத்தைக் கணிப்பதில்கூட அலுக்காமல் வேலை செய்தது.

பாரிகர், பாஸ்பர், மஹாநாமா மற்றும் அஸ்வஜித்தின் தந்தைமாரின் கணிப்புகள் ஒரே மாதிரி இருந்தன. "இவன் பேரரச னாவான்!" என்றனர். அரசன் குதூகலித்தான். கௌண்டின்யர் அமைதியாய் இருந்தார். அரசன் அவருடைய கணிப்பு என்ன என்று கேட்டபோது ஒரு புன்னகையை மட்டும் பதிலாய்த் தந்தார். "நான்கு பேர் சொல்லிவிட்ட பிறகு நான் சொல்லுவது அவசியமா?" என்றார். அரசன் நக்கலாக "கௌண்டின்யர் ஜோதிடக்கலையை மறந்துவிட்டார் போலிருக்கிறது?" என்று சொன்னதும், தன் தலையை தீர்மானமாக இல்லையென்பதுபோல ஆட்டினார் கௌண்டின்யர்.

"அரசே, ஜோதிடக் கலையை நான் மறக்கவில்லை. ஏன் மறக்கவில்லை என்று தோன்றுகிறது? பிழையாக உங்கள் உள்ளம் பூரிக்கும்வகையில் என் நண்பர்கள் குழந்தை கௌதமனின் எதிர் காலத்தைப் பற்றிச் சொன்னார்கள். அதனுடன் திருப்திப்பட்டுக் கொள்ளுங்கள். என்னிடம் கேட்டுப் பிழையான கணிப்பைப் பெற்று மிகையான திருப்தி நாடும் எண்ணத்தைக் கை விடுங்கள்" என்று தன் கையைக் கட்டிக்கொண்டார்.

அரசன் ஒன்றும் பேசவில்லை. அவன் பேச்சுக்கு எதிர் பேசுபவர் களை அரசன் விரும்புவதில்லை. கோபம் எல்லை மீறித் தெறிக்காமல் கண்டிப்பு தொனிக்கும் குரலில் "நான் கோழை என்று சொல்கிறீரா அந்தணரே?"

"அரசே, குழந்தை கௌதமன் பேரரசனாவான் என்று கூறி உங்கள் உச்சித் தலையை குளிரவைத்த பிற புரோகிதர்களுக்கான உரிச்சொல்லை நீங்கள் உங்களுக்காகப் பயன்படுத்திக்கொள்ள வேண்டாம்"

பல வருடங்கள்முன் நடந்த சம்பவங்களை நினைத்துப் பார்க்கையில் அன்று அரசனிடம் தான் கொண்ட எரிச்சலுணர்ச்சிக் கான காரணம் என்னவென்று இன்றுகூட கௌண்டின்யருக்குப் புரிவதில்லை. அவன் அரசனாக இருக்கலாம்; அதற்காக மகனின் எதிர்காலத்தை முன்னரே அறிவேன் என்ற இறுமாப்பு ஏன் வர வேண்டும்? உலகத்தில் தினந்தோறும் ஆயிரக்கணக்கான குழந்தைகள் ஜனிக்கின்றன. எல்லா தந்தைகளும் தன் குழந்தையின் ஜனனத்திற்காக உவகைகொண்டு கொண்டாடுவார்கள். ஆனால்

திரும்பி வந்த நண்பன்

சுத்தோதனுக்கோ என் மகன் பேரரசனாக ஆவானா என்பதே முக்கியமாகப்பட்டது பேதைமையின் உச்சியைத் தவிர வேறு என்ன? உலக மத்தி நானே என்ற எண்ணத்தோடு வளைய வந்த சுத்தோதனின் ஆணவம் தவறு என்றாலும் கௌண்டின்யருக்குத் தன் நடத்தையும் பேச்சும் அரசனின் கர்வத்துக்குக் கொஞ்சமும் குறைந்தது அல்ல என்ற தெளிவு வர சில வருடங்கள் ஆயின. எது சரி, எது தவறு என்ற லௌகீக ஒழுக்கம் சார்ந்த கணிப்புகள் அவரிடமிருந்து முற்றிலும் இதுவரை நீங்கியதாக அவர் நினைக்க வில்லை. பல வருட ஆன்மீகப் பயிற்சி அவரின் தீர்ப்பு வழங்கும் மனநிலையை கட்டுப்பாட்டில் வைத்திருந்தாலும், அவ்வப்போது திட்டவட்டமான உலகியல் சார்ந்த நிலைப்பாடுகளில் அவருடைய சிந்தனை ஓடிக்கொண்டிருக்கும்.

அரசனின் புத்திரன் உலக மக்கள் துயரை நீக்கும் புத்தனாவான் என்ற கௌண்டின்யரின் கணிப்பை ஏற்க மனமில்லாமல் அவரை கபிலவாத்துவிலிருந்து செல்லுமாறு அரசன் ஆணை பிறப்பித்தான். எங்கே கௌண்டின்யரின் வாக்கு பலித்துவிடுமோ என்று பிற நான்கு அந்தணர்களின் புத்திரர் களையும் கௌதமனுடைய நண்பர்களாகவே வளர்க்குமாறு பணித்தான் அரசன்.

சராசரி வாழ்விலிருந்தும் அதன் இன்னல்களிலிருந்தும் கௌதமனைப் பிரித்து செயற்கையான தடைகளை ஏற்படுத்தி னான் சுத்தோதனன். கௌதமன் இன்பத்தில் மூழ்கித் திளைத் திருக்கும்படியாக ஏராளமான வசதிகளை உருவாக்கித் தந்தான். போர், யுத்தம்–இவையெல்லாவற்றிலிருந்தும் மகனைத் தூரப்படுத்தி வளர்த்தான். நோய், துன்பம், மரணம் – இவை கௌதமனின் செவிகளில்கூட எட்டாதவகையில் செய்தான். கடைசியில் எதுவும் பலிக்கவில்லை. மணமாகி, தந்தையான பிறகு, மனைவியையும் தன் மகவையும் விட்டு விலகி கௌதமன் தன் கேள்விகளுக்குப் பதில் தேடி துறவுப் பாதையில் போனான்.

கௌண்டின்யரின் நண்பர்களின் புத்திரர்கள் கபிலவாத்துவை விட்டு கௌண்டின்யரின் குருவின் ஆசிரமத்திற்கு வந்து தமது ஞானத்தை அடையும் முயற்சிகளில் ஈடுபடத் தொடங்கியிருந்தனர். இளவரசனின் நண்பர்களாக வளர்ந்தும், அரச போகங்களில் சம்சார வேட்கையில் சிக்காமல் துறவுப் பாதையைத் தேர்ந்தெடுத் திருந்தனர். அரசனின் கட்டுப்பாடுகளும் இன்ப போகங்களும் கௌதமனின் மன உந்துதலை, ஞான வேட்கையைத் தடுத்து நிறுத்தவில்லை. கௌதமனின் மேல் ஒரு கண் வைப்பதற்காக நியமிக்கப்பட்ட நண்பர்களோ கௌதமனுக்கு முன்னரே தம் பாதையை நோக்கி பயணப்பட்டிருந்தனர்.

பாரிகரின் தந்தை, கௌண்டின்யரின் பிறந்த கிராமத்தைச் சேர்ந்தவர். இலேசான திக்குவாயுடன் அவன் பேசுவதைக் கேட்கையில் கௌண்டின்யருக்கு நண்பனின் நினைவு வந்தது. சொந்தங்களிடமிருந்தும் நட்புகளிடமிருந்தும் விலகி ஆண்டுகள் பல ஆகிவிட்டபோதிலும் பாரிகரைக் காணும்பொழுது கௌண்டின்யருக்கு இறந்தகாலத்தின் ஒரு பகுதி திரும்பிவந்தது மாதிரி பட்டது.

கௌண்டின்யருக்கு எழுபது வயதாகியிருந்தது. புரோகிதத் தொழில், வேத பாடம் என்று சிறு வயது முதலே வளர்ந்தும், பல்வேறு ஆன்மீகப் பள்ளிக்கூடங்களில் பயின்றும், மரியாதைக்குரிய ஞானிகளின் சீடராயிருந்தும் அவரின் இலக்கை இன்னும் அடைய முடியவில்லை. நினைவிருக்காத மழலைப் பருவத்திலிருந்தே துளிர்விட்ட ஞான வேட்கை ஒரு குறிப்பிட்ட இலக்கில் முடிவடைந்துவிடும் என்ற கருத்தை அவர் கொண்டிருக்கவில்லை. கௌதமனையும் மற்ற நால்வரையும் சந்தித்தபோது கௌண்டின்யருக்கு ஒரு புது சக்தி பிறந்தமாதிரி இருந்தது. என் பழைய எஜமானனின் மகன், என் பழைய நண்பர்களின் புத்திரர்கள் என்ற பாசவுணர்வு வயதான காலத்தில் பிறக்கிறதா? பாசமா? கிழக் கௌண்டின்யரின் மயக்கம் தவிர வேறென்ன இருக்கமுடியும் என்று தன் முஷ்டிகளை மடித்து இறுக்கிக்கொள்வார்.

கௌதமனின் குருவைப் போன்று அவன் துறவறத்தின் முதற்படிகளைக் கற்றுக் கொடுத்தவர் கௌண்டின்யர்தான்! குரு ஸ்தானத்தை எட்ட தான் லாயக்கில்லாதவன் என்பது கௌண்டின்யரின் எண்ணம். அதைப் பல ஆச்சார்யர்கள் அவருக்குச் சொல்லியிருக்கிறார்கள். அப்பழுக்கற்ற யோகிதான் அவர். தீர்ப்பு சொல்லும் குணநலனும் குருக்களின் நடவடிக்கைகளைத் தராசில் இருத்திப் பார்க்கும் பழக்கமும் அவரை லௌகீக உலகுடன் பிணைத்திருப்பதாக ஒரு வைதீகக் குரு சொன்னார்.

மஹாநாமா அசீவக குரு ஒருவனைச் சந்தித்த கதையை ஒருநாள் சொல்லிக்கொண்டிருந்தபோது குரு என்ற ஒருவர் அவசியமா என்ற கேள்வி எழுந்தது. பாஸ்பர் குரு என்ற ஒருவர் தேவையில்லை என்று வாதாடினார். “குரு என்பவர் தன் பாதை ஒன்று தான் வழி என்று நம்பச் சொல்கின்றார். ஆனால் ஒன்றுக்கும் மேற்பட்ட பாதைகள் இருக்கக்கூடும் என்றும் சொல்கிறார்கள். அப்படியானால் ஒரே ஒரு குரு என்ற அணுகுமுறை ஏன்?” என்றார் பாஸ்பர். அதிகமாக உணர்ச்சி வசப்படும் அஸ்வஜித் அந்நேரம் கௌண்டின்யரிடம் “குருவாக இருந்து எங்களை வழி நடத்துவீர்களா?” என்று கேட்டார். “நீங்கள் காட்டும் மரியாதைக்கு நான் கட்டுப்பட்டவன். நீங்கள் தரும் மரியாதை என் வயதிற்கும் வயது அளித்த அனுபவத்திற்கும் மட்டுமே. உங்களுக்குப் பாதை

காட்டும் அளவுக்கு நான் ஞானியல்லன்" என்றார் கௌண்டின்யர். காயப்பட்டிருந்த ரோஜாப்பூ நிற முயலொன்றுக்குக் கட்டு போட்டுக் கொண்டிருந்த கௌதமன் கௌண்டின்யர் சொல்வதைக் கூர்ந்து கேட்டான்.

கௌதமனையும் மற்ற நால்வரையும் போன்று கௌண்டின்ய ரும் புதிதான உத்வேகத்துடன் யோகப் பயிற்சியை மீண்டும் துவக்கினார். அதிக அனுபவம் கொண்டவர் என்ற காரணத்தால் தானறிந்தவற்றைத் தன் குழுவோடு பகிர்ந்துகொண்டார். அவரறிந்த ஞானிகளிடம் இளைஞர்களை அறிமுகம் செய்து வைத்தார். அவர்கள் அளிக்கும் பிரவசனங்களின் பொருளை அவர்களுக்கு விளக்கிச் சொல்லுவார். போதுமான முன்னேற்றம் தெரியாதபோது ஆச்சார்யர்களையும் குருக்களையும் மாற்றினார்கள்.

நான்கைந்து வருடங்கள் சென்றன. கௌதமன் ஒருநாள் சொன்னான். "நாம் செய்கிற யோகப் பயிற்சிகள் நம்மை நம்முடைய இலக்குக்கு கொண்டு சேர்ப்பதாகத் தெரியவில்லை. உடலை வருத்தி, சுவாசம், பசி, மனம் – இவையெல்லாவற்றையும் கடந்துசெல்ல வைக்கும் கடும் தபசில் ஈடுபட வேண்டும். இந்த உடல் என்ற ஒன்று இருக்கிறது என்ற பிரக்ஞையை நாம் இழக்கும்வரை ஞானம் பெறுதல் சாத்தியமில்லை என்று எனக்குத் தோன்றுகிறது" என்றான். எல்லோரும் ஒத்துக்கொண்டார்கள். கௌண்டின்யருக்கு இதில் ஒரு நிலைப்பாடும் இல்லை. இதற்கு முன்னர் யோகப் பயிற்சி, தபஸ் என்று எல்லாவற்றையும் புரிந்திருந்தார். ஞானத்தின் துவக்கம், ஞானத்தின் முடிவு – இவற்றுள் ஒரு பிடிப்பும் இல்லாமல் போயிருந்தது. கௌதமனின் வேகம் அவருக்குப் பிடித்திருந்தது. வெறுமனே ஒரு துணைக்கு போவதுபோல ஐவருடன் சென்றார்.

மகத ராஜ்ஜியத்தின் கிழக்குப்புறத்தில் இருந்த சேனா என்னும் கிராமத்தைத் தாண்டி இருந்த பழைய சுடுகாட்டிற்கு வந்தடைந்தார்கள். வந்த அன்றிலிருந்து அவர்கள் உண்பதை நிறுத்தினார்கள். ஆளுக்கொரு மணல்மேட்டில் அமர்ந்து தவம் இருந்தார்கள். மயானத்தில் சடலங்களின் மேலிட்ட தீப்புகை சூழ பசியை வென்று உடல் பிரக்ஞையை இழக்கும் கடும் தவத்தில் மூழ்கினார்கள்.

உண்ணாவிரதங்களிலிருந்து பழகியவர்கள் தான். முன்னர் மேற்கொண்ட விரதங்கள் ஒருநாளோ அதிக பட்சம் ஒரு வாரமோ இருக்கும். ஆனால் இப்போதோ மாதக் கணக்கில் உண்ணாமல் இருந்து பசியை வெல்ல முயன்றார்கள்.

சுவாசத்தை வெல்வதற்கு நாசி மற்றும் வாய் வழி சுவாசிக்காமல் செவி வழி சுவாசித்தார்கள். செவி வழி சுவாசம் உள்புகுந்து வெளிவருகையில் செவிப்பறைகள் அதிர்ந்தன; பொறுக்க முடியா வலி ஏற்பட்டது. ஒரு வழியாக செவிவழியாக மட்டும் சுவாசிப்பது பழகிய பிறகு, நாசி, வாய் மற்றும் செவிச் சுவாசத்தை நிறுத்தி அடிவயிறு வாயிலாக மட்டும் சுவாசிக்க முயற்சி செய்தார்கள்.

மனதை வெல்வதற்கான அவர்களின் முயற்சி மிகக் கடூரமாக இருந்தது. பத்மாசனத்தில் அமர்ந்துகொண்டு, பற்களை லேசாகக் கடித்தவாறு நாக்கை மடித்து மேல்வாயில் ஒட்டிவைத்துக்கொள்ள வேண்டும்; இந்த அமர்வு நிலையில் இருந்தவாறே மனதை முழுக் கட்டுப்பாட்டில் கொண்டுவரும் தியானம் செய்ய வேண்டும். இப்பயிற்சி துவக்கத்தில் எளிதாக இருக்கும். போகப்போக சுவாசிப்பது மரண அவஸ்தையை உண்டாகும். அக்குளில் வியர்வை மழை கொட்டும்.

நாட்கள் பல சென்றன. அவர்களின் எலும்புகள் வெளியே தெரியும் வண்ணம் ஓடாய்ப் போனார்கள். பேசுவதற்கும் திராணி யில்லை. கௌதமனின் தீவிரப் பயிற்சிகளைக் கண்ணுற்றவாறிருந்த கௌண்டின்யர் அஸ்வஜித்தும் பாஸ்பரும் தீனமான குரலில் பேசிக்கொண்டிருப்பதைக் கேட்டார். "நாம் அறுவரில் கௌதமன் தான் முதலில் முக்தியை அடைவான்" என்றார் அஸ்வஜித். பாஸ்பர் "நானும் அப்படித்தான் நினைக்கிறேன்" என்றார்.

ஆனால் அடுத்த நாள் கௌதமன் மயங்கித் தரையில் விழுந் தான். மஹாநாமாவைத் தவிர மற்றவர்கள் எல்லோரும் தியானத் தில் இருந்தனர். நோயினால் பாதிக்கப்பட்ட கைகளால் மஹாநாமா வால் கௌதமனைத் தூக்கவோ உட்கார்த்தி வைக்கவோ முடியாது. களைப்புடன் அசதியுடன் தன் யோகத்தை மஹாநாமா தொடர்ந்தார்.

கௌதமனின் குற்றுயிரான உடல் இரண்டு நாட்களுக்கு அங்கேயே கிடந்தது. மூன்றாவது நாள் மிகவும் முயன்று உருண்ட வாறே ஈனஸ்வரத்தில் முனகிக்கொண்டே கௌதமன் நகரத் தொடங்கினான். சுடுகாட்டுக்கு வெளியே ஒரு பெண் கௌதமனின் வற்றிய உடலைக் கண்டு இரக்கமுற்றுப் பால் சோற்றை ஊட்டி னாள். உணவுண்ட சில மணி நேரத்தில் இழந்த தெம்பை பெற்றுப் பிறகு தன் தோழர்களுக்கெல்லாம் உணவு சேகரித்துக்கொண்டு சுடுகாட்டுக்குத் திரும்பினான்.

உணவுப் பொட்டலத்தை நீட்டிய கௌதமனை நண்பர்கள் வெறுப்புடன் நோக்கினர். "அரச குடும்ப பிறப்புக்கும் துறவுக்கும்

ரொம்ப தூரம் என்று இன்றாவது தெரிந்ததா?"– பாஸ்பர் வார்த்தையால் நெருப்பை உமிழ்ந்தார். அவருடைய கண்கள் சிவந்திருந்தன. பசி அவருடைய சாத்வீகக் குணத்தைத் தின்று விட்டதோ? "நாம் எல்லாரும் ஒத்துக்கொண்டு ஏற்றுக்கொண்ட துறவு இது. உடலின் தேவையை துறக்க முடியாதவன் ஞானத்தை அடைதல் துர்லபம்" என்றார் பாரிகர். அவர் குரலில் திக்கல் இல்லை. கௌண்டின்யர் கண்ணை மூடியவாறு இருந்தார்.

"நண்பர்களே ... உடலை வருத்திக் கொடுமைப்படுத்தி ஞானத்தை அடைதல் சாத்தியமே இல்லை. வயிற்றுப் பசி இருக்கும்போது ஞானப் பசி நீங்காது என்று எனக்குத் தோன்று கிறது. தயவுசெய்து இதைச் சாப்பிடுங்கள்" என்ற கௌதமனின் வார்த்தையை எவரும் கேட்கவில்லை.

பாரிகர், "நண்பர்களே, வாருங்கள். இன்னமும் இந்த போகியுடன் நாம் இருத்தல் கூடாது" என்று பிற நண்பர்களை அழைத்தார். பாஸ்பரும் மஹாநாமாவும் அஸ்வஜித்தும் பாரிகருடன் சென்றனர். கௌண்டின்யர் அவர்களுடன் கிளம்பலாமா வேண்டாமா என்று யோசித்தவண்ணம் இருந்தார். கௌதமன் நம்பிக்கையுடன் அவரை நோக்கினான். உணவுப் பொட்டலத்தைப் பிரித்து ஒரு கவளம் சோற்றை எடுத்து அவருக்கு ஊட்ட அருகில் வரும்போது அவனைத் தடுத்தார் கௌண்டின்யர்.

"உன் அப்பா அன்று ஐவரிடம் உன் எதிர்காலத்தைக் கணிக்கச் சொன்னார். அன்று அவர் செய்தது எனக்குப் பிடிக்க வில்லை. ஆணையிடும் குணம் ஆணவத்தில் இருந்து பிறப்பது. ஞானம் அடையாவிடில் செத்தாலும் பரவாயில்லை என்று நீ சொன்னபோது உன் அப்பாவின் பிள்ளை இல்லை என்று நினைத்தேன். இன்று நீயே உன் விரதத்தை முடித்துக்கொண்டு எங்களையும் முடிக்கச் சொல்லுதல் நியாயமன்று. நீ யார் எங்களுக்காக முடிவெடுப்பது?" என்றார்.

கௌதமனின் பார்வையில் ஓர் ஏக்கம். அது குற்றவுணர்வா? இல்லை. குற்றவுணர்வு இல்லை. அரசப் பிறப்பில் வந்தவனல்லவா? தான் எடுத்த முடிவு சரி என்று நினைக்கிறானோ என்னவோ?

கௌண்டின்யரும் மற்ற நால்வரும் மேற்கு நோக்கிப் பயணமானார்கள். பலநாட்களுக்குப் பிறகு வாரணாசி வந்தடைந் தார்கள். கௌதமனிடம் ஏற்பட்ட மனவேற்றுமையால் அவர்களின் யோக முயற்சிகள் கொஞ்சம் தடம் புரண்டன. இலக்கிலாப் பயணம் போல அவர்கள் வழிமுறைகள் இருந்தன.

மஹாநாமாதான் ஒரு வார மௌன விரதத்தைக் கலைத்தான்.

"அங்கு பாருங்கள் ..."

நோக்கினார்கள். கௌதமன் அடியெடுத்து நிதானமாக அவர்களை நோக்கி வந்துகொண்டிருந்தான். அவர்கள் அவனை விட்டுப் பிரிந்து இரண்டு மாதங்களுக்கு மேலிருக்கும். ஐவரும் குடிலின் வாசலில் குழுமினர். குடிலுக்கு எதிரில் இருந்த கல்லில் கௌதமன் அமர்ந்தான். அவர்களைத் தன் கையால் ஜாடைசெய்து அழைத்தான். அவன் உருவத்தில் வெளிப்படையான மாற்ற மொன்றும் இல்லை. ஆனால் அவன் கண்ணில் இனம் புரியா ஒளி. கருணை படர்ந்த தோற்றம்.

அவனுள் ஏதோவொரு மாற்றம் நிகழ்ந்திருப்பதை உணர்ந்து கொண்டனர்.

பாஸ்பர் சொன்னார்: "திரும்ப வந்துவிட்டான் பார் சுகம் விரும்பி கௌதமன். சுகத்தின் பொருட்டு வயிற்றை வருத்தும் யோகப் பயிற்சிகளை விட்டவன். அவனைச் சந்திக்க நாம் எழுந்திருக்க வேண்டாம். அவனுடைய பிச்சைப் பாத்திரங் களையும் நாம் தூக்கக் கூடாது. வேண்டுமென்றால் அவன் நம் அருகில் வந்து உட்கார்ந்துகொள்ளட்டும்."

கௌண்டின்யர் வழக்கம்போல எதுவும் சொல்லவில்லை. பழைய நண்பர்கள் அவனருகில் வராத காரணத்தால் கௌதமன் அவர்களை நோக்கி வந்தான். கௌதமன் அருகில் வரவும் நண்பர் களின் பிடிவாதம் கரைய ஆரம்பித்தது.

"வா ... கௌதமா" என்று வரவேற்றார் மஹாநாமா.

"என்னடா ... எப்படி இருக்கிறாய்?" – இது பாரிகர்.

புன்னகையுடன் கௌதமன், "வழக்கமான முறையில் இப்போது அழைப்பது போல என்னை அழைக்காதீர்கள்" என்று சொன்னான்.

"அப்படியானால் ... உன்னை என்ன ததாகதர் என்றா அழைப்பது?" – அஸ்வஜித்.

கௌண்டின்யர் இவர்களுடன் வந்து சேர்ந்துகொண்டார். கௌதமனுக்குள் ஏற்பட்டிருக்கும் மாறுதல்களைத் தன் உள்ளுணர்வால் உணர்ந்துகொண்டார். மற்ற நால்வரையும் "கொஞ்சம் பேசாமலிருங்கள்!" என்று சொல்லிவிட்டுக் கௌதமனை உற்று நோக்கினார்.

"நண்பர்களே, நான் நிர்வாணத்தை அடைந்துவிட்டேன். துக்கங்களைக் கடந்துவிட்டேன்."

எல்லோரும் அமைதியாக அவனையே பார்த்துக் கொண் டிருந்தார்கள்.

"பாதையை விட்டு விலகி வசதியான வாழ்க்கை பெற விரும்புபவர்கள் எப்படி முழுமையான ஞானத்தை அடைய முடியும்?" – கௌண்டின்யர்.

“போகங்களும் உல்லாசமும் உடலியல் இன்பங்களும் நிறைந்த பாதையை நான் என்றோ கடந்துவிட்டேன். உடலை வருத்தி, பசிக்காழ்த்தி, சுய சித்திரவதையில் தள்ளும் கொடும் தபசின் வழி செல்லும் பாதையை விட்டுக் கொஞ்சநாட்களுக்கு முன்னால் வெளி வந்துவிட்டேன். இவற்றுக்கிடையிலான நடுப் பாதையை இப்போது கண்டறிந்திருக்கிறேன். அங்கே உங்களை அழைத்துப்போக வந்திருக்கிறேன்.”

பறவையொன்று ஒரு கொட்டைப் பழத்தைக் கொத்தும் சத்தம் தவிர வேறெந்த சத்தமும் இல்லை. நண்பர்களின் பார்வைகள் கௌதமனின் விழிகளில் நிலைகுத்தி நின்றன.

“இதற்கு முன்னர் என்னை நீங்கள் இத்தகைய தேஜஸுடன் கண்டதுண்டா... சொல்லுங்கள். நன்றாகப் பாருங்கள். பிறகு சொல்லுங்கள்?”

அங்கு மௌனம் நிலவியது. இரண்டொரு நாகங்கள் கௌதமர் நின்றிருந்த திசையைப் பார்த்தவாறு படமெடுத்து நின்றிருந்தன. நான்கைந்து மான்கள் கௌதமரை வலம் வந்தன. மரங்களிலிருந்து மஞ்சள் மலர்கள் சொரிந்தன.

❍

கௌண்டின்யருக்கும் பாஸ்பருக்கும் அஸ்வஜித்துக்கும் புத்தர் போதிக்கத் துவங்கினார். பாரிகரும் மஹாநாமாவும் பாத்திரங்களை எடுத்துக்கொண்டு நகருக்குள் அன்னம் சேகரிக்கச் சென்றார்கள்.

புத்தர் பேசத் தொடங்கும்போது தன் நண்பர்களை முதன் முறையாக “பிக்ஷுக்களே!” என்று விளித்தார். கௌண்டின்யர் ததாகதரின் வழியைப் பின்தொடர்ந்த முதல் பிக்ஷுவானார்.

புத்தரின் பிரசங்கம் கௌண்டின்யரில் தேங்கியிருந்த கட்டுக் கடங்கா சரி–தவறு என்னும் நியாய உணர்ச்சிகளின் எச்சங்களைச் சுத்தமாகக் கரைத்தது. கறைபடா வாய்மையின் காட்சிகள் அவர் உள்ளில் பெருக்கெடுத்தன. அருளுடைமை அவருள் ஊற்றெடுத்தது. துவக்கங்கள் அனைத்தும் முடிவுக்கு வரும் எனும் அழியா உண்மையின் தரிசனத்தை அவர் பெற்றார்.

புத்தரின் முதல் ஐந்து சீடர்களும் அடுத்த சில நாட்களில் மான் பூங்காவில் நிகழ்ந்த புத்தருடனான உரையாடலின்போது அருகராயினர்.

யாராலும் நகர்த்தமுடியாத உண்மையின் சக்கரம் உலகெங்கும் சுழல்வதற்கான பயணத்தை அன்றுதான் மான் பூங்காவிலிருந்து துவக்கிக் கொண்டது.

இரு குரல்கள்

தூக்கமில்லாத இரவுகள் நெடுநாளாய் தொடர்கின்றன. ஓரிரு மணி நேரங்கள் மட்டுமே தூக்கம் என்று ஆகிவிட்டது. வழக்கையான தலையில் படிந்திருந்த வியர்வை ஈரத்தைப் பக்கத்தில்கிடந்த போர்வையால் துடைத்துக்கொண்டான் ரவி. தரையில் பாய் விரித்து தனியாகப் படுக்க ஆரம்பித்து ஒரு வருடமாகிவிட்டது. அனகா அவனைப் பக்கத்தில் நெருங்கவிடுவதில்லை.

வியாபார விஷயமாக அவனுக்கு அடிக்கடி நாசிக் செல்ல நேரிடுகிறது. அங்கு செல்லும்போதெல்லாம் அவனுடைய நெருங்கிய நண்பன் சரத்தைச் சந்தித்துச் சொந்த பிரச்னைகளைப் பகிர்ந்துகொள்வான். ஒரு வாரம் முன்னர் அவனைச் சந்தித்தபோது அனகாவிடமிருந்து தள்ளித் தரையில் தான் தனியே படுத்துக் கொள்வதைச் சொன்னான். "ஹ்ம்ம்... உடல் இருக்கிறது. ஆனால் அதற்குள் இருப்பது அனகா இல்லை என்று தெரிகிறது. எனவே அவளருகில் செல்ல மனம் வருவதில்லை." சரத் அமைதியாக இருந்தான். பிறகு இறுக்கத்தைக் குறைக்கும் முகமாக "என்னிடம் சிலரின் தொலைபேசி எண்கள் இருக்கின்றன... தரட்டுமா? நீங்கள் தங்கியிருக்கும் அறைக்கு வந்து சேவையாற்றுவார்கள்" என்று சொல்லிக் கண் சிமிட்டினான்.

உறக்கம் வரவில்லை. அறையின் விளக்குகள் அணைந்திருக்கின்றன. குழந்தைகள் அடுத்த அறையில் தூங்கிக்கொண்டிருக்கிறார்கள். இலேசான ஆசை துளிர்விட்டது; மந்திரச் செடிபோல சில நொடிகளில்

பெரிதாக வளர்ந்துவிட்டது. கட்டிலில் ஏறி அனகாவுக்குப் பக்கத்தில் படுத்துக்கொண்டான். அவளின் கூந்தலின் முன்பகுதி நரைத் திருந்தது. நாற்பத்து மூன்று வயதாகிறது அவளுக்கு. கல்லூரி செல்லும் மகள் விபா, பள்ளி இறுதி படிக்கும் மகன் சாகர் இவர்களுக்குத் தாய். ஆனால் சிறு ஊளைச் சதை இல்லாத, கட்டுக் குலையாத தேகம். அவள் ஆழ்ந்த உறக்கத்தில் இருந்தாள். வெகுநாட்களுக்குப் பிறகு அவள் இப்படி நிம்மதியாகத் தூங்கி இன்றுதான் பார்க்கிறான். அவளின் மண்டையில் ஒரு சிறு மச்சம் இருக்கும். அதை முத்தமிடுவதிலிருந்துதான் அவன் ஆரம்பிப்பான். முத்தமிட்டான். பிறகு அவளைக் கட்டிக்கொண்டு கொஞ்சநேரம் இருந்தான். அவள் குளிர்காலத்தில் பயன்படுத்தும் உல்லன் கம்பளிகளால் தன்னை முழுக்க சுற்றிக்கொண்டிருந்தாள். ஒரு பொருளைத் துணியால் மூடிவைப்பதுபோல உடலில் முகம் தவிர எல்லா பாகங்களும் மூடியிருந்தன. ரவிக்கு எரிச்சல் வந்தது. மூர்க்கமாக அவளைச் சுற்றியிருந்த கம்பளிகளிலிருந்து அவளை விலக்கத் துவங்கினான். அவளின் தூக்கம் லேசாக விலக ஆரம்பித்தது. சிணுங்கினாள். சுற்றியிருந்த இரண்டு கம்பளிகளை விலக்கியவுடன் முந்தானை விலகிடவும், ரவிக்கையின் கொக்கிகளை அவிழ்க்கத் தொடங்கினான். ஓரிரு கொக்கிகளைக் கழற்றியவுடன், உள்ளே இன்னொரு ரவிக்கை போட்டிருந்தாள். ரவி அதிர்ச்சியும் ஏமாற்றமும் அடைந்தவனாக சில நிமிடம் ரவிக்கை மூடிய விம்முகின்ற அவளின் மார்புகளைப் பார்த்தவாறு இருந்தான். கால்களை வருட ஆரம்பித்தான். மிருதுவான அவள் கால்களை வருடிக்கொண்டே, தொடைப்பகுதிகளுக்கு முன்னேறினான். அனகாவின் கண்கள் திறந்தன. அவள் பார்வை நிலை குத்தி மின்விசிறியை நோக்கியவாறு இருந்தது. உடலில் ஓர் இயக்கமும் இல்லை. அனகாவின் கீழ் உள்ளாடைக்குள் தன் கையை விட முயன்றுகொண்டிருந்தான் ரவி. மூன்று பேண்ட்டிகளை அணிந்திருந்தாள். விரலால் மேலும் துழாவ முற்படும் முன்னர் திடீரென படுக்கையில் எழுந்து உட்கார்ந்தாள் அனகா. கண்கள் இப்போது ரவியை வெறியுடன் முறைத்துப்பார்த்தன. அவன் தட்டுத்தடுமாறி சமநிலை இழந்து கட்டிலிலிருந்து கீழே விழுந்தான். அவன் விழுந்தவுடன் கொல்லென சிரிப்பொலி கேட்டது. சிரிப்பு வந்ததென்னவோ அனகாவிடமிருந்துதான் எனினும், சிரிப்பின் ஓசை ஒரு வயதான கிழவியுடையதுபோல் இருந்தது. அந்தச் சிரிப்பு நடு இரவின் நிசப்தத்தில் நாராசமாய் ஒலித்தது. ஒலித்துக்கொண்டே இருந்தது.

○

ஒரு நாள் ரவி நாசிக் சென்றிருந்தான். அவனுடைய மகள் – விபா – கல்லூரிக்கு லீவு போட்டுவிட்டு வீட்டில் அம்மாவுடன்

இருந்தாள். சாகருக்கும் பள்ளி விடுமுறை விட்டிருந்தார்கள். அன்று அனகா நார்மலாக இருந்தாள். தம் குழந்தைகளுடன் சேர்ந்து பேசிக்கொண்டும் சிரித்துக்கொண்டும் இருந்தாள். விபா தன் அம்மாவிற்கு வாஞ்சையுடன் எண்ணெய் தடவி நீராட்டினாள். கூந்தலை வாரிவிட்டாள். அனகாவுக்கு மிகவும் பிடித்தமான பி எல் தேஷ்பாண்டேயின் நகைச்சுவை கட்டுரைகளைச் சத்தம்போட்டு படித்துக்காட்டினாள்.

மதியப்பொழுதில் அனகா உறங்கினாள். உறக்கம் என்றால் அப்படியொரு உறக்கம். மூர்க்கமாக மூச்சு விடும் ஓசையோடு. ஆறு மணி ஆயிற்று. அனகா விழிப்பதுமாதிரி தெரியவில்லை.

விபாவுக்கு லேசாகப் பயம் தொற்றிக்கொண்டது. இப்படி அடித்துப் போட்டமாதிரி அம்மா பகல் பொழுதுகளில் தூங்கினால், இரவு ஏதாவது அசம்பாவிதம் நிகழும். சில சமயம் வயதான கிழவியின் குரலிலோ, சில சமயம் ஒரு நடுவயதுப் பெண்மணியின் குரலிலோ உளறிக்கொண்டேயிருப்பாள். நடு வயதுப் பெண்மணியின் குரலில் பேச ஆரம்பித்தால் விபா இதுவரை கேட்டேயிராத பல கெட்ட வார்த்தைகளை வீசத் தொடங்கி விடுவாள். அக்கணங்களில் அனகாவின் வாயில் அதிகம் மெல்லப் படுவது ரவியின் பேர்தான். அப்பா மேல் என்ன கோபமோ என்று விபா நினைப்பாள்.

சமையலறையின் ஓரத்தில் மாட்டி வைக்கப்பட்டிருந்த பல சாமிப் படங்களின் முன்னால் உட்கார்ந்து அனுமான் சாலிஸா வாசித்தாள். இருட்டிக்கொண்டு வந்தது. தன் நண்பனொருவனின் வீட்டுக்குச் சென்றிருந்த சாகர் இன்னும் வீடு திரும்பவில்லை. அப்பா எப்போது திரும்புவார்? சொல்லிக்கொண்டிருந்த கடவுள் துதியில் மனம் ஒட்டவில்லை. ஒரு குப்பியில் வைக்கப்பட்டிருந்த திருநீற்றினை எடுத்து இட்டுக்கொண்டாள்.

வாசல் கதவு திறக்கப்படும் சத்தம் கேட்டது. எழுந்து ஹாலுக்கு வந்து பார்த்தாள். வாசல் கதவு திறந்திருந்தது. யார் வந்தார்கள்? ஹாலில் ட்யூப்லைட்டை போட்டாள். யாரும் வந்த மாதிரி தெரியவில்லை. அனகாவின் படுக்கையறைப் பக்கம் போனாள். இருட்டாக இருந்தது. கட்டிலில் அனகாவைக் காணவில்லை. விபா கண்ணைக் கசக்கிக்கொண்டு பார்த்தாள். ஜன்னலுக்குக் கீழே, சுவரில் சாய்ந்தவண்ணம் அனகா உட்கார்ந் திருந்தாள். படிய வாரிவிட்ட அனகாவின் கூந்தல் பிரிந்திருந்தது. தலையை வலமும் இடமுமாகக் கடிகார பெண்டுலம் மாதிரி ஆட்டிக்கொண்டிருந்தாள். ஏதோ தனக்குத்தானே உளறிக் கொண்டிருந்தாள். குளிர் தாங்கமுடியாமல் பல் நடுங்கும்போது கேட்கும் சத்தம் மாதிரி அனகா பேசும் ஒலி இருந்தது. விபா

லைட்டைப் போட்டதும், அனகா "ஏய்ய்ய்ய்ய்..." என்று மூலையிலிருந்து கூவினாள். இரத்தத்தை உறையவைப்பது மாதிரி அமானுஷ்யமான சத்தம். சடக்கென அறையைவிட்டு வெளிவந்து அறைக்கதவைத் தாழிட்டாள். வீட்டையும் தாழ் போட்டுவிட்டுப் பக்கத்திலிருக்கும் குடும்ப நண்பர் – பாபட் அங்கிளின் வீட்டுக்குச் சென்றாள். "அப்பா வரும்வரை இங்கேயே காத்திருக்கிறேனே" என்று சொன்னாள். பாபட்டும் திருமதி பாபட்டும் ரவி குடும்பத்தின் நலம் விரும்பிகள்.

○

பத்து மணிவாக்கில் விபாவும் சாகரும் தமது இல்லம் திரும்பினர். பாபட் அங்கிள் கூடவே வந்தார். வீடு நிசப்தமாக இருந்தது. அனகாவின் படுக்கையறையைத் திறந்து நோக்கினர். கையில் ஒரு பழம் வெட்டும் கத்தியை வைத்துக்கொண்டு ஒரு மாதிரி மயக்கநிலையில் இருந்தாள். விபா தன் அன்னையின் கையிலிருந்த கத்தியை எடுத்தபோது அதைக் கவனித்தாள். அக்கத்தியால் தன் இடது கையை அனகா வெட்டிக்கொள்ள முயன்றிருக்கிறாள் போல் இருந்தது. இடது கையில் ஒரே சிராய்ப்பு களாக இருந்தன. நல்லவேளை கத்தி கூர்மை செய்யப்படாது மொண்ணையாக இருந்தது.

○

பாபட் ரவியை ஒருநாள் மதியம் அழைத்து ஒரு மராத்திப் புத்தகத்தைக் கொடுத்துப் படிக்கச் சொன்னார்.

"புத்தகம் படிக்கிற மனநிலையில் நான் இல்லை என்பதைத் தாங்கள் அறிவீர்கள் பாபட் சார்" என்றான் ரவி.

"தயவுசெய்து இச்சிறு புத்தகத்தைப் படியுங்கள். நாளை காலை உங்களை ஹடப்சரில் உள்ள ஒரு நண்பரின் வீட்டுக்கு அழைத்துச்செல்ல விரும்புகிறேன். உங்கள் குடும்பத்தைப் பிடித்தாட்டும் இந்தப் பிரச்னைக்குத் தீர்வு காணவே இந்த புத்தகத்தைப் படிக்கும்படி கோருகிறேன். நீங்கள் வீட்டில் இல்லாத பொழுதுகளில் அனகாவின் நிலை மோசமாகும் தருணங் களில் உங்கள் குழந்தைகள் – விபாவின் சாகரின் முகங்களில் படரும் பயத்தை நீங்கள் கவனித்ததுண்டா? இந்த பிரச்னைக்கு ஒரு விடிவு கண்டேயாக வேண்டும்."

'ஸ்ரீ சத்யா மஹராஜின் சரித்திரம்' என்ற நூலின் தலைப்பைப் படித்தவுடனேயே ரவிக்கு பாபட் எந்த மாதிரி தீர்வைத் தேடச் சொல்கிறார் என்பது புரிந்துவிட்டது.

"பாபட் சார், போன வருடம் என் மாமியாரும் என் மைத்துனி ஷாய்லியும் இரண்டுமாத இடைவெளியில் இறந்துபோன அதிர்ச்சியின் காரணமாக ஏற்பட்ட ஸ்கிஸோப்ரேனியாதான் இது என்று சைக்கியாட்ரிஸ்ட் சொல்கிறார். சில சமயம் ஸ்ப்ளிட் – பர்சனாலிட்டி சின்ட்ரோமாகவும் உருமாறுகிறது. அதற்கான மருந்தும் சிகிச்சையும் கொடுத்துக்கொண்டுதான் இருக்கிறோம். உங்களுக்கே தெரியும், எனக்கு மந்திரம் பூதம் இவற்றிலெல்லாம் நம்பிக்கையில்லை".

"உங்கள் நம்பிக்கையை மாற்றிக்கொள்ளுங்கள் என்று நான் சொல்ல வரவில்லை ரவி. மனோதத்துவ சிகிச்சையை நிறுத்துங்கள் என்றும் சொல்லவில்லை. என்னதான் அறிவியல் யுகம் என்றாலும் மாந்த்ரீகம் போன்ற விஷயங்கள் இருக்கத்தான் செய்கின்றன, நீங்கள் நம்பினாலும் நம்பாவிட்டாலும். இந்த வழியையும் ஒரு முறை முயற்சிசெய்து பார்த்துவிடுங்களேன். தீர்வு கிடைக்கலாம். குடும்பத்தின் நல்வாழ்வுக்கு முன்னால் நம் நம்பிக்கையை தியாகம் செய்வதொன்றும் பெரிய விலை அல்லவே?"

உரையாடலைக் கேட்டுக்கொண்டிருந்த விபாவும் "அப்பா, அங்கிள் சொல்வதையும் செய்து பார்ப்போமே. சித்தி தற்கொலை செய்துகொண்டதனால்தான் அம்மாவிற்கு இது வந்திருக்கிறது என்று தோன்றுகிறது" என்றாள்.

மகள் விபா சொல்வதைக் கேட்டதும் ரவி பெருமையுடன் புன்னகைத்தான். "சரி மகளே ... கண்டிப்பாகச் செய்வோம்" என்று அவள் தலையைக் கோதினான்.

விபா அவ்விடத்திலிருந்து சென்றதும் "பாபட் சார்... விபா பொண்ணு இந்த ஒரு வருடத்தில் எப்படி ஆகிவிட்டாள் பார்த்தீர்களா? அம்மாவுக்கே அம்மாவாய், சாகருக்கும் அம்மாவாய் இருந்து வீட்டின் எல்லா காரியங்களையும் பார்த்துக்கொள்கிறாள்" என்றான் ரவி. அவன் கண்கள் பனித்திருந்தன.

"எல்லாம் சரியாயிடும் ரவி..." என்றார் பாபட்.

○

புனாவின் புறநகர் ஹடப்சர் பகுதியிலிருந்த உன்னதி நகரில் ஒரு சிறு பங்களாவிற்கு ரவியை அழைத்துச் சென்றார் பாபட். வாசலில் டாக்டர் மாத்ரே என்று எழுதியிருந்தது. ஒரு கறுப்பு நிற டாபர்மேன் ஒன்று இவனைப் பார்த்துக் குரைத்தது. வீட்டு வேலைக்காரன் ஒருவன் நாயை இழுத்துப் போனான்.

டாக்டர் மாத்ரே பூஜையில் இருந்தார். அவர் மருத்துவ டாக்டராக இருந்தவர். ஸ்ரீ சத்யா மஹராஜ் அவருள் வர ஆரம்பித்த பிறகு அலோபதி மருத்துவத்தை நிறுத்திவிட்டு, ஆன்மீக மருத்துவம் மட்டும் தருகிறார். அரை மணி நேரத்துக்குப் பிறகு பூஜையறைக்கு ரவி மட்டும் தனியே அழைக்கப்பட்டான்.

வெள்ளை வேட்டி அணிந்திருந்தார் மாத்ரே. வெள்ளி ஃப்ரேம் போட்ட கண்ணாடி போட்டிருந்தார். சுத்தமாகச் சவரம் செய்யப்பட்ட முகம். தாடி மீசையில்லாத முகத்தைப் பார்த்தால் பேயோட்டுபவராகத் தெரியவில்லை. அவர் முன்னால் நெடுநேரம் ரவி உட்கார்ந்திருந்தான். அவர் இவன் வந்ததைச் சட்டை செய்யாதவராய் ஸ்ரீ சத்யா மஹராஜின் சிறு உருவப்படத்தை உற்றுநோக்கியவாறு இருந்தார். சலிப்பாய் இருந்தது. எழுந்து போய்விடலாமா என்று ரவிக்கு யோசனை வந்தபோது மாத்ரே குரலைக் கனைத்துக்கொண்டார். அதுவரை வந்துகொண்டிருந்த சந்தன ஊதுபத்தியின் மணம் திடீரென்று மறைந்து போனதை ரவி கவனித்திருக்க முடியாது.

“ரவி . . . ஹ்ம்ம் கடைசியா எங்கிட்ட வர்றதா முடிவு பண்ணி வந்துட்டே” என்றார்.

ஏதோ ரொம்ப நாளாகத் தெரிந்த நண்பன் என்கிற மாதிரியில் இருந்த மாத்ரேயின் தொனி ரவிக்குப் பிடிக்கவில்லை. என் பெயர் எப்படி இவருக்குத் தெரியும்? பாபட் சொல்லியிருப்பாரா இருக்கும்!

“பாபட்டும் சொல்லலை அவன் அப்பனும் சொல்லலை... டேய் பரதேசி, உனக்கு என்ன ரொம்ப புத்திசாலின்னு நினைப்பா?”

ரவி திகைப்பை வெளிக்காட்ட முடியாமல் உறைந்து நின்றான்.

“ஷாய்லி நினைப்பு அடிக்கடி வருதோ? அனகாவுக்குள்ளிருந்து கேட்கும் குரலைக் கேட்டால் . . .”

“டாக்டர் . . . டாக்டர்!” என்ன சொல்வது என்று தெரியாமல் விழித்தான்.

“நான் டாக்டர் இல்லடா . . . நாராயண் . . . நாராயண் தாதா . . . துல்ஹே பக்கத்துல பிம்பல்நேர் கிராமத்தில் வாழ்ந்த சத்ய நாராயண் . . . ரஹீம் பாபாவோட அடிமை. . .”

“அனகா உடம்புல ஷாய்லி மட்டும் இல்ல . . . உங்க மாமியாரும் இருக்கா . . . டோங்க்ரி மருத்துவமனையில் ஒரு மணிக்கு செத்தப்பவே

மும்பையைவிட்டு நேரா கோத்ரூட்டுக்கு வந்துட்டா ... 10 பி தானே உன் வீட்டு டோர் நம்பர்... அங்கதான் இருக்கா இப்ப... ஷாய்லி நாசிக்குல தூக்குல தொங்கி தற்கொலை செஞ்சிக் கிட்டா இல்ல... அவ நிரந்தரமா அனகா உடம்புல இல்ல... அப்பப்போ வருவா... போவா... முக்கால்வாசி நேரம் நாசிக்ல அவ இருந்த வீட்டு மாடில நின்னுகிட்டு இருக்கா... ரெண்டு வாரம் முன்னாலே நீ அவ வீட்டு வாசலைத் தாண்டி போன இல்ல... அதை அவ ஆவி ரூபத்துல பார்த்திருக்கா..."

ரவிக்கு உடல் நடுங்கியது.

கால் மணி நேரம் கழித்து பங்களாவை விட்டு வெளியே வந்தான். வாசலில் பாபட் காத்திருந்தார். கோத்ரூட்டில் இருந்த அவன் இல்லத்துக்கு (10 பி) அவன் திரும்பியபோது, அனகாவும் விபாவும் சாகரும் லூடோ விளையாடிக்கொண்டிருந்தார்கள். நீளமான ஏணியில் அவள் ஏறிப் போனதும் மிகவும் ஆனந்தத்துடன் சிறுமி போல கையைத் தட்டினாள் அனகா.

○

பாபட் கொடுத்த ஸ்ரீ சத்யா மஹராஜ் சரித்திரத்தை வாசிக்க ஆரம்பித்தான். புத்தகத்துக்கு இருபது பக்கங்கள்தான், சாணி பேப்பரில் ஏராளமான எழுத்து மற்றும் வாக்கியப் பிழைகளுடன் புத்தகம் அச்சிடப்பட்டிருந்தது. யாரோ ஒரு பக்தர் தன்னுடைய புதல்வனின் உபநயனத்தின்போது புத்தகத்தை அச்சிட்டு இலவசமாக வினியோகித்திருந்தார்.

○

ஸ்ரீ சத்யா மஹராஜ் சென்னிறமாக இருந்தார். கிட்டத்தட்ட ஐந்தடி உயரமுள்ளவராக இருந்தார். பூசிய தேகம் அவருக்கு. விஷ்ணுவின் வாமன அவதாரம் போன்றதொரு தோற்றமுள்ளவராக அவர் தெரிந்தாரென்று அவரைப் பார்த்தவர்கள் சொல்வார்கள். இனிமையான குரல் பெற்றிருந்தார். சில சமயம் அவர் எடை யுள்ளவராகவும் சில சமயங்களில் கிழவர்களும் தங்கள் தோள் களில் தூக்கிச்செல்லும் பூக்கூடைகள்போல எடையற்றும் இருந்தார்.

அவர் வாழ்ந்த ஊர் பிம்பல் நேராக இருந்தாலும், எந்த ஒரு குறிப்பிட்ட இடத்தோடும் பற்றை வளர்த்துக்கொண்டதில்லை. காடுகளில் திரிந்துகொண்டிருந்தார். அக்கம்பக்கத்துக் கிராமங் களில் அலைந்துகொண்டிருந்தார். பிம்பல்நேரில் அவர் பாஞ்ஜரா நதியில் நீராடுவார். பசு லாயத்தில் தூங்குவார். நான்கைந்து நாட்கள்

இரு குரல்கள்

உணவு உண்ணாமல் தொடர்ந்து அவர் தூங்கிக்கிடப்பதைப் பலமுறை கிராமத்தினர் பார்த்திருக்கின்றனர். அவருடைய மன நிலையைப் பொறுத்து ஒரு குழந்தையைப் போல பகுத்தறிவுக்கு எட்டா செயல்களை அவர் புரிவதை மக்கள் பார்த்திருக்கிறார்கள்.

சில சமயங்களில், ஒரு பைத்தியக்காரனைப் போல அவர் நடத்தை இருக்கும். ஆனால் இத்தகைய பைத்தியக்காரத்தனமான அவருடைய நடத்தைக்கு பின்னால், எளிதில் அறிந்துகொள்ள முடியாதவகையில் பக்தர்களின் குறைகளைப் போக்கும் குறிக்கோள் இருக்கும். அவர் சில சமயம், கையில் கிடைக்கும் பொருளைவைத்து எதிரிலிருக்கும் மனிதர்களை அடிப்பார். ஆனால் அவருடைய அடிகளுக்குப் பின்னால் அடிபடுபவரின் ஏதாவதொரு குறையையோ அல்லது நோயையோ தீர்க்கும் குறிக்கோள் இருக்கும். அவரால் ‘பாதிக்கப்பட்டவர்’களின் குறைகளும் நோய்களும் தவறாமல் சரியாகிவிடும்.

அவர் சில சமயம் சிரித்தவாறும் சில சமயம் அழுதவாறும் காணப்படுவார். இவ்வழுகை அல்லது சிரிப்புக்குப் பின்னால் எங்கோ நடக்கும் மோசமான அல்லது நல்ல நிகழ்வுகள் பற்றிய பிரக்ஞை இருக்கும். அவருடைய ஆழ்ந்த உள்ளறிவின் காரணமாக எங்கோ நடக்கும் துக்க நிகழ்வுகள் பற்றி உடனுக்குடன் அறிந்து அவற்றைத் தம்மால் சரிசெய்ய முடியவில்லையே என்று உணர்ந்து அளவிலா துக்கம் தாளாமல் கண்ணீர் வடிப்பார். அவரைச் சுற்றி இருப்பவர்களுக்கு அவர் ஏன் அழுகிறார் என்று புரியாது.

முறையாகப் படித்தவர் இல்லையென்றாலும், அவருக்குப் பல மொழிகள் தெரிந்திருந்தன. அம்மொழிகளில் பேசுவது மட்டுமல்லாமல், நன்றாகப் பாடவும் செய்வார். பாடும் பொழுது, தன்னை மறந்து அவர் ஆடுவது வழக்கம்.

அவர் சில சமயம் திகம்பரராகத் திரிந்தார். அசுத்தங்கள் நிறைந்த தரையில் படுத்து உருளுவார். தன் உடலுக்கோ உடைகளுக்கோ ஒரு முக்கியத்துவமும் தர மாட்டார். குப்பைக்கும் தங்கத்துக்கும் நடுவில் ஒரு வித்தியாசம் பாரார்.

பிரபஞ்சத்தின் ஐம்பூதங்களைத் தன் கட்டுப்பாட்டுக்குள் வைத்துக்கொள்ளும் அளப்பரிய சக்தியும் சித்தியும் உடையவராக அவர் இருந்தார். வானம் தெளிவாக இருந்தபோதும் தன் ஒற்றைப் பார்வையால் ஒருமுறை மழைபெய்ய வைத்தார். ஒரு கோயில் திருவிழா சுபமாக நடந்துமுடியும் வண்ணம் தன் ஆன்மீக ஆற்றல் கொண்டு கரு மேகங்களைத் தன் பார்வையால் கலையவைத்துப் பல மணி நேரங்களுக்கு மழையை நிறுத்திவைத்தார்.

பணக்காரன் – ஏழை, அரசன் – பிச்சைக்காரன், ஆண் – பெண் என்று அவர் வித்தியாசம் பாராட்டியதில்லை. எந்த உணவுக் கட்டுப்பாட்டுக்கும் அவர் தன்னை உட்படுத்திக்கொண்டதில்லை. “ஒரு சிறுத்தை சாப்பிடுவதற்கென மெனக்கெடுவதில்லை. தன் வழியில் எது கிடைக்கிறதோ அதை ஏற்று சாப்பிட்டுக்கொள்கிறது. இயற்கை தருவதை வேண்டுவதோ அல்லது மறுப்பதோ இல்லை. கடைசிவரை பற்றற்று வாழ்ந்துவிட்டுப் போகிறது” என்று அவர் ஒருமுறை ஒரு பக்தரிடம் சொன்னார்.

ஸ்ரீ சத்யா மஹராஜ் பல பக்தர்களுக்குப் பலப்பல உதவி புரிந்திருந்தாலும், அவையெல்லாம் தாம் செய்தது என்று விளம்பரம் செய்துகொண்டதில்லை. “உங்களின் பக்தியின் அளவிற்கு, நீங்கள் செய்யும் புண்ய காரியத்தின் அளவிற்கு ஈஸ்வரன் உங்களுக்கு நற்கர்மத்தைத் தவறாமல் வழங்குவான். இதை நம்புங்கள். இது சத்தியம்” என்று அவர் அடிக்கடி சொல்லுவார்.

பிம்பல்நேர் கிராமமும் பாஞ்ஜரா நதியும் ஸ்ரீ சத்யா மஹாராஜ் அவர்களின் புனிதப் பாதம் பட்டு புனிதமடைந்துவிட்டன.

ஸ்ரீ சத்யா மஹராஜ் பூவுடலை நீத்துவிட்டாலும், அவரை மனதார நம்பி முழுச் சரணாகதி அடைந்து அவருடைய நாமத்தை அனவரதம் சொல்லிக்கொண்டிருக்கும் பக்தர்களின் இதயத்தில் ஆன்ம உருவில் இன்றும் வாழ்ந்துகொண்டிருக்கிறார்.

❍

அச்சிறு புத்தகத்தைப் படித்து மூடிவைத்தபிறகு ரவியின் மனதில் அமைதியின்மை பெருகிவிட்டது. மாத்ரே அல்லது மாத்ரேவின் மூலமாக பேசிய குரல் சொன்ன விஷயங்களை நம்புவதா … இல்லையா? அக்குரல் சொன்ன விஷயங்களைத் தள்ளுபடி செய்துவிட முடியாது. ஷாய்லி தற்கொலை பற்றிய பல விஷயங்களை துல்லியமாகச் சொன்னது அக்குரல். அனகா மற்றும் ஷாய்லி இவர்களின் அங்க அடையாளங்களை அது சொன்னபோது ரவி வியந்துபோனான்.

ஷாய்லி தற்கொலைக்குக் காரணம் அவள் கணவன் சஞ்சய்யாக இருக்கலாம் என்ற சந்தேகத்தில் போலீஸ் ஷாய்லி யின் கணவனைக் கைது செய்தது. பிறகு சஞ்சய் ஜாமீனில் வெளிவந்தபோது, நாசிக் செல்லாமல் நேராக கோத்ரூட்டிலுள்ள ரவியின் வீட்டுக்கு வந்தான். அன்று ரவி நாசிக் சென்றிருந்தான். அன்று மாலையில் இருந்துதான் அனகா மன நோய்க்கு ஆளானாள்.

படுக்கையறைக்குள் சென்று தன்னைப் பூட்டிக்கொண்டாள். “சஞ்சய் சித்தப்பா வந்தப்போ அம்மா சாதாரணமாகத்தான் பேசிக்கொண்டிருந்தாள். நான் ரங்கோலி கிளாஸ் போய்ட்டு திரும்பி வந்தபோது, அம்மா சித்தப்பாவிற்கு சாப்பாடு போட்டுக் கொண்டிருந்தாள். சித்தப்பா சாப்பிட்டு முடித்ததும் கிளம்பி விட்டார்” என்று விபா சொன்னாள்.

அனகாவின் மன நோய் முற்ற ஆரம்பித்தபோது ஒரு நாள் ஷாய்லி தங்கியிருந்த வீட்டுக்குச் சென்று சஞ்சய்யை சந்தித்துப் பேச முயன்றான். ஆனால் வீடு பூட்டியே இருந்தது. ரவியின் நண்பன் ஷரத்தும் அதே வீதியில் வசித்தான். அவன் மூலம் விசாரித்தபோது சஞ்சய் வீட்டைக் காலிசெய்துவிட்டு எங்கோ சென்றுவிட்டான் என்று தெரிய வந்தது.

ரவி, அனகாவைத் திருமணம் செய்துகொண்டபோது ஷாய்லிக்கு 11 வயது. அத்தான் அத்தான் என்று மிகவும் பாசமாக இருந்தாள். ஷாய்லி 35 வயதில்தான் கல்யாணம் செய்து கொண்டாள். கல்யாணமே செய்யப்போவதில்லை என்று பிடிவாதம் பிடித்துக்கொண்டிருந்தாள். எனக்கு ரவி அத்தான் தான் கன்யாதானம் செய்ய வேண்டும் என்ற நிபந்தனையுடன் கல்யாணத்துக்கு ஒத்துக்கொண்டாள். ரவி கன்யாதானம் செய்துவைத்ததில் அனகாவின் பக்கத்து உறவினர் பலர் அதிருப்தி கொண்டனர். அனகாவின் தம்பி உயிருடன் இருக்கையில் மூத்த மாப்பிள்ளை கன்யாதானம் செய்வது நல்லதில்லை என்று பேசிக்கொண்டார்கள்.

ஷாய்லியின் திருமணத்திற்குப் பின்னர் ஷாய்லி – சஞ்சய் தம்பதியர் ஒருமுறை புனாவில் அனகா வீட்டிற்கு வந்தனர். அதற்குப் பின்னர் பலமுறை வரவேற்றும் ஒரு முறைகூட ஷாய்லி புனா வரவில்லை. சஞ்சய் இனிமேல் புனா போகக் கூடாது என்று மறுத்துவிட்டதாக ஷாய்லி சொன்னாள். அதனால் ரவி எப்போது நாசிக் போனாலும் தங்கையைப் பார்த்துவிட்டு வருமாறு அனகா சொல்லுவாள்.

எப்போதும் வராத சஞ்சய் ஜாமீன் கிடைத்தவுடன் நேராக இங்கு ஏன் வர வேண்டும்? ரவியின் மனதை இக்கேள்வி உறுத்திக் கொண்டிருந்தது.

“அனகாவுக்குள்ள புகுந்திருக்கிற ஆன்மாக்களை இப்போதைக்கு துரத்தரது ஒண்ணும் பெரிய விஷயமில்ல... அந்தப் பேய் திரும்ப திரும்ப வர சான்ஸ் இருக்கு... என்னிக்கு உன் மனைவியின் மனசின் அடிப்பகுதியில இருக்கும் ஓர்

ஏமாற்றம், ஒரு கோபம் போகுதோ அன்னிக்குதான் நிரந்தர முன்னேற்றம் இருக்கும். அலோபதி வைத்தியத்தை நிறுத்தாதே... நானும் 'ட்ரீட்மெண்டை' ஆரம்பிக்கிறேன். எல்லாம் கடவுள் சித்தம்" – மாத்ரே வாயிலாகப் பேசிய குரல் சொன்ன கடைசி வாக்கியங்கள் இவைதான்.

அடுத்த அமாவாசையன்று சடங்குகளைத் தொடங்கி விடுவதாக மாத்ரே சொன்னார். அதற்கென அனகாவின் ஒரு கூந்தலிழையையும், அவள் கட்டிய பழைய புடவையையும் அவள் கால் பெருவிரலிலிருந்து வெட்டிய நகத்துண்டையும் பாபட் மூலமாகக் கொடுத்தனுப்புமாறு மாத்ரே சொன்னார்.

மாத்ரே இன்னொன்றும் சொன்னார் "மிஸ்டர் ரவி, இனிமேல் நீங்கள் இங்கே வர வேண்டாம். உங்கள் மனைவியை மஹராஜ் குணப்படுத்திவிடுவார். ஏதாவது வேண்டுமென்றால் நான் பாபட்டிடம் சொல்லிவிடுகிறேன்."

❍

மாத்ரே சொன்னபடி படிப்படியாய் அனகா குணமானாள். பாபட்டிடம் மாத்ரே என்ன செய்தார் என்று ரவி கேட்டபோது "இதையெல்லாம் லாஜிக்கலாக விவரிப்பது கஷ்டம். ஆன்மாக்கள் உலகத்தின் நியதிகள் மானிட உலகின் நியதிகளிலிருந்து வேறுபட்டவை" என்றார்.

அனகா மீண்டும் சாதாரணமாக வளைய வந்தாள். சமையல், வீட்டுப் பராமரிப்பு, சாகருக்குப் பாடம் சொல்லிக் கொடுப்பது, விபாவிடம் சகோதரிபோல பழகுவது என்று பழைய அனகா மாதிரி ஆகிவிட்டாள். இரண்டு வித்தியாசங்கள். ரவியிடம் அதிகம் பேசுவது இல்லை. இன்னொன்று சாமி, பூஜை, விரதம் என்று ஒரே பக்திமானாக மாறிவிட்டாள். முன்னர் அனகா அடைபட்டிருந்த அறையில் இப்போது விபா, அனகா, சாகர் – மூவரும் சேர்ந்தே உறங்குகின்றனர். ரவி ராத்திரியில் தனியாகப் படுத்துக்கொள்கிறான். ரவி சிலசமயம் விரக்தியுற்று சண்டை யிட்டாலும், அனகா அவனைச் சுத்தமாகப் பொருட்படுத்துவது மில்லை; பதில் சொல்வதுமில்லை. அவனைப் பொறுத்தவரை பதில் சொல்லாத ஒரு சுவர் மட்டுமே அவள்.

விபாவிடம் இதைப் பற்றிப் பேசத் தயக்கமாக இருந்தது. அவளுக்கு 19 வயது ஆகிவிட்டது. அவள் அம்மாவிற்கும் அப்பா விற்கும் ஏற்பட்டிருக்கும் இடைவெளியைப் புரிந்துதான் இருப்பாள்.

❍

எஃப் சி ரோட்டிலுள்ள பார் ஒன்றுக்குள் நண்பர்களோடு நுழைகையில் சஞ்சய்யைப் பார்த்தான் ரவி. சஞ்சய் பில்லை செட்டில் பண்ணிக்கொண்டிருந்தான். ரவியைக் கண்டு கொள்ளாதது மாதிரி சஞ்சய் பாரை விட்டு வெளியேறினான். ரவி அவன் பின்னாலேயே சென்று “என்ன சஞ்சய் எப்படி இருக்கிறாய்?” என்று கேட்டான். புதரென தாடி வளர்ந்திருந்தது. “இருக்கேன்” என்று ரத்தினச்சுருக்கமாகப் பதிலளித்தான். ரவியின் பார்வையைத் தவிர்த்தவாறு எங்கோ பார்த்துக்கொண்டிருந்தான்.

“நாசிக்கில் உன் வீட்டுக்கு வந்து விசாரித்தேன். நீ வீட்டைக் காலி செய்துவிட்டதாகக் கூறினார்கள்”

“ஆம் . . . நாசிக்கில் இருக்கப் பிடிக்கவில்லை. பர்வணி சென்றுவிட்டேன். அங்கே என் சித்தப்பாவின் கட்டுமான வியாபாரத்தில் அவருக்கு உதவியாக இருக்கிறேன். அவருடன்தான் வந்தேன். அவர் எனக்காக ஸ்வார்கேட்டில் காத்திருக்கிறார். நான் போக வேண்டும். அனகா அக்காவைக் கேட்டதாகச் சொல்லுங்கள்”

ரவி மேலும் எதுவும் கேட்குமுன் வேகமாக விடைபெற்று, பாருக்கு வெளியே நின்றிருந்த ஆட்டோவில் ஏறி விரைந்து விட்டான்.

❍

அடுத்த ஆறு மாதத்தில் ரவியின் குடும்பத்தில் பல நிகழ்வுகள். விபாவைக் குடும்ப நண்பர் ஒருவர் வந்து பெண் கேட்டார். நண்பரின் பையன் அமெரிக்காவில் சென்று வேலை பார்க்க விருப்பதால் நண்பர் அவனுக்குத் திருமணம் முடிக்காமல் அவனை அமெரிக்கா அனுப்ப இசையவில்லை. பையனுக்கு விபாவை மிகவும் பிடித்திருந்தது. கல்லூரியில் அவன் விபாவுக்கு சீனியர். விபாவுக்கும் பையனைப் பிடித்திருந்தது. விபாவின் கல்லூரிப் படிப்பு இன்னும் முடியவில்லையே என்று ரவி தயங்கினான். ஆனால் அனகா அந்த சம்பந்தத்தை முடிப்பதில் மிகுந்த ஆர்வம் காட்டினாள். நேரமின்மை காரணமாகப் பதிவுத் திருமணம் செய்துகொள்ளலாம் என்று முடிவானது.

சாகர் பதினொன்றாம் வகுப்பை மும்பையில் படிக்க விரும்பினான். அனகாவின் தம்பி அவனைத் தன்னுடன் வைத்துக் கொள்வதாகச் சொல்ல, சாகர் மலாடில் இருக்கும் ஒரு ஜூனியர் கல்லூரியில் சேர்ந்து ஹையர் செகண்டரி படிக்கத் துவங்கினான்.

❍

கணவனும் மனைவியும் வீட்டில் தனியே இருந்த இரண்டாவது நாள்!

விபா அமெரிக்கா சென்றுவிட்டாள். சாகர் மும்பையில் இருந்தான். வீடு வெறிச்சென இருந்தது. அனகாவிடம் ஒரு மாற்றமும் இல்லை. மனதில் ஒரே வெறுமை. அவள் என்ன சொன்னாலும் சரி! இன்று அனகாவுடன்தான் படுத்துக்கொள்ள வேண்டும். நான் அவள் புருஷன். என்னை எப்படி அவள் விலக்கி வைக்க முடியும்?

அனகாவின் அறையில் லைட் எரிந்துகொண்டிருந்தது.கதவு தாழிடப்படவில்லை. அவள் ஜன்னலைப் பார்த்து படுத்துக் கொண்டிருந்தாள். தூங்குகிறாளா அல்லது விழித்துக் கொண்டிருக்கிறாளா? ரவிக்குத் தெரியவில்லை.

கட்டிலருகில் போனான். அவளிடம் ஓர் அசைவும் இல்லை. லைட்டை அணைத்தான். பின்னர் ஒரு பூனையைப்போல அனகாவின் அருகில் சென்று படுத்துக்கொண்டான். அவளை அணைக்கவோ தொடவோ முயலவில்லை. கைகளைத் தன் தலைக்கு மேல் வைத்துக்கொண்டு விட்டத்தைப் பார்த்தவாறே தூங்கிப் போனான்.

நடு நிசி. கட்டிலில் இருந்து எழுந்து உட்கார்ந்தாள் அனகா. அவள் தலையணைக்கு அடியிலிருந்து ஓர் அரிவாளை எடுத்தாள். கட்டிலில் சாய்ந்து வசதியாக உட்கார்ந்துகொண்டாள். ஆழமான துயிலில் இருந்த ரவியின் மார்பில் அரிவாளை ஓங்கிப் பாய்ச்சினாள். பீய்ச்சியடித்த குருதி அவள் நெற்றியில் இருந்த சிறு மச்சத்தை மறைத்தது.

❍

“ஷாய்லியின் அக்கா என் அக்கா. அப்படித்தான் உங்களை நினைக்கிறேன். முதல்முறை ஷாய்லியைக் கூட்டிக்கொண்டு வந்தபோது வீட்டின் பின்புறத்திற்குக் கூப்பிட்டு ஷாய்லியை உங்கள் கணவர் அணைப்பதைப் பார்த்தேன். துணுக்குற்றேன். அதைப் பற்றி ஷாய்லியிடம் எதுவும் கேட்கவில்லை. உங்கள் வீட்டுக்கு வருவதை நிறுத்திவிட்டால் சரியாகிவிடும் என்று எண்ணினேன்.

ரவி நாசிக் வரும்போதெல்லாம் உங்கள் தங்கையைப் பார்க்க வருவார். நீங்கள் அதைக் கொடுத்து அனுப்பினீர்கள், இதைக் கொடுத்து அனுப்பினீர்கள் என்று காரணம் சொல்லிக்கொண்டு வருவார். பக்கத்து வீட்டில் வசிப்பவர்களும் வழக்கைத் தலைக்காரர் ஒருவர் அடிக்கடி உங்கள் மனைவியை நீங்கள் இல்லாதபோது பார்க்க வருகிறாரே என்று என்னிடம் சொன்னார்கள். இதை

எப்படி சமாளிப்பது என்று தெரியாமல் குழப்பத்தில் இருந்தேன். இதை உங்களிடம் சொல்லலாம் என்றுகூட யோசித்தேன். உங்கள் மனம் கஷ்டப்படுமே என்று விட்டுவிட்டேன். என் சித்தப்பா விடம் சேர்ந்து புதிதாக ஒரு வியாபாரம் பர்வணியில் தொடங்கலாம் என்று திட்டமிட ஆரம்பித்தேன். அதற்கான ஆயத்தங்களில் ஈடுபட்டிருந்தேன்.

ஒரு நாள் மதியம் உடம்பு சரியில்லை என்று வீடு திரும்பிக் கதவைத் தட்டினேன். மின்சாரம் இல்லாததால் பஸ்ஸர் ஒலிக்கவில்லை. நான் ஜன்னல் வழியாக உள்ளே ஷாய்லியைக் கூப்பிடலாம் என்று ஜன்னலுக்குள் பார்த்தேன். ரவி ஷாய்லி யுடன் ..."

சஞ்சயால் பேச முடியவில்லை. கண்ணீர் விட்டு அழுதான். கண்ணீர்த் துளிகள் அவன் சாப்பிட்டுக்கொண்டிருந்த தட்டில் விழுந்தன. அனகா ஊமையானவள் மாதிரி ஏதும் பேசவில்லை.

"நான் ஷாய்லி என்று சத்தம் போட்டதுமே, இருவரும் விலகினர். அந்த ஆள் உடைகளை அணிந்து பிறகு கதவைத் திறந்தான். அதிர்ச்சியில் என்னுள் வார்த்தையே எழவில்லை. "வரேன் சஞ்சய்" என்று சொல்லிவிட்டு ரவி சென்றான். நான் உள்ளே நுழைந்ததும், ஷாய்லி வேகமாக சமையலறை சென்று கதவை சாத்திக்கொண்டாள். ஓரிரு நிமிஷம் வீட்டில் இருந்துவிட்டு நான் கிளம்பி பாருக்கு சென்றேன். குடித்தேன். இரவு முழுதும் நான் வீடு திரும்பவில்லை. லாட்ஜ் ஒன்றில் தங்கினேன். என்ன செய்வதென்று தெரியவில்லை. அடுத்த நாள் காலை நான் வீடு திரும்பினேன். அவள் என்னிடம் எதுவும் பேசவில்லை. நான் குளித்துவிட்டு அலுவலகம் போகாமல் மீண்டும் பாருக்கு போனேன். ஏதோ உள்ளுணர்வு என்னை வீட்டுக்குப் போ என்றது. வீட்டு வாசல் திறந்திருந்தது. உள்ளே நுழைந்தபோது, ஷாய்லி பேச்சுமூச்சற்றுக் கிடந்தாள்.

ரவி, ஷாய்லியுடைய 11 வயதிலிருந்தே பாலுறவில் ஈடுபடுத்தி வந்திருக்கிறான். ஒன்றும் அறியாத வயதில் அவளுக்கு எதுவும் தெரியவில்லை. அத்தான் அவளுடன் விளையாடுகிறார் என்று நினைத்திருப்பாள். கொஞ்சம் வயதாக அவளை மிரட்டிமிரட்டி அனுபவித்திருக்கிறான். அப்புறம் இது நார்மல்தான் என்றவாறு இருவருக்கு உறவு தொடர்ந்திருக்கிறது. ஆனால் கல்யாணமான பிறகு ஷாய்லி உறவைத் தொடர மறுத்துவிட்டாள். ரவி பலமுறை அவளிடம் வற்புறுத்தியிருக்கிறான். ஆனால் ஷாய்லி மறுத்து வந்திருக்கிறாள். நான் அவர்கள் இருவரையும் சேர்ந்துபார்த்த அன்று அவளைப் பலவந்தப்படுத்த முயன்றுகொண்டிருந்தான்."

சஞ்சய் தன் பாக்கெட்டிலிருந்து மடித்திருந்த ஒரு காகிதத்தை அனகாவிடம் தந்தான்.

"ஷாய்லியின் சடலத்துக்கருகில் இக்கடிதம் இருந்தது. எல்லாவற்றையும் எழுதி வைத்துவிட்டு செத்துப்போயிருக்கிறாள். இது போலீஸ் கையில் கிடைத்தால் ஷாய்லிக்கு அவப்பெயர் ஏற்பட்டுவிடுமே என்று இக்கடிதத்தை மறைத்துவிட்டேன்."

◯

நெற்றியில் ஒட்டியிருந்த ரத்தத்தை போர்வையால் துடைத்துக் கொண்டாள் அனகா. அரிவாளை ஜன்னல் வழி வந்த நிலவு வெளிச்சத்தில் பார்த்தாள். ஜன்னல் திட்டில் இருந்த 'ஸ்ரீ சத்யா மஹராஜ் சரித்திரம்' புத்தகத்தின் பக்கங்கள் காற்றில் புரண்டுகொண்டிருந்தன. அப்புத்தகத்திற்குள் பாதி மடித்து வைக்கப்பட்டிருந்த ஷாய்லி எழுதிய கடைசிக் கடிதம் ஜன்னலுக்கு வெளியே பறந்துசென்றது.

பரிசு

With tremendous force, Ganga emerged from Lord Shiva's locks and along with it came several species of fish, animals and the Shishumaar, the dolphin...

– Valmiki

வீடுகள் காணாமல்போவது போன்ற கனவு பெங்கு சிங்குக்கு அடிக்கடி வருகிறது. இன்றும் வந்தது. அக்கனவு தோன்றும்போதெல்லாம் அதிகம் வியர்க்கிறது. பயவுணர்வு தொற்றிக்கொள்கிறது. விழித்தவுடன் "அப்பாடா... கனவுதான்" என்ற நிம்மதி.

மனைவி பங்கஜா ஆழ்ந்த உறக்கத்தில் இருந்தாள். காற்றடைத்த பையில் லேசான ஓட்டை விழுந்து காற்று சிறு துளையின் வழி வெளிவருகையில் உருவாகும் மெலிதான சத்தம்போல அவள் குறட்டை. பெங்கு சிங் பங்கஜாவின் குறட்டைச் சத்தத்தில் தன் கவனத்தைச் செலுத்தி வீடுகள் தொலைந்து போகும் கனவை மறக்க முயன்றார் – உறக்கத்தைத் தொடர முடியவில்லை. கட்டிலிலிருந்து இறங்கினார், கம்பளிப் போர்வையைப் போர்த்திக்கொண்டு மாளிகை வாசலிலிருந்த சாய்வு நாற்காலியில் வந்தமர்ந்து கொண்டார். எதிரே கியுல் நதி நீர் நிரம்பி மேல்கரையோரத்தில் கட்டப்பட்டிருந்த படிக்கட்டுகளை முழுதும் மூடிவிட்டிருந்தது. யாரோ சிறு படகில் துடுப்புப்போடும் சத்தம்போல் ஓர் ஓசை விடிகாலை நிசப்தத்தில் தெளிவாகக் கேட்டது. சுசுக்கள் மூச்சுவிட நீர்மட்டத்துக்கு வந்து குதித் தெழும்பும் சத்தமாக இருக்கலாம்.

கங்கு சிங் என்று உள்ளூர் மக்களால் அழைக்கப்பட்ட அவருடைய தந்தையாரின் நினைவு வந்தது. லகிசராய்க்கு அண்மையிலிருந்த கச்சுவா மலையடிவாரத்தில் அடர்த்தி யான காட்டுப் பகுதி – ஒருமுறை பன்றி வேட்டைக்கு அங்கு தந்தையுடன் சென்றபோது மிருகங்களுக்கு இழைக்கப்படும் வதையைக் காணுகையில் பெங்கு சிங் தன்னைக் கட்டுப்படுத்திக் கொள்ள இயலாமல் வாந்தி எடுத்தார். "பெங்கு, மென்மையாக இருந்தால் உனக்குப் பலம் இல்லை என்று நினைத்துக்கொள்வார்கள். பயவுணர்வை விடுத்து ஆண்மகனாக வளைய வா. அப்போதுதான் அடுத்தவர்கள் உன்னைப் பார்த்து பயப்படுவார்கள்" என்றார் அப்பா. அப்பா முன் எதிர்வார்த்தை இல்லை. கங்கு சிங் பேச்சுக்கு லகிசராய் பிராந்தியத்தில் என்றுமே எதிர்பேச்சு இருந்ததில்லை.

பாட்னாவிலிருந்து கமிஷனர் வில்லியம் டெய்லர் துரை ஒவ்வொருமுறை லகிசராய் வரும்போதும் கங்கு சிங்குடன் வேட்டைக்குப் போவது வழக்கம். இருவருக்குமிடையே இருந்த வேட்டை ஆர்வம் ஆழமான நட்பை ஏற்படுத்தியிருந்தது. தேர்ந்த ஓவியராகவும் இருந்த டெய்லர் துரை வரைந்த கங்கு சிங்கின் உருவப்படம் வரவேற்பறையை இன்னும் அலங்கரித்துக் கொண் டிருக்கிறது. டெய்லர் துரையின் முயற்சியால் முங்கேர் நகரின் கமிஷனரின் கீழ் இருந்த லகிசராய் மற்றும் சுற்றியிருக்கும் இருபத்தைந்து கிராமங்களில் வரி வசூலிக்கும் உரிமை கங்கு சிங்கின் குடும்பத்திற்குக் கிடைத்தது.

வாசலில் குதிரை வண்டியொன்று வந்து நின்று பெங்கு சிங்கின் நினைவோட்டத்தைத் தடுத்து நிறுத்தியது. பெங்கு சாய்வு நாற்காலியில் இருந்தபடியே "யார்" என்று சத்தம் போட்டார். "நான்தான் அண்ணா. அர்ஜுன் சிங் வந்திருக்கிறேன்" என்றபடி ஓர் உருவம் அவர் அருகே வந்தது. "வா ... வா" என்றார் பெங்கு சிங். அர்ஜுனைப் பாசத்துடன் அணைத்து வரவேற்றார் அவர். அர்ஜுன் பெங்குவின் பாதங்களைத் தன் கைகளால் தொட்டான்.

அர்ஜுன் பெங்குவின் சித்தப்பா மகன். அப்பாவிற்கும் பாட்னா கமிஷனருக்கும் இருந்த நட்பைப் பயன்படுத்தி சித்தப்பா பல வருடங்களுக்கு முன்னர் ஈஸ்ட் இண்டியன் ரயில்வே நிறுவனத்தின் முக்கியமான ஒப்பந்ததாரர் ஆகியிருந்தார். ஹௌராவை யும் பாட்னாவையும் இணைக்கும் ரயில் பாதை கட்டும் பணியில் பெங்குவின் சித்தப்பா நிறுவனத்துக்குப் பல லாபகர ஒப்பந்தங்கள் கிட்டியிருந்தன. சித்தப்பாவின் குடும்பம் கல்கத்தாவில் வசித்தது. இரண்டு மாதங்கள் முன்னர்தான் இருப்புப்பாதை முங்கேர்வரை எட்டியிருந்தது. அர்ஜுன் முங்கேரில் தங்கியிருந்து அவர்கள் நிறுவனத்தில் அலுவல்களைக் கவனித்து வந்தான்.

“என்னப்பா நீ வருவேன்னு சொல்லவேயில்லையே?”

“இல்லண்ணா... திடீர்னு பயணப்பட வேண்டியதாயிற்று... ரயில் நிறுவனத்தின் மேனேஜிங் டைரக்டர் ரௌலண்ட் கொஞ்ச நாளாவே லகிசராய் கியுல்நதி சுசு மாமிசம் சாப்பிடக் கேட்டுக்கொண்டிருக்கிறார். எனவே அப்பா என்னை லகிசராய் சென்று வருமாறு கூறினார். பல்லு எத்தனை மணிக்கு வீட்டுக்கு வருவான்? அவன் தானே சுசுவை பிடிக்கறதுல கில்லாடி!”

பல்லு பெங்கு வீட்டில் பல வருடங்களாக வேலை செய்பவன். வீட்டில் பலபேர் வேலை செய்தாலும், எல்லா முக்கிய வேலைகளுக்கும் நம்பிக்கை வாய்ந்தவன் பல்லு. தோட்ட வேலை, சில்லறை வேலைகள், குதிரை வண்டி ஓட்டுதல் எல்லாவற்றிலும் கில்லாடி.

“இரண்டு நாளைக்கு தனௌளரி போயிருக்கிறான். மதியம்தான் வருவான். அதோட இப்போ மழைக்காலம் இல்லையே... சுசுவை பிடிக்கிறது அப்படியொன்றும் சுலபமாயிராது” என்று பெங்கு அர்ஜுனிடம் சொல்லிக்கொண்டிருக்கும்போது மூன்று வெண்ணிற சுசுக்கள் கியுல் நதியின் மேல்மட்டத்தில் குதித்தன. சுசு என்ற சத்தத்தோடு அவை மூச்சுவிடும் சத்தம் மெலிதாகக் கேட்டது.

பல்லு வராமலிருந்தால் தேவலை என்ற எண்ணம் பெங்குவுக்குள் ஓடியது. பெங்குவின் அப்பா கங்கு மற்றும் சித்தப்பா... இப்போது சித்தப்பா மகன்... இவர்களுக்கெல்லாம் லகிசராயை ஒட்டி ஓடும் கியுல் நதி சுசுவின் மாமிசம் தருவதைத் தவிர வேறெந்த அன்பளிப்பும் ஏன் ஞாபகத்துக்கு வருவதில்லை? பெங்குவின் தந்தையார் கூட டெய்லர் துரைக்கு பலமுறை சுசு மாமிசம் அனுப்பிவைத்திருக்கிறார். இத்தனைக்கும் நிலப் பிரபுக்களாகிவிட்ட பின்னும் சைவ உணவு மட்டும் சாப்பிடும் பாரம்பரியத்தைக் காத்துக்கொண்டிருக்கும் குடும்பம்!

சொன்னபடி பல்லு அன்று மதியமே தனௌளரியிலிருந்து திரும்பிவந்தான்; பெங்குவிற்கு அது ஏமாற்றமாக இருந்தது.

○

மீன்வலையில் சிக்கியிருந்த சுசு என்று அழைக்கப்படும் இந்திய ஆற்று குருட்டு டால்ஃபினை பல்லு பிடித்துவந்தான். மாமிசம் வெட்டும் மாஜீத் அன்று ஊரில் இல்லை. அடுத்த நாள்தான் வருவான் என்று தெரிந்தது. எனவே, அர்ஜுனின் யோசனைப்படி பிடிபட்ட கருநிற சுசுவை பெங்குவின் மாளிகையின் கொல்லைப்புறத்திலுள்ள குளத்தில் போட்டான். அடுத்த நாள் காலை கியுல் நதி மீனவர் இருவரைக் கொண்டு சுசுவைக் குளத்திலிருந்து எடுக்கத் திட்டம்.

லகிசராய் வரும்போதெல்லாம் அர்ஜுன் நேரம் வீணடிக்காமல் நடனக்காரி லதாங்கியைச் சந்திக்கச் செல்வது வாடிக்கை. பின்மதியப்பொழுதில் நடனக்காரி வசிக்கும் வீதியில் விட்டுவர அர்ஜுனை குதிரை வண்டியில் ஏற்றி பல்லு ஓட்டிச்சென்றான்.

பெங்கு அன்றைய அலுவல்களை முடித்துவிட்டு வீடு திரும்பியபோது, வீட்டின் பின்புறம் ஒரு பசுவின் மரண ஓலம் கேட்டது. கொல்லைப்புறத்தில் குளத்தின் விளிம்பில் நின்று நீரருந்திக்கொண்டிருந்த பசு மாட்டின் முன்னங்காலொன்றை இறுக்கிப் பல்லால் கடித்துக்கொண்டிருந்தது சுசு.

"எவண்டா... பசுவை லாயத்தில் இருந்து திறந்து விட்டவன்?" என்று கோபத்துடன் சத்தம் போட்டார் பெங்கு சிங். லாயத்தைக் கண்காணிக்கும் வேலைக்காரர்களும் வீட்டின் பிற வேலைக்காரர்களும் என்ன பண்ணுவது என்று தெரியாமல் கையைப் பிசைந்து கொண்டிருந்தார்கள். யாருக்கும் குளத்தில் குதித்து சுசுவுடன் போராடும் தைரியம் இல்லை. "பல்லுவைக் காணோமே?" என்று ஒருவரையொருவர் பார்த்துக்கொண்டிருந்தார்கள்.

யாருமே எதிர்பாராதவாறு, பெங்கு சிங்கே குளத்தில் குதித்தார். டால்ஃபினின் பின்புறத்தைப் பிடித்திழுக்க முயன்றார். ஒரே வழுக்கல். பிடி கிட்டவில்லை. டால்ஃபின் தன் உடலை அசைத்துக் கொண்டே இருந்தது, ஆனாலும் பசுவை விடவில்லை. பசுவின் அலறல் லகிசராய் முழுதும் கேட்டிருக்கும். ஒரு வேலைக்காரன் கத்தியை நீட்டினான். அதை வாங்கிக்கொள்ள பெங்குசிங் மறுத்துவிட்டார். இன்னொருவன் ஒரு தடியை நீட்டினான். அதைவைத்து டால்ஃபினின் பின்புறத்தில் அடிக்க ஆரம்பித்தார். தொடர்ந்து அடிவிழவும் எரிச்சலுற்ற சுசு பசுவின் காலை விடுத்து பெங்கு பக்கம் திரும்பியது. அடுத்த சில நிமிடங்கள் ஆக்ரோஷமான போராட்டம் நிகழ்ந்தது. கிட்டத்தட்ட பெங்குவின் காலை அது கடித்துவிட்டது. ஆனால், அதன் வாயில் பெங்குவின் வேட்டிதான் சிக்கியது. தடியைக் கொண்டு அடித்தும் முக்கால் அடி நீளமுள்ள நீண்ட மூக்கைத் தன் வேட்டியால் சுற்றி இறுக்கியும் சுசுவை பெங்கு கட்டுப்பாட்டில் கொண்டுவந்தார். அதுவரை வெறுமனே பார்த்துக்கொண்டிருந்த வேலைக்காரர்களில் இருவர் இப்போது குளத்தில் குதித்தனர். அவர்களும் கை கொடுக்க சுசுவைக் குளத்தில் இருந்து தூக்கித் தரையில் போட்டனர்.

அந்த ஃடால்பின் எட்டடி நீளம் இருந்தது. இரு பக்கங்களிலும் கிட்டத்தட்ட அரையடி அகலத்துக்கு அதன் ஃப்லிப்பர்கள் இருந்தன. உடலின் மேல்பாகத்தில் இருந்த சிறு திறப்பு வழி சுசு மூச்சு விட்டது. அது துடித்துக்கொண்டிருந்தது. அதன் அவஸ்தை யைக் காண முடியாமல், "தூக்குங்கடா... இந்த சுசுவை கியுல்

நதியில் சேர்த்துவிட்டு வரலாம்” என்று ஆணையிட்டார் பெங்கு. அவரும் மேலும் இரு வேலைக்காரர்களும் சுசுவைத் தூக்கிப்போய் கியுல் நதியில் போட்டார்கள்.

பசுவின் கால்களில் கட்டுப்போட்டு மாட்டு வைத்தியர் வைத்தியம் செய்துகொண்டிருந்தபோது, தலையைச் சொறிந்து கொண்டே லாயக் கண்காணிப்பாளன் கேட்டான்: “எஜமான்... அர்ஜூன் எஜமான் வந்து கேட்டா என்ன சொல்றது?”

“உங்க அர்ஜூன் எஜமான் எங்கே போயிருக்காரு?”

“ஹ்ம்ம் லதாங்கி வீட்டுக்கு...” என்று இழுத்தான்.

சித்தப்பாவிற்கு அவரைப் போலவே ஒரு மகன் என்று பெங்கு சிங் நினைத்துக்கொண்டார்.

“அப்போ ராத்திரி திரும்ப மாட்டான்... நாளைக்கு வந்தா என் பேரைச் சொல்லுங்க... ஹ்ம்ம்ம் நாளைக்கு எனக்கு பாட்னா போகணும்... வர ஒரு வாரமாகும். பல்லு வந்தவுடன் நாளைக்காலை தயாராக இருக்கணும்னு சொல்லுங்க” என்றார் பெங்கு.

மீண்டும் நதியில் சேர்க்கப்பட்ட டால்ஃபின் கண்ணில் எங்காவது தென்படுகிறதா என்று வாசற்புறம் வந்து நதியை உற்று நோக்கிக்கொண்டிருந்தார் பெங்கு சிங்.

❍

அடுத்த நாள் விடிகாலை பல்லுவை அழைத்துக்கொண்டு பாட்னா கிளம்பினார் அவர். அவருக்கு பாட்னாவில் அலுவல் எதுவும் இருக்கவில்லை. பல்லு இருந்தால் அர்ஜூன் கண்டிப்பாக மீண்டும் வேறொரு சுசுவைப் பிடித்துத் தருமாறு ஆணையிடுவான். பல்லுவை விட்டால் வேறு வேலைக்காரர்களுக்கு சாமர்த்தியமோ திறமையோ கிடையாது.

“என்ன எஜமான், கலெக்டருக்கு நாம போனவாரமே கணக்குகளை அனுப்பிவைத்துவிட்டோமே? இப்ப எதுக்கு பாட்னா போறீங்க” என்று குதிரையை ஓட்டிக்கொண்டே பல்லு கேட்டான்.

“இல்ல... கலெக்டர் துரைகிட்ட வேறொரு வேலை இருக்கிறது” என்று பல்லுவிடம் பொய் சொன்னார்.

பாட்னா நகரத்திலும் தானாபூர் கண்டோன்மெண்டிலும் நடந்த சுதந்திரப் போருக்குப் பிறகு ஈஸ்ட் இண்டியா கம்பெனியின் கையிலிருந்து அதிகாரம் கைமாறி இங்கிலாந்து அரசின் நேரடி

ஆட்சியின்கீழ் வந்திருந்தது. ஆட்சியமைப்பில் சில மாற்றங்கள் நிகழ்ந்திருந்தன. கமிஷனரின் கீழ் பாதுகாப்புத் துறை மட்டும் கொடுக்கப்பட்டது. வரி நிர்வாகத்தைக் கண்காணிக்க கலெக்டர் என்ற புதுப் பதவி உருவாக்கப்பட்டது.

சிப்பாய்க் கலகம் என்று சொல்லப்பட்ட முதல் இந்திய சுதந்திரப்போர் மீரட்டில் தொடங்கி தீ போல லக்னோ, தில்லி, கான்பூர், ஜான்சி, பாட்னா என்று எல்லா இடங்களிலும் பரவியது. பீர் அலி கான் என்ற புத்தகக் கடைக்காரரின் தலைமையில் பாட்னாவில் எழுந்த புரட்சிப்போர் ஆங்கிலேயர்களுக்குப் பெரும் உயிர்ச்சேதத்தை விளைவித்தது. புரட்சியை அடக்க சரியான முறைகளை ஆட்கொள்ளவில்லை என்ற குற்றச்சாட்டில் டெய்லர் துரை 1859இல் தன் பதவியை இழந்தார்.

பீர் அலி கானை நினைத்துப் பார்க்கையில் பெங்குவிற்கு மயிர் கூச்செறிந்தது. இரண்டு முறை அவர் பீர் அலியை அவருடைய புத்தகக் கடையில் சந்தித்திருக்கிறார். இரண்டாவது சந்திப்பு நிகழ்ந்த ஆறாவது நாள் புரட்சி தொடங்கியது. பீர் அலியை ஆங்கிலேயர்கள் கைது செய்தபிறகு அவனுடைய வலதுகரமாகத் திகழ்ந்த இன்னொரு புரட்சிக்காரன் அகமது தலைமறைவானான். அப்போது அவனுக்கு ஒரு மறைவிடத்தைத் தயார்செய்து பெங்கு சிங் உதவினார். லகிசராயிலிருந்து 20 கிலோ மீட்டர் தொலைவிலுள்ள பொக்ராமா என்ற கிராமத்தில் ஒரு வீட்டில் அகமதை மறைவாகத் தங்கவைத்தார். பெங்கு சிங்கின் தோட்டமொன்றில் வேலை செய்த பாண்டே என்ற வேலைக்காரனின் உறவுக்காரர் வீடு அது. பாண்டே இதைப் பற்றி யாரிடமோ பெருமை அடித்துக்கொள்ள, கங்கு சிங்கின் காதுக்குப் பேச்சு எட்டியது. அகமதை பிரிட்டிஷ்காரர்களுக்கு கங்கு சிங் காட்டிக் கொடுத்துவிட்டார். பெங்குவிடம் இதைப் பற்றி எதுவும் பேசவுமில்லை; கேட்கவுமில்லை. அது நடந்த அடுத்த நாள் பெங்கு சிங் பல்லுவைக் கூட்டிக்கொண்டு பாட்னா வந்து ஓரிரு மாதங்கள் தங்கியிருந்தார். இரண்டு முறை வீட்டி லிருந்து ஆட்கள் வந்து அழைத்தபோதும் லகிசராய் திரும்ப மறுத்துவிட்டார். தன் தந்தைக்கு மூளைக்காய்ச்சல் வந்துவிட்டது என்ற செய்தி ஒரு நாள் பெங்குவுக்குக் கிடைத்தது. அன்றுதான் லகிசராய் திரும்பிவந்தார்.

பாட்னாவில் வழக்கமாகத் தங்கும் அன்னபூர்ணா சத்திரத் தில் தங்கினார். முதல்நாள் எங்கும் செல்லாமல் சத்திரத்திலேயே இருந்தார். கலெக்டர் துரையை மரியாதை நிமித்தம் இரண்டாவது நாள் சென்று பார்த்தபோது, “பெங்கு சிங், உனக்கு மல்யுத்தத்தில் ஈடுபாடு உண்டே! இன்று மாலை இங்கிலாந்தின் முதல் எண்

மல்யுத்தவீரன் ஜேம்ஸின் குஸ்தி தானாபூரில் நடைபெறப்போகிறது. நீயும் வாயேன்” என்று அழைத்தார்.

வேறு வேலை எதுவும் இல்லை என்பதால் சென்று பார்க்கலாமே என்று தோன்றியது. குஸ்தி ஆரம்பித்த சில நிமிடங்களிலேயே ஏன்தான் வந்தோம் என்றிருந்தது அவருக்கு. ஆஜானுபாகுவான பல உள்நாட்டு மல்யுத்த வீரர்கள் மேஜர் ஜேம்ஸின் முன்னால் மண்ணைக் கவ்விக்கொண்டிருந்தார்கள். ஒவ்வொரு குஸ்திக்குப் பிறகும் ஜேம்ஸ் “ஹாஹா . . . இந்தியாவில் எல்லோரும் மிக நன்றாக குஸ்தி செய்வார்கள் என்று கேள்விப்பட்டிருக்கிறேன் . . . ஆனால் அது பொய் என்று இன்று எனக்குப் புரிகிறது. எல்லோரும் சொங்கிபோல ஒரு நுட்பமும் இல்லாமல் சண்டை செய்கிறார்கள்” என்று கொக்கரித்தான்.

ஒரு சமயத்தில் “என்னைத் தோற்கடிப்பவர்கள் யாரேனும் இங்கு இருக்கிறார்களா?” என்று கர்வத்துடன் அறைகூவல் இட்டான். கலெக்டர் நகைச்சுவைக்காக “எங்கள் லகிசராய் ஜமீன்தார் பெங்கு சிங்கும் நன்றாக குஸ்தி செய்வார். ஒருமுறை முங்கேர் அரண்மனையில் நடந்த போட்டியில் அவர் பல ஆங்கிலக் கிழட்டு மல்யுத்த வீரர்களை முறியடித்திருக்கிறார்” என்று சொன்னார். இதைக் கேட்டுத் தன் இருக்கையிலிருந்து பெங்கு எழுவார் என்று யாரும் எதிர்பார்க்கவில்லை.

“அதற்கென்ன மேஜர் ஜேம்ஸிடம் மோதிவிட்டால் போயிற்று” என்றார் பெங்கு சிங்.

“என்ன மிஸ்டர் பெங்கு சிங், உனக்கு என்ன எலும்பு முறிய ஆசையா?” என்றான் ஜேம்ஸ்.

“யாருடைய எலும்பு முறிகிறது என்று பார்க்க எனக்கு ஆசைதான் . . . ஆனால் பாழாய்ப்போன என் விரதம்தான் என்னைத் தடுக்கிறது”

“என்ன விரதம்?” என்று வினவினார் கலெக்டர்

“ஆம், பரிசில்லாமல் எந்த மல்யுத்தப் போட்டியிலும் பங்கு கொள்வதில்லை என்று விரதம். முன்னர் முங்கேரில் நடந்த போட்டியில்கூட நான் வென்றால் லகிசராயில் வருவதாக இருந்த காவல் நிலையம் ரத்து செய்யப்பட வேண்டும் என்ற நிபந்தனை யிலேயே நான் போட்டியில் குதித்தேன். ஒரு வீரன் இல்லை ஆறு இளம் மல்யுத்த வீரர்களை மூர்ச்சையடையச் செய்தேன்” என்று சொல்லி அமைதியாகப் புன்னகைத்தார் பெங்கு சிங்.

அரசல்புரசலாக முணுமுணுக்கும் குரல்கள் எழுந்தன. மேஜர் ஜேம்ஸ், கலெக்டர் துரையிடம் வந்து ஏதோ பேசினான். கலெக்டர் அவன் பேச்சைக் கேட்டுப் பிறகு ஏதோ பதில் சொன்னார். பின்னர் பெங்கு சிங்கிற்குப் பதிலளித்தார்.

"பெங்கு சிங்! ஆங்கில அரசாங்கத்திற்கு நிதியிழப்பு இல்லாமல், பொருளிழப்பில்லாமல் இடப்படும் நிபந்தனையை மட்டுமே இம்மன்றம் ஏற்கும்... பொழுதுபோக்கிற்காக நிகழும் இப்போட்டிக் கேற்ற பளுவற்றதொரு நிபந்தனையையே நீ இடுவாய் என நம்புகிறேன்" என்றார் கலெக்டர்.

"நீங்கள் சொல்வதை ஏற்றுக்கொள்கிறேன் கலெக்டர் துரை. நான் கேட்பது பிரிட்டிஷ் ராஜ்க்கு எந்த நிதியிழப்பையும் பொருளிழப்பையும் ஏற்படுத்தாது என்று உறுதி கூறுகிறேன். எனக்கு வேண்டுவதை மேஜர் ஜேம்ஸுடன் மோதிய பிறகு சொல்கிறேன்."

"அது எப்படி நியாயமாகும்?" – கலெக்டர்

"நான் கேட்கும் பரிசு கொடுப்பதற்குக் கடினமாக இருக்கும் பட்சத்தில் மேஜருடன் மோதுவதை நான் தவிர்ப்பதற்காகவே அப்பரிசைக் கேட்கிறேன் என்று யாரும் எண்ணிவிடக் கூடாதில்லையா?" என்று கேட்டபடி பெங்கு சிங் தன் தலைப்பாகை யைக் கழற்றத் தொடங்கினார். பின்னர் தன் வேட்டியை மேலே தூக்கி பின்புறமாகச் சொருகி மல்யுத்தத்துக்குத் தயாரானார்.

எந்த முடிவெடுப்பது என்ற குழப்பத்தில் சபை மௌனம் காத்தது. மேஜர் ஜேம்ஸ் நெற்றிச் சுருக்கங்களுடன் கலெக்டரை நோக்கினான்.

கலெக்டர் அவனைப் பார்த்து "நீ பெங்கு சிங்கை ஜெயித்து விட முடியும் என்று நம்புகிறாயா?" என்று கேட்டார்.

இலேசான தொந்தியும் நிற்கும் தோரணையும் பெங்கு சிங் சமீப காலமாக மல்யுத்தப் பயிற்சியில் ஈடுபடாதது போன்று காட்டியது.

மேஜர் ஜேம்ஸ் அரைகுறை நம்பிக்கையுடன் தலையாட்டி னான். போட்டி தொடங்கியது. அடுத்தடுத்து நடந்த மூன்று மோதல்களிலும் பெங்கு சிங் ஜேம்ஸை பந்தாடினார். ஜேம்ஸ் மற்றவர்களுடன் மோதியபோது, அவன் கையாண்ட உத்திகளை நன்கு கவனித்திருந்தார் பெங்கு சிங். எனவே ஜேம்ஸ் தாடைப்பூட்டு போடுவதற்கு முந்தியதான அவனுடைய இயக்கங்களை அவரால்

கணிக்க முடிந்தது. மேலும் அவனுடைய ஆட்டத்தில் அவன் ஒருமுறைகூட நாகமுடிச்சைப் பயன்படுத்தாமல் இருந்ததையும் அவர் அவதானித்திருந்தார். ஜேம்ஸ் களைத்திருந்ததும் பெங்கு சிங்கிற்கு ஆதாயமாக அமைந்தது.

❍

ஒரு வாரம் கழித்து பெங்கு சிங் லகிசராய் திரும்பினார். பல்லு இல்லாத காரணத்தால் சுசுவை வேட்டையாடாமலோ அல்லது ஊரில் வேறு யாரோ ஒருவருடைய உதவியால் வேட்டையாடியோ இந்நேரம் அர்ஜுன், முங்கேர் திரும்பிச் சென்றிருப்பான் என்று பெங்கு சிங் நினைத்தார். ஆனால் ஒரு வாரத்துக்கு மேலாகியும் அர்ஜுன் லகிசராயிலேயே தங்கியிருந்தான்.

"அண்ணா... நீங்கள் பல்லுவை அழைத்துக்கொண்டு பாட்னா சென்றிருப்பதாகச் சொன்னார்கள். உங்களைப் பார்க்காமல் முங்கேர் செல்வது அவ்வளவு நன்றாக இருக்காது என்பதால் நீங்கள் திரும்பும்வரை காத்திருந்தேன்" என்றான் அர்ஜுன் சிங். "தம்பீ அர்ஜுன் உன் பாசத்துக்காக லதாங்கிக்குத்தான் நான் நன்றிசொல்ல வேண்டும்" என்று தம் மனதுக்குள்ளேயே சொல்லிக் கொண்டார்.

❍

அன்று மதியம் அர்ஜுன் லதாங்கியுடன் உறங்கிக் கொண்டிருந்தபோது, தெருவில் தண்டோரா சத்தம் கேட்டது.

"இதனால் லகிசராய் ஊர் மக்களுக்கு அறிவிக்கப்படுவது என்னவென்றால், நம்மூர் கியுல் நதிக் கரையில் சுசுவைப் பிடிப்பதும், அதன் மாமிச வியாபாரத்தில் ஈடுபடுவதும் அல்லது சுசுவின் மாமிசத்தைப் பதப்படுத்தி எண்ணெய் எடுப்பதும் லகிசராய் பிராந்தியத்தில் தடை செய்யப்பட்டிருக்கிறது."

"என்னங்க... இங்கிலிஷ் துரைக்கு நம்ம ஊர் சுசுவைப் பரிசளிக்கணும்னு சொன்னீங்களே?" என்று கேட்டாள் லதாங்கி.

"முங்கேரிலோ பகல்பூரிலோ பிடித்து லகிசராயில் பிடித்ததாகத் தந்தால் துரை வேண்டாமென்றா சொல்லப் போகிறார்?" என்று சொல்லியபடி அர்ஜுன் அவளை இறுக்கிக்கொண்டான்.

❍

பெங்கு சிங்கின் கனவில் அன்று வீடுகள் காணாமல் போகவில்லை. வீடுகள் எல்லாம் நீரில் மூழ்கியிருந்தன. ஒவ்வொரு வீட்டிலும் கங்கை நதி டால்ஃபின்கள் புகுந்து ஆனந்தமாய் நீந்திக் கொண்டிருந்தன.

பின்குறிப்பு

1. இச்சிறுகதையில் இடம்பெறும் சில பாத்திரங்களும் குறிப்பிடப்படும் சில சம்பவங்களும் வரலாற்றில் பதிவானவை:

    (அ) வில்லியம் டெய்லர்: முதல் சுதந்திரப் போரின் போது (1857) பாட்னா கண்டோன்மெண்டில் கமிஷனராக இருந்தார். கலகத்தை அடக்க அவர் எடுத்த முயற்சிகள் பலவீனமானவை என்று ஆங்கில அரசாங்கம் அவரை 1859இல் பணிநீக்கம் செய்தது. அவர் உருவப்படம் வரையும் கலையில் தேர்ச்சி பெற்றவர்.

    (ஆ) ரௌலண்ட்: கல்கத்தாவிலிருந்து செயல்பட்ட ஈஸ்டர்ன் இந்தியன் ரயில்வே என்ற நிறுவனத்தின் மேலாண்மை இயக்குனராக இருந்தார்.

    (இ) கல்கத்தா: முங்கேர் இருப்புப்பாதை கட்டும் பணி 1863இல் முடிவுற்றது.

    (ஈ) பீர் அலி கான்: லக்னோவில் பிறந்த இவர் பாட்னா நகரில் புத்தக விற்பனையாளராக இருந்தவர். பாட்னாவில் நடந்த புரட்சிப்போரில் இந்திய வீரர்களின் தலைமை ஏற்றவர். அவரையும் அவர் குடும்பத்தையும் ஆங்கில அரசாங்கம் தூக்கிலேற்றியது.

2. இந்தியாவின் தேசிய நீர்வாழ் உயிரினம் என்று அரசால் அறிவிக்கப்பட்டுள்ள இந்திய நதி டால்ஃபின் *(Indian River Dolphin)* வேகமாக அழிந்து வருகிறது. இந்திய வனவிலங்குகள் சட்டத்தின்கீழ் பாதுகாக்கப்பட்டாலும், மாமிசத்திற்காகவும் டால்ஃபின் எண்ணெய்க்காகவும் இவ்வுயிரினம் தொடர்ந்து அழிக்கப்பட்டு வருகிறது.

ஜன்னல்கள்

வியாபார நிமித்தம் உள் நாட்டில் பயணம் மேற்கொண்டால் அதிகபட்சம் இரண்டு நாள்; அவ்வளவுதான். பல சமயங்களில் காலையில் சென்றடைந்து இரவே தில்லி திரும்புவது வழக்கம். இம்முறை கொஞ்சம் அதிக நாட்கள் வெளியூரில் தங்க வேண்டியதாகிவிட்டது. மேலதிகாரிகள் வேலை முடியும்வரை பெங்களூரிலேயே இருக்குமாறு கட்டளையிட்டிருந்தார்கள்.

வெளிநாட்டு நிறுவனங்களுக்குப் பொருட்கள் வாங்கித் தந்து ஏற்றுமதி நிறுவனங்களிலிருந்து கமிஷன் ஈட்டுவது எங்கள் நிறுவனத்தின் தொழில். சில சமயம் விற்பவர், வாங்குபவர் – இருவரிடமிருந்தும் கூட கமிஷன் பெறுவதுண்டு. ஆந்திர மாநிலம் சித்தூரைச் சுற்றியிருக்கும் சில மாம்பழம் பதனிடும் தொழிற்சாலைகளில் இருந்து மாம்பழச்சாறு வாங்க வந்திருந்தேன். சித்தூரின் பெரும்பாலான மாம்பழம் பதப்படுத்தும் நிறுவனங்கள் நெறிமுறை யற்ற நடைமுறைகளைச் செயல்படுத்திப் பழச்சாறு உற்பத்தி செய்வன. எனவே வெளிநாட்டு நிறுவனங் களின் பிரதிநிதியாகிய எங்கள் நிறுவனம், நாங்கள் வாங்கும் மாம்பழச்சாறு எங்கள் கண்களின் முன்னால் உற்பத்தி செய்யப்பட வேண்டும் என்று நிபந்தனை இடுவது வழக்கம். இந்த தரக்கட்டுப்பாட்டுச் சேவைக்கு எங்கள் மூலமாகப் பொருள் வாங்குபவர்கள் எங்கள் நிறுவனத்துக்கு உபரியாக கமிஷன் வழங்குவார்கள்.

சித்தூரிலுள்ள ஹோட்டலில் கொசுக்கள் பிடுங்கியெடுத்தன. திருப்பதியிலுள்ள ஒரே ஒரு பிசினஸ் கிளாஸ் ஹோட்டல் பேருந்து நிலையத்துக்கு வலப்புறமும் இரயில் நிலையத்துக்கு எதிரிலும் இருந்தது. நடு இரவுகளிலும் பேருந்துகளின் ஹார்ன் சத்தமும் இரயிலின் சைரன் ஒலியும் குறைவதில்லை. என் மேலதிகாரிகள் பெங்களூரில் தங்கிக்கொள்ள அனுமதியளித்தனர். சரியாகத் தூங்க முடியவில்லை என்று குறைப்பட்டுக்கொண்ட நான் தினமும் அதிகாலை எழும்பி மூன்றுமணி நேரம் பயணம் செய்து சித்தூரை அடைய வேண்டியிருப்பதைப் பற்றிக் குறைப்பட்டுக் கொள்ளவில்லை. பெங்களூரில் ஓர் ஐந்து நட்சத்திர ஹோட்டலில் தங்கக்கிடைத்தது காரணமாக இருக்குமோ?

சிவராஜ் என்கிற கார் ஓட்டுனர் ஹெப்பல் என்கிற புறநகரில் இருந்த ஹோட்டலிலிருந்து தினமும் பிக் – அப் செய்வார். சித்தூர்வரை ஓட்டிக்கொண்டு போவார். கன்னடம் கலந்த தமிழில் கொஞ்சம் கர்நாடக மாநில அரசியலைப் பற்றிப் பேசுவார். சில நிமிடங்களில் அவரது பேச்சு எனக்கு அலுத்துவிடும். கண்ணை மூடிக்கொண்டு தூங்குகிறமாதிரி நடிப்பேன்.

முலேபாகலுக்கும் பாலம்னேருக்கும் நடுவில் கர்நாடகா – ஆந்திரா மாநில எல்லைப் பரிசோதனைச் சாவடிக்குச் சற்று முன்னதாக காரை சிவராஜ் நிறுத்தினார். கண்ணை மூடிக் கொண்டிருந்த நான் விழிப்பதுபோல கண்ணைக் கசக்கிக் கொண்டேன்.

“ரோடு வரி கட்டிட்டு வந்துடறேன் ... கொஞ்சம் வெய்ட் பண்ணுங்க.”

காரின் ஏ.சி.யை அணைத்துவிட்டு ஜன்னல்களைக் திறந்துவைத்துவிட்டுப் போனார்.

ரோட்டில் அதிகப் போக்குவரத்து இல்லை. பரிசோதனைச் சாவடியருகே அதிகம் வாகனங்கள் இல்லை. கார் ஜன்னல்வழி வெளியே பார்த்துக்கொண்டிருந்தேன். முந்தைய நாள் இரவு இலேசாக மழை பெய்திருக்கக்கூடும். சாலையில் ஈரமில்லை. ஆனால், ரோட்டின் இடப்புறத்தில் காலியாக இருந்த நிலத்தின் மண் ஈரமாய் இருந்தது. இளம்பச்சை நிறப் புற்கள் மண்ணிலிருந்து எட்டிப்பார்த்தன. நிலத்தின் பாதிப் பரப்பில் காலை சூரியனின் இளம் வெயில் படர்ந்திருந்தது. இளம்பச்சைப் புற்களின் நிறம் சூரிய வெயிலில் ஒளிர்வது போன்ற ஒரு காட்சியைத் தந்து கொண்டிருந்தது. காருக்கு சற்று முன்னே இருந்த சாலையோர மரத்தின் நிழல் நிலம் முழுக்க சூரிய ஒளி விழா வண்ணம்

தடுத்துக்கொண்டிருந்தது. மரம் செறிந்து வளர்ந்திருந்தது. மரத்தின் அடிப்பாகம் தடிமனாகவும் பெரிய வளைவுகளுடனும் பூமியில் புதைந்துகிடந்தது. வயதான மரம், ஆனால் ஆரோக்கியமான மரம்.

இலையைப் பார்த்து அது என்ன மரம் என்பதை என்னால் கண்டுபிடிக்க முடியவில்லை. கிராமங்களில் வசிப்பவர்கள் மரத்தின் பெயர்களை நன்கு அறிந்திருப்பார்கள். நான் தில்லியில் வசிக்கும் காலனியில் மருந்துக்குக்கூட மரம் இல்லை. காங்க்ரீட் மரங்கள் மட்டும்தான். ஒருமுறை எனது மகளின் பள்ளியில் கொடுத்த ப்ராஜெக்ட் வொர்க்கில் வீட்டை ஒட்டிய பகுதிகளில் காணப்படும் மரவகைகளை வரிசைப்படுத்துமாறு சொல்லி யிருந்தார்கள். நானும் என் மகளும் அக்கம்பக்கத்தில் இருக்கும் எல்லாப் பகுதிகளுக்கும் சென்று தேடினோம். ஒரு மரமும் காணப்படவில்லை. மகள் இணையத்திலிருந்து தேடி எடுத்து மர வகைகளைப் பற்றித் தெரிந்துகொண்டு, ப்ராஜெக்ட் வொர்க்கை பூர்த்திசெய்தாள்.

காற்றடித்து மரத்தின் இலைகள் அசைந்தன. இலைகள் அசையும்போது கேட்கும் சத்தம் சுகமாக இருந்தது. ஆச்சரியகரமாக நெடுஞ்சாலையில் அதிக வாகனப் போக்குவரத்து இல்லை. வாகனங்களின் ஹார்ன் ஒலி இல்லாமல் நிசப்தத்துக்கு நடுவே கேட்ட இலைகளின் ஒலி என் மனதில் அழுத்தமான நிம்மதியை ஏற்படுத்தியது. நிம்மதியுணர்ச்சி நீடிக்கும்போது அது ஆனந்தமாக உருமாறுகிறது போலும்!

ஜன்னலருகே ஒரு கிழவி வந்து பிச்சை கேட்டாள். எலும்பும் தோலுமாக இருந்தாள். முடி முழுக்க நரைத்துப் போயிருந்தது. அவள் நீட்டிய கை என் தோளை வந்து தொட்டது. பர்ஸில் பத்து ரூபாய் நோட்டு மட்டுமே இருந்தது. வெளியில் போகும்போது அதிகம் ரொக்கம் எடுத்துக்கொண்டு போகும் பழக்கம் இல்லை. பத்து ரூபாய் நோட்டை எடுத்து கிழவியிடம் நீட்டினேன். அவள் அதை வாங்கிக்கொண்டு நகர்ந்தாள்.

ஓரிரு நிமிடங்களில் ஒரு கிழவன் அணுகினான். "அய்யா" அல்லது "அவ்வா"—என்ன சொன்னான் என்று தெரியவில்லை. என்ன மொழி பேசினான் என்பதும் தெரியவில்லை. தெலுங்கோ கன்னடமோ?

"என்கிட்ட வேற நோட்டு இல்ல... அந்த அம்மாகிட்ட பத்து ரூபா கொடுத்தேன்... அதுல பாதி நீங்க வாங்கிக்கோங்க" என்றேன்.

நான் சொன்னது அவனுக்குப் புரிந்ததா? கிழவனின் ஒரு கண்ணில் துணியைவைத்து மறைத்திருந்தான். திறந்திருந்த கண்ணை காட்ராக்ட் மறைத்திருந்தது. காலைச் சாய்த்துச்சாய்த்து நடக்க ஆரம்பித்தான். கிழவியிடம் சென்று ஏதோ பேசினான். கிழவியும் ஏதோ பதில் சொன்னாள். அவள் பங்கு தர நிராகரிப்பவள் போன்று தோன்றியது. ஜன்னலுக்கு வெளியே தலையை நீட்டி "நான் கொடுத்ததுல ஐந்து ரூபாய் கிழவருக்கும் கொடுங்க" என்றேன். தமிழ் புரியுமா? புரிந்தது போலும். சொன்ன பேச்சைக் கேட்கும் நல்ல பிள்ளைகள்போல இருவரும் மரத்திலிருந்து பத்தடி தள்ளித் தரையில் துணி விரித்து இளநீர் விற்றுக்கொண்டிருந்தவரிடம் போனார்கள்; கிழவி பத்து ரூபாயை இளநீர்க்காரரிடம் தந்து சில்லறை பெற்றுக்கொண்டாள். கிழவருக்குக் கொடுத்தாள்.

சற்றுமுன்னர் வீசிக்கொண்டிருந்த காற்று நின்றுவிட்டிருந்தது. புழுக்கம் அதிமானது. மண்டையில் கோடுகளாக வியர்வை வழிந்தன. காரின் ஏ.சி.யை எப்படி ஆன் செய்ய வேண்டும் என்று தெரியவில்லை. சிவராஜ் இன்னும் திரும்பி வரவில்லை. பொறுமை மயிழக்கலானேன். திடீரென்று மாறும் காலநிலைபோல மனதின் காலநிலையும் சடக்கென மாறிவிடுகிறது. ஏன் மாறுகிறது? காரணம் தெரிவதில்லை. ஒரு கணம் கனிவு; மறு கணம் கடுமை. ஒரு கணம் விருப்பு; மறு கணம் வெறுப்பு. இம்மாறுதல்களைத் தோற்றுவிப்பது எது? புற நிகழ்வுகளா அல்லது உள்ளில் ஓடும் நினைவுகளா?

கொஞ்ச நேரம் என்னிடம் வாங்கிய காசில் கிழவனும் கிழவியும் தேநீர் வாங்கினர். பாதையின் ஓரத்தில் குத்தவைத்து உட்கார்ந்திருந்தான் கிழவன். கிழவி பதவிசாக நின்றபடியே தேநீரை ஊதி ஊதிக் குடித்துக்கொண்டிருந்தாள். ஹ்ம்ம்... கையில் சில்லறைகூட இல்லை. ஏதும் வாங்கிச் சாப்பிடலாம் என்றால், என்ன அசிரத்தை! கையில் தேவையான அளவு காசைக்கூட எடுத்துக்கொள்ளாமல். காட்டுக்கு நடுவில் ஏடிஎம் இருக்குமா என்ன? காலையில் ஹோட்டலில் திருப்தியாக காலை உணவு உண்டாயிற்று. பசி எடுக்கவில்லை. பின் ஏன் எதையாவது சாப்பிட வேண்டும் என்று யோசிக்கிறேன்? மனசுக்கு விவஸ்தை இல்லை. சிவராஜ் எங்கே போனார்?

"ரொம்ப கூட்டமா இருந்தது கவுண்டரில்" என்றார் சிவராஜ். சாவடிக்கு அருகில் வாகனங்கள் அதிகமாக நிற்கவில்லை. கூட்டம் எங்கிருந்து வந்தது?

கார் கிளம்புவதற்கு முன் இளம் புற்கள் எட்டிப் பார்க்கும் நிலத்தை மீண்டும் ஒருமுறை நோட்டம் விட்டேன். நிழல் பரப்பு குறைந்திருந்தது. வெயிலின் வீரியம் அதிகமாகியிருந்தது.

ஈரம் பூத்த மண் இன்னும் சிலமணி நேரங்களில் தன் ஈரத்தை இழந்துவிடும்!

அடுத்தநாள் சிவராஜின் அரசியல் உரையைக் கேட்காமல் இருப்பதற்கு தூங்குவதுபோல் நடிக்க அவசியம் இருக்கவில்லை. ஹாஸ்பேட் தாண்டியவுடன் தலையைத் தொங்கப்போட்டு நிஜமாகவே உறங்க ஆரம்பித்தேன். சோதனைச் சாவடிக்கருகே முந்தைய தினம் நிறுத்திய அதே இடத்தில் வந்து கார் நின்றபோது விழித்தேன்.

காரின் ஏ.சி.யை அணைக்க வேண்டாம் என்று சொன்னேன். சீட்டில் சாய்ந்து கண்ணை மூடிக் கிடந்தேன். யாரோ என்னைப் பார்த்துக்கொண்டிருப்பது போன்ற பிரக்ஞை! கண்ணைத் திறந்தால், நேற்று சந்தித்த கிழவனும் கிழவியும் கார் ஜன்னலுக்கு வெகு அருகில் நின்று கண் மூடிக்கிடந்த என்னைப் பார்த்துக் கொண்டிருந்தார்கள். கிழவனின் ஒரு கண் திறந்தும் மறு கண் கறுப்புத் துணியால் மூடப்பட்டும், பழைய கறுப்பு – வெள்ளைக் கால மாயாஜாலப் படத்தில் வரும் சூனியக்காரன் போல் இருந்தான். கிழவி ஆள்காட்டி விரல் நகத்தால் கார் கண்ணாடியைத் தட்டினாள். மீண்டும் நான் கண்ணை இறுக மூடிக்கொண்டேன். முந்தைய நாள் சித்தூரில் ஒரு ஏடிஎம்மில் எடுத்த பணம் என் பர்ஸில் இருந்தது.

சிவராஜ் ரோடு வரி கட்டிவிட்டு திரும்ப வந்து சீட்டில் உட்காரும்போது, கிழவியும் கிழவனும் அவனைப் பார்த்துக் கை நீட்டினார்கள். ஜன்னலைத் திறந்து இருவருக்கும் தலா ஒரு ஐந்து ரூபாய் நாணயத்தைத் தந்தார். வண்டியைக் கிளப்பினார். சிவராஜ் புன்னகைத்த மாதிரி இருந்தது. என்னைப் பார்த்து சிரித்தாரா? இல்லை... என்னைப் பார்த்து அவர் ஏன் சிரிக்க வேண்டும். பத்து ரூபாய் பிச்சையிட்ட ஆத்ம திருப்தியா? சுயப்பிரக்ஞையோடு அத்துணைத் துல்லியமாய் இவ்விஷயங்களைப் பற்றி சிவராஜ் யோசிப்பார் என்று எனக்குத் தோன்றவில்லை. சித்தூர் சென்றடைய இன்னும் முக்கால்மணி நேரம் பிடிக்கும். நான் என் தூக்கத்தைத் தொடர்ந்தேன்.

○

அடுத்த நாள் என்னுடன் காரில் மேலும் இருவர் வந்தனர். ஒருவர் என் சக ஊழியன் – ஸ்ரீகாந்த்; இன்னொருவர், மாம்பழச் சாறு இறக்குமதி செய்யப் போகும் தென்னாப்பிரிக்க நிறுவனத்தின் தரக்கட்டுப்பாட்டு அதிகாரி – யாஷினி படையாச்சி.

குடும்பப் பெயர் தமிழ்ப் பெயர்போல இருக்கிறதே என்று யாஷினியிடம் சொன்னேன். அவருடைய முன்னோர்கள் ஐந்தாறு

தலைமுறை முன்னம் தமிழகத்தை விட்டு தென்னாப்பிரிக்கா குடி பெயர்ந்தவர்களாம். தமிழ்நாட்டில் அவருடைய குடும்பத்தின் பூர்வீகக் கிராமத்தின் பெயர் அவருக்குத் தெரிந்திருக்கவில்லை. யாஷினியின் தாயார் வட இந்தியாவிலிருந்து குடி பெயர்ந்தவர் களாம். அவரின் தாய்வழிப் பாட்டி மட்டும் 'இந்தியன்' மொழி பேசுவார்களாம். 'இந்தியன் மொழி' என்ற சொற்றொடர் கேட்டுக் கொஞ்சம் விழித்தேன். "இந்தி" என்று அதற்கு விளக்கம் கொடுத்தார் யாஷினி. "அப்போ தமிழ்?" என்று வினவினேன். "அதுவும் இந்திய மொழிதான்" என்றார். "தேங்க் காட்!" என்று சொல்லி நிம்மதியடைபவன் போல் செயற்கையான முகபாவனை காட்டினேன்.

"தென்னாப்பிரிக்காவை வானவில் நாடு என்றழைப்பார்கள். எங்கள் நாட்டில் பல மொழிகள் பேசப்படுகின்றன. இந்தி யானாலும் தமிழானாலும் இந்தியர்கள் பேசும் மொழி என்று குறிக்கும்வகையில் 'இந்திய மொழி' பேசுகிறான் என்று சொல்வார்கள்."

"இந்தியர்கள் பல தலைமுறைகளுக்கு முன்னால் வந்து குடியேறிவிட்டனர். 'இந்தியன் மொழி' பேசும் இந்திய வம்சா வளியினர் மிகக் குறைவு. அநேகமாக எல்லாரும் ஆங்கிலத்தில் உரையாடுவார்கள்."

"டர்பன் நகரில் ஏராளமான இந்திய வம்சாவளியினர் வாழ்கிறார்கள். அதனாலேயே இந்தியாவுக்கு வெளியே இருக்கும் பெரிய இந்திய நகரம் என்று டர்பனை குறிப்பிடுகிறார்கள்."

டர்பன் நகரைப் பற்றி யாஷினி தந்த தகவல் எனக்குப் புதிது.

பெங்களூர் நகர சாலைகளில் ஒழுங்கின்றி ஓடும் வாகனங் களைப் பார்க்கும்போதும், போக்குவரத்து விதிகளை கடைப் பிடிக்காமல் ஓட்டும் வாகன ஓட்டிகளைப் பார்க்கும்போதும் ஏதோ அதிசயத்தைக் கண்டது மாதிரி யாஷினி அதிர்ச்சியுற்றார். "கார் ஓட்டும் எல்லாரும் ஹார்ன் உபயோகித்துதான் ஆக வேண்டும் என்பது கட்டாயமா?" என்று கேட்டார். "பின் ஏன் கார் கம்பெனிகள் காரில் ஹார்ன் வைத்து தயாரிக்கின்றன?" என்று எதிர்க் கேள்வி கேட்டு ஜோக்கடித்தான் ஸ்ரீகாந்த்.

பெங்களூர் வரும் முன்னர், யாஷினி தில்லியில் ஒருநாள் தங்கியிருக்கிறார். ஸ்ரீகாந்த் யாஷினியை தாஜ்மகால் கூட்டிக் கொண்டு போய்க் காண்பித்திருக்கிறான். எனவே இருவருக்கு மிடையே பரிச்சயம் உருவாகியிருந்தது. நக்கலும் கிண்டலுமாய் அவர்களிருவரும் உரையாடிக்கொண்டே வந்தனர்.

ஸ்ரீகாந்த் எங்கள் நிறுவனத்தில் வேலைக்குச் சேர்ந்து ஐந்தாறு மாதங்கள் ஆகியிருந்தன. தில்லி வரும் முன்னர், ஆந்திராவில் குண்டூரிலிருக்கும் தனியார் கல்லூரியில் எம்பிஏ முடித்திருந்தான். குண்டூருக்கு அருகில் இருக்கும் திக்கிரெட்டிப்பாலம் அவனது சொந்த ஊர். எப்போதும் கலகலவென்று பேச்சு. ஆங்கிலத்தில் பேசும் போது எல்லா வாக்கியங்களிலும் 'ஆக்சுவலி' என்ற சொல் சேர்த்தே பேசுவான். நாங்களெல்லாரும் "நீ ஆக்சுவலா எப்போதிலிருந்து சரியான ஆங்கிலத்தில் பேசத் துவங்குவாய்?" என்று கேலி செய்வோம்.

சிவராஜ் முந்தைய இரண்டு நாட்களில் நிறுத்திய இடத்தி லேயே துல்லியமாக காரை நிறுத்தினான்.

ஸ்ரீகாந்த், "வாங்க யாஷினி இளநீர் சாப்பிடலாம்" என்றான். கிழவனையும் கிழவியையும் காணவில்லை. இன்று வரவில்லையோ? நாங்கள் மூவரும் இளநீர் பருகிக்கொண்டிருந்தபோது மூக்கில் வியர்த்தது போல் திடீரென்று பிரசன்னமானார்கள். நாங்கள் இளநீர் குடிப்பதைப் பொருட்படுத்தாமல் கிழவன் ஏதோ சொல்லிக் கையை நீட்டினான். நான் என் பார்வையை விலக்கி எங்கோ பார்ப்பது போல் இருந்தேன். ஸ்ட்ரா மூலம் இளநீரை உறிஞ்சிக்கொண்டிருந்தேன்.

ஸ்ரீகாந்த் கிழவனிடம் தெலுங்கில் ஏதோ சொன்னான்; இளநீர்க்காரனிடமும் சொன்னான். இளநீர்க்காரன் இரு தேங்காய்களைச் சீவிக் கிழவனுக்கும் கிழவிக்கும் கொடுத்தான். மிட்டாய் கிடைத்தவுடன் குதூகலமடையும் குழந்தை போல் கிழவன் வாயில் புன்னகை. ஏழையின் சிரிப்பு!

காருக்குள் திரும்பவந்து உட்காரும்போது யாஷினி ஸ்ரீகாந்திடம் கேட்டார்: "ஆக்சுவலா சொல்லு! சற்று முன்னர் காட்டிய கருணையை ஊரில் இருக்கும் எல்லாப் பிச்சைக்காரர் களிடமும் காட்டுவதுண்டா? அல்லது..." என்று இழுத்தார்

"ஓர் அழகான பெண்ணிடம் நான் பேசிக்கொண் டிருக்கும்போது என் கண்ணில் யாரேனும் பிச்சைக்காரர்கள் தென்பட்டால் அவர்களுக்கு என் தனிப்பட்ட கருணையைக் காட்டுவது என் வழக்கம்" என்றான் ஸ்ரீகாந்த்.

"யூ ஃப்ளர்ட்" என்று சொல்லி, அவனை அடிப்பதுபோல் பொய்யாகத் தன் கைப்பையை ஓங்கினார் யாஷினி.

கிழவன் மரத்தடியில் குந்தவைத்து உட்கார்ந்திருந்தான். வயதான மரத்தின் அடியிலிருந்து வெளிவந்த தடித்த வேர்ப்பாகத்தில் கிழவி அமர்ந்து இளநீர் அருந்திக்கொண்டிருந்தாள்.

சிவராஜ் வரி கட்டிய பின் திரும்பி வந்து வண்டியெடுத்தான். கார் மெதுவாக முன்னே நகர ஆரம்பித்தவுடன் பக்க கண்ணாடியில் கிழ ஜோடிகள் சில வினாடிகளுக்கு என் கண்களுக்குத் தெரிந்தார்கள். அவர்கள் பிம்பம் கண்ணாடியில் மறைவதுவரை வெறித்துப் பார்த்துக்கொண்டிருந்தேன்.

❍

அடுத்த நாள் நான் தில்லி திரும்பி வந்துவிட்டேன். யாஷினியும் ஸ்ரீகாந்த்தும் பெங்களூரில் தங்கிச் சில நாட்கள் தினமும் சித்தூர் சென்றுவந்துகொண்டிருந்தார்கள்.

யாஷினி தென்னாப்பிரிக்கா திரும்பச் சென்றுவிட்ட துக்கத்தில் நகத்தைக் கடித்துக்கொண்டு உட்கார்ந்திருந்த ஸ்ரீகாந்திடம் அந்தப் பிச்சைக்கார முதியவர்களை அடுத்த நாள் சந்தித்தானா என்று கேட்டேன். அசட்டுத்தனமான கேள்வி அது என்று எனக்கு நன்கு தெரிந்திருந்தது. அவனுக்கு எதுவும் சுத்தமாக நினைவில்லை.

"பிச்சைக்காரர்களுக்கு அடையாள எண் எதுவும் தரத் தொடங்கிவிட்டார்களா?" என்று கேட்டான். "ஆக்சுவலா அடுத்த இரண்டு நாள் டாக்ஸி பாலம்நேர் பக்கத்தில் நின்றபோது காரிலிருந்தே நானும் யாஷினியும் இறங்கவில்லை."

வார இறுதி

அலுப்பு தட்டியது. தலைவலி பாடாய்ப் படுத்தியது. தில்லி போய்ச்சேர நான்கு மணி நேரம் இருக்கிறது என்று நினைக்கும்போதே களைப்பு கூடிய மாதிரி தோன்றியது. உஸ்மான்புராவில் இருக்கும் நட்சத்திர ஹோட்டலை காலை ஐந்தரை மணிக்கு செக் – அவுட் செய்து, 150 கி.மீ. பயணம் செய்து, பாலன்பூர் அருகிலிருக்கும் ஓர் உருளைக் கிழங்கு சிப்ஸ் நிறுவனத்தில் ஒரு முக்கியமான (ஆனால் எதிர்பார்த்த விளைவைத் தராத) மீட்டிங்கை முடித்துவிட்டு ஏமாற்றத்துடன் அகமதாபாத் திரும்பிக்கொண்டிருந்த வேளையில், ஐஸ் – க்ரீம் நிறுவனத் தலைவர் என்னை அவருடைய தொழிற் சாலைக்கு வரும்படிப் பணிக்க, காந்தி நகரைத் தாண்டியிருக்கும் மஹூடி என்ற ஊருக்குப் போய் விட்டு அகமதாபாத் விமான நிலையம் திரும்பிய போது மாலை மணி ஆறு. இரும்புமனிதர் சர்தார் படேலின் ஆஜானுபாகுவான சிலை இருந்த சதுக்கத் திலிருந்து வலப்புறம் திரும்பி விமானநிலைய வாயிலில் வந்து நின்றது கார். காருக்குள் நிலவிய அதீதமான ஏ.சி. குளிருக்கு நேர்மாறாக வெளியில் வெயில் சுட்டெரித்துக்கொண்டிருந்தது.

எட்டேகால் மணிக்குத் தில்லி கிளம்பும் விமானத் தில் முன்பதிவு செய்திருந்தேன். டிக்கெட் ப்ரிண்ட் – அவுட் வாங்கிக்கொள்ள ஏர்லைன்ஸ் கவுண்டருக்குப் போனேன். மே ஒன்றிலிருந்து விமான நிலைய கவுண்டரில் ப்ரிண்ட் – அவுட் வாங்க ஐம்பது ரூபாய் தர வேண்டும் என்று புதிய நிபந்தனை. "இதை எப்போது சொன்னீர்கள்?" என்று கேட்டேன்.

கவுண்டரில் உட்கார்ந்திருந்தவள் சுவரில் யாருக்கும் தெரியாதபடி ஒட்டப்பட்டிருந்த நோட்டிஸைக் காட்டினாள். சண்டை போடத் தெம்பில்லை. ஐம்பது ரூபாயைச் செலுத்தி வாங்கிய ப்ரிண்ட் – அவுட்டைக் காட்டி உள்ளே நுழைந்தேன்.

செக் – இன் பண்ணி, பாதுகாப்புப் பரிசோதனையை முடித்து, நிம்மதியாக ஏதாவது வயிற்றுக்கு ஆகாரம் போடலாம் என்ற எண்ணத்தைக் கைவிட வேண்டியதாகிவிட்டது. புதிதாக செக் – இன் கவுண்டர்கள் இருந்த பகுதிக்கு நுழையுமுன்னர் இன்னொருமுறை என் டிக்கெட்டைக் காட்டுமாறு கேட்டார்கள். "விமானம் கிளம்ப இரண்டு மணி நேரத்துக்கு மேலிருக்கிறது. எனவே இந்த இடத்துக்குமேல் நீங்கள் உள்ளே வர முடியாது. இங்கு போடப்பட்டிருக்கும் இருக்கைகளில் உட்கார்ந்தபடியே காத்திருங்கள்" என்றான் காக்கிச் சீருடை அணிந்த செக்யூரிடி. ஓர் இருக்கையும் காலியாக இல்லை. நின்றுகொண்டே காத்திருக்க வேண்டியதாகிவிட்டது. பசி வயிற்றைத் தின்றது; அந்த இடத்தில் ஒரு கடையும் இல்லை. வெளியே போய்விடலாமா என்று யோசித்தேன். மே மாத வெயில் உக்கிரமாய் இருந்தது. உள்ளே, ஏ.சி.யின் இதம். செக் – இன் பண்ணிய பிறகு ஏதாவது சாப்பிடலாம் என்று இருந்துவிட்டேன்.

உருளைக்கிழங்கு சிப்ஸ் நிறுவன மீட்டிங்கை முடித்துக்கொண்டு பன்னிரண்டு மணிவாக்கில் அகமதாபாத் திரும்பி குஜராத்தி தாலி (தட்டு) சாப்பிடலாம் என்றிருந்தேன். இரு நாட்களாக சந்திக்க நேரம் தராதிருந்த ஐஸ் – க்ரீம் நிறுவன அதிபரின் தொலைபேசி வந்தவுடன், பசி என்ன பசி, கடமைதான் முதல் என்று அவரைச் சந்திக்கப் போய்விட்டேன். ஒரு மணி நேரம் காக்க வைத்தார். அரை மணி நேரம் உரையாடினார். ஆர்டரைப் பற்றி எதுவும் முடிவாகவில்லை என்று சொல்லிவிட்டார். நல்ல ஹோட்டலில் உணவருந்த சபர்மதிவரை செல்ல வேண்டும். நகருக்குள் செல்லாமல் நெடுஞ்சாலையிலிருந்து நேராக விமான நிலையம் வந்திருந்தேன்.

செல்போன் சிணுங்கியது. என் அதிகாரி குறுஞ்செய்தி அனுப்பியிருந்தார். "நேற்றிரவே நீ அனுப்பியிருக்க வேண்டிய மாதாந்திர விற்பனை ரிப்போர்ட் இதுவரை எனக்குக் கிடைக்க வில்லை." அவர் குறுஞ்செய்தியில் பயன்படுத்தும் சொற்களில்கூட நான் உன் அதிகாரி என்ற தோரணை மாறாமல் இருக்கும். இருபத்தி நாலு மணி நேரத்தில் ஒரு நிமிடங்கூட நான் அதிகாரியாக்கும் என்ற விஷயத்தை அவரால் எப்படி மறக்காமலிருக்க முடிகிறது?

ஓர் இருக்கை காலியானது. உடன் என் மடிக்கணினியைத் திறந்து வேலைசெய்ய ஆரம்பித்தேன். முந்தைய நாளிரவு என்னால்

அறிக்கையை முழுதாகத் தயாரிக்க இயலவில்லை. பாதி அறிக்கையை முடித்தபோது அமெரிக்காவிலிருக்கும் எங்கள் நிறுவனத் தலைமை அலுவலகத்திலிருந்து வந்த அதிரடி மின்னஞ்சலுக்கு உடன் பதிலளிக்க வேண்டியிருந்தது. ஐந்து நிமிடத் தொலைபேசி உரையாடலில் தெளிவாகி விடக்கூடிய ஒரு விஷயத்தைக் குறைந்தது ஐம்பது மின்னஞ்சல் பரிமாற்றங்கள் செய்யாமல் தீர்ப்பதில்லை என்று எங்கள் நிறுவனத்தில் ஓர் எழுதா சட்டம். நான் பதில் போட, உடன் மறுமுனையிலிருந்து மின்னல் வேகத்தில் பதில் மின்னஞ்சல். இவ்வாறாக எழுத்து யுத்தம் கிட்டத்தட்ட ஒரு மணி நேரம் தொடர்ந்தது. பன்னிரண்டு ஆகி விட்டது; அன்று பரோடா சென்று திரும்பிய களைப்பு வேறு; அசந்து தூங்கிவிட்டேன்.

அறிக்கையை முழுதாக டைப் அடித்து முடித்தேன். பின்னர் அதை மின்னஞ்சல் செய்ய நேரம் பிடித்தது. டேட்டா கார்ட்டின் தகவல் வேகம் குறைவாக இருந்தது. ஒருவழியாக மின்னஞ்சல் செய்து முடித்தவுடன், அவசர, அவசரமாக செக்–இன் செய்து, விமானத்தில் போர்ட் செய்ய வேண்டியதாகி விட்டது.

அதிகாரியின் குறுஞ்செய்திக்குப் பதில் அனுப்பினேன். “அறிக்கையை அனுப்பிவைத்துவிட்டேன்.”

உடன் பதில். “வார இறுதியை முன்னிட்டு குடும்பத்துடன் மசூரியில் இருக்கிறேன். உன் அறிக்கையைத் திங்கள்கிழமை பார்க்கிறேன்.” அப்போதுதான் எனக்கு நினைவுக்கு வந்தது – இன்று சனிக்கிழமை. அலுவலகத்தில் எல்லோருக்கும் விடுமுறை. எனக்கும்தான். உருளைக்கிழங்கு சிப்ஸ் கம்பெனிக்காரர்கள் எனக்கு சனிக்கிழமைக்குதான் அப்பாயிண்ட்மெண்ட் தந்திருந்தனர். நானும் ஏதாவது வியாபாரம் கிடைக்குமா என்ற எண்ணத்தில் வெள்ளிக்கிழமையே வீடு திரும்பாமல், சனிக்கிழமை வரை அகமதாபாதில் இருந்தேன்.

வெள்ளி மாலை மனைவிக்கு போன்செய்து சனிக்கிழமை இரவு ஊர் திரும்புவேன் என்று தெரிவித்தபோது “ரிது இன்று அவள் பள்ளி சுற்றுலா முடிந்து நாளை மாலைதான் வருகிறாள்; அவள் சுற்றுலா கிளம்பிய அன்று அவசர வேலையாக குஜராத் செல்ல வேண்டியிருப்பதால் ரிதுவை பள்ளியில் விட்டுவர என்னைப் போகச் சொன்னீர்கள். அப்பா என்னை ஸீ–ஆஃப் பண்ணவில்லை என்று பஸ் கிளம்பும்வரை குறைபட்டுக்கொண் டிருந்தாள். அவளை அழைத்து வரவாவது நீங்கள் சென்றால் குழந்தை ஆனந்தமடைவாள் என்று பார்த்தால் வேலையைக் கட்டிக்கொண்டு அலைவதே உங்கள் வாடிக்கையாய்ப் போய் விட்டது” என்று கோபமாய்ப் பேசினாள்.

ரிதுவுக்கு பதினொரு வயதாகிறது. ஏழாம் வகுப்பு படிக்கிறாள். ஒரே மகள் என்பதனால் நானும் என் மனைவியும் மிகையாகவே அவளைச் செல்லம் கொஞ்சுவோம். எங்களுடன் சேர்ந்துதான் உறங்குவாள். ஒவ்வொரு வருடமும் அவளின் பள்ளியிலிருந்து சுற்றுலா அழைத்துச் செல்வார்கள். அவள் சுற்றுலா சென்று வருமாறு ஊக்கம் கொடுத்தும் ஒருமுறைகூட அவள் செல்ல இசைந்ததில்லை. ஆறாம் வகுப்பு முடிவில்தான் அவளுள் தைரியம் முளைத்தது போலும். "அப்பா, ஸ்கூலில் நைனிடாலும் ஜிம் கார்பெட்டும் எக்ஸ்கர்ஷன் கூட்டிண்டு போறாங்க... நானும் சேர்ந்துக்கட்டுமா?" என்று அவள் கேட்டபோது நானும் என் மனைவியும் ஆச்சரியப்பட்டோம். "ஆர் யூ ஷ்யூர்?" என்று என் மனைவி, ரிதுவைப் பலமுறை கேட்டாள். "என் பெஸ்ட் ஃப்ரெண்ட் ஷ்ரேயாவும் போறாம்மா... அதனால நானும் போறேம்மா." பேருந்திலோ காரிலோ பயணிக்கப் போகிறோம் என்று சொன்னவுடனேயே உடனுக்குடன் ரிதுவுக்கு வயிறு பிசைய ஆரம்பித்துவிடும். வாகனத்தின் கதவு திறக்கப்படுவதற்கு முன்பே வாந்தியெடுத்துவிடுவாள். நாங்களில்லாமல் அவள் பயணம் செய்யப்போவது இதுவே முதல்முறை. எனவே எங்களுக்குள் நீங்காத பதற்றம்.

ரிது டூரில் கிளம்பவிருந்த தினத்திற்கு ஒரு நாள் முன்னதாக எனக்கு குஜராத்துக்குப் போக வேண்டிய நிலைமை உருவானது. ரிதுவின் முகம் வாடிப்போனது.

"அப்பா, நீ வந்து என்னை ஸ்கூலில் விடமாட்டியா?"

"அப்பா வெள்ளிக்கிழமை தில்லி வந்துடுவேன். சனிக் கிழமை காலையில நீ திரும்பி வரும்போது உன்னை ரிசீவ் பண்ண அப்பா கண்டிப்பா வருவேன்... நெஜம்மா!"

விமானம் கிளம்ப சில நிமிடங்கள் இருந்தபோது, மனைவி யைக் கூப்பிட்டுப் பத்து மணிக்குள் வீட்டில் இருப்பேன் என்று சொல்லலாமென்று அவளை செல்போனில் அழைத்தேன். அவள் போனை எடுக்கவில்லை. நான் டூரில் இருக்கும் நாட்களில் ஒரு நாளைக்கு ஐந்தாறு முறை போன் போடுபவள், இன்று முழுக்க ஒரு தடவைகூடக் கூப்பிடவில்லை. கோபத்தைச் சரியாக வெளிக்காட்ட அவளுக்குத் தெரிந்திருக்கிறது. மவுனமாக இருப்பது, கோபத்தை வார்த்தைகளில் காட்டாமல் இருப்பது, அப்படிக் காட்டினாலும் எந்த வார்த்தைகளை வீசினால் கேட்பவரின் மனதில் ஆழமான தாக்கத்தை ஏற்படுத்துமோ அவ் வார்த்தைகளை பயன்படுத்துவது என்று கோப வெளிப்பாட்டுக்குப் பல அம்சங்கள் உண்டு.

விமானப் பணிப்பெண்ணிடம் "சாப்பிட என்ன இருக்கிறது?" என்றேன். "சாரி சார், சில தவிர்க்கமுடியாத காரணங்களினால், இவ்விமானத்தில் உணவெதுவும் ஏற்றப்பட முடியவில்லை. சரியான சமயத்தில் எங்கள் பயணிகளைக் கொண்டுபோய்ச் சேர்ப்பதே எங்கள் ஏர்லைன்ஸின் முதல் குறிக்கோள் என்பதனால் உணவு ஏற்றுவதை ரத்து செய்துவிட்டு, பயணிகளை விரைவில் ஏற்றிச் சமயத்தில் விமானத்தைக் கிளப்பிவிட்டோம்" என்று உதட்டை லேசாகக் கோணியவண்ணம் பஞ்சாபி அக்சென்டைப் போட்டு ஆங்கிலத்தில் பேசினாள்.

கத்தவேண்டும் போலிருந்தது, முடியவில்லை. பணிப்பெண் புன்முறுவலிக்கும்போது அவளின் இரு பக்கக் கன்னங்களிலும் சிறு குழிகள் தோன்றின. பணிப்பெண் குனிந்து என் தோளை இலேசாக உரசியபடி நீட்டிய தண்ணீர் பாட்டிலை வாங்கிக் குடித்துவிட்டுக் கண்ணை மூடித் தூங்க முயன்றேன்.

தில்லி வந்திறங்கியபோது முகத்தில் குளுமையான காற்று வந்து மோதியது சுகமாய் இருந்தது. பரிச்சயமான 1D டெர்மினலை விட்டு வெளியே வரும்போது ஒரு ஸ்டாலில் பழரச பானம் வாங்கிக்கொண்டேன். இரண்டு மணி நேரம் முன் சுமார் அரை மணி நேரத்திற்கு நல்ல மழை பெய்ததென டாக்ஸி டிரைவர் சொன்னான். காரின் ஏ.சி.யை அணைத்து ஜன்னல்களைத் திறந்து விடுமாறு டிரைவரைக் கேட்டுக்கொண்டேன்.

வீடு திரும்பியபோது, ரிது பாசத்துடன் கட்டிக்கொண்டாள். மகளைப் பார்த்ததும் உற்சாகமானேன். "டூர்ல நல்லா என்ஜாய் பண்ணினியாடா கண்ணு? என்று கேட்டேன்.

"ஆமாம்ப்பா... நல்லா ஜாலியா இருந்தது... இந்த ட்ரிப்ல ஒரு தடவைகூட நான் வாந்தியெடுக்கலே... தெரியுமா?... ஷ்ரேயா நாலு வாட்டி வாந்தி எடுத்தாள்." உதட்டைக் கைகளால் பொத்தி அழகாகச் சிரித்தாள்.

மனைவி "ட்ரெஸ் மாத்திட்டு வாங்க... சப்பாத்தி பண்ணியிருக்கேன் டின்னருக்கு" என்றாள்.

மனைவி தந்த சப்பாத்தி – தாலைச் சாப்பிடும்போது, "அப்பா... கண்ணை மூடிக்கோ" என்றாள் ரிது.

"எதுக்கும்மா?"

"கண்ணை மூடு."

கண்ணை மூடிக்கொண்டேன். என் தலையில் ஒரு தொப்பியை அணிவித்தாள். பச்சை நிற தொப்பியில் "ஜிம் கார்பெட்" என்று எழுதியிருந்தது.

"ஜிம் கார்பெட் போனப்போ உனக்காக இந்த தொப்பியை வாங்கினேன் ... வீக் என்டில் நாம வெளியே போகும்போது இந்த தொப்பியை போட்டுண்டுதான் நீ வரணும் ... சரியா?"

"கண்டிப்பா."

"என்னை ரிசீவ் பண்ண வரேன்னு பொய் சொன்ன மாதிரியா இது?" என்று சொல்லிக் கண் சிமிட்டினாள்.

ரிதுவின் தலையைத் தடவிக்கொடுத்தேன். மனைவி சமையலறையிலிருந்து என்னைப் பார்த்துப் புன்னகைத்தாள்.

"இன்னும் எத்தனை சப்பாத்தி பண்ணட்டும்?"

"இல்லை ... போதும்."

"இரண்டுதானே சாப்பிட்டீர்கள்?"

"போதும்."

அபராஜிதா என்கிற அர்பு

1988

ஜூன் மாத இரவு. ஒரே புழுக்கம். இருட்டு கவிந்த வானத்தை நோக்கியவாறு படுத்திருந்தேன். ஒரு சிலுசிலுப்புக்கூட இல்லை. முதல் அடுக்கு அபார்ட்மென்டில் இருக்கும் மேத்தா அங்கிள் அப்பாவுக்கு அடுத்து படுத்திருந்தார். அவரின் ட்ரான்சிஸ்டரிலிருந்து பழைய இந்திப் பாட்டொன்று சன்னமாக ஒலித்துக்கொண்டிருந்தது. தினமும் பார்க்கும் ஒற்றை நட்சத்திரத்தைத் தவிர வேறொரு ஒளிப்பொட்டையும் வானில் காணவில்லை. அப்பாவுக்கு ஒன்பது மணிக்கே தூங்கிவிட வேண்டும். அந்த அபார்ட்மென்ட் கட்டிடத்தில் இருக்கும் மற்ற குடும்பத்தினர் போல நாங்களும் கோடைப் புழுக்கத்தின் காரணமாக மொட்டைமாடியில் படுத்துக்கொண்டிருந்தோம்.

ஒற்றை நட்சத்திரத்தைக் கிட்டத்தட்ட அதே இடத்தில் கடந்த ஐந்தாறு நாட்களாக பார்த்துக் கொண்டிருந்தேன். இன்று அதன் ஒளிர்வு அதிகமாக இருந்ததாகப் பட்டது. அரைமணி நேரம் கழித்து மங்குவதுபோல இருக்கும். பத்து மணி வாக்கில் மினுங்குவதுபோல தோன்றும். என் கவனிப்பைச் சிதறடிப்பதுபோல மொட்டை மாடிக்கதவைத் திறந்து அபராஜிதா என்கிற அர்பு அங்கு நடப்பாள். அவள் குடும்பத்தினரில் அவளும் அவள் தந்தையார் ச்சுக் அவர்களும் மட்டுமே மொட்டைமாடியில் படுப்பது வழக்கம். மேத்தாவின் புதல்வியும் அர்புவும் பத்து மணிவாக்கில் படுக்க வருவார்கள். அவர்களுக்குத்

தெரியாதவாறு அர்புவை மட்டும் பார்க்கப் பிரயத்தனப்படுவேன். கதவை அடைத்து அவர்கள் மாடிக்குள் நுழைய சில வினாடிகள் தான் பிடிக்கும். அதற்குள், அர்பு அன்று எந்த நிறத்தில் இரவு உடை அணிந்திருக்கிறாள் என்று அறிய முற்படுவேன். மாடியின் மேற்கு மூலையில் அவள் படுத்துக்கொள்வாள். இன்று வெண்ணிற டாப்சும் கால்சட்டையும் போட்டுக்கொண்டிருக்கிறாள். அவள் காலின் வெள்ளிக்கொலுசு (மிக) லேசாக சப்தமிடும். மாடியில் அவளைத்தவிர நான்கைந்து பெண்கள் உறங்கிக்கொண் டிருப்பார்கள். அவர்கள் கொலுசு அணிந்திருப்பார்களா என்று நான் கவனித்ததில்லை. அவர்களில் வேறு யாரேனும்கூட கொலுசு தரித்திருக்கலாம். இரவு முழுக்க சிணுங்கும் கொலுசு சத்தம் கேட்கும்போதெல்லாம் அவள் எந்தப் பக்கம் திரும்பிப் படுத்திருக்கிறாள் என்று ஊகிப்பேன். அவள் படுத்திருக்கும் இடத்திலிருந்து என்னைப் பார்த்துக்கொண்டிருக்கிறாளோ என்ற இனிப்பான ஐயம் எழும். இல்லை ஐயம் இல்லை. எதிர்பார்ப்பு தான்.

நடுஇரவில் மொட்டை மாடிக்கதவைத் திறந்து போட்டபடி மேத்தாவின் மச்சான் கீழே இறங்கிச்சென்றான். நானும் எழுந்து மூன்றாம் அடுக்கில் இருந்த வீட்டிற்குச் சென்று சிறுநீர் கழித்து விட்டு வந்தேன். மொட்டைமாடிக் கதவைச் சாத்தும்முன் மேற்கு மூலைப் பக்கம் என் பார்வையைச் சுழலவிட்டேன். ஒன்றும் தெரியவில்லை.

ஒற்றை நட்சத்திரத்தின் மேல் என் பார்வையைப் பதிய விட்டேன். நட்சத்திரத்தின் ஒளி வீரியம் குறைந்து வானத்தின் இருட்டு சிலமடங்கு கூடிவிட்டது போலிருந்தது.

சில்லென்று குளிரெடுத்தது. போர்வையைப் போர்த்தினாலும் குளிர் அடங்கவில்லை. டப்பென்று கண் திறந்தேன். விடிந்து காலை யொளி எங்கும் பரவியிருந்தது. எல்லோரும் தத்தம் வீட்டிற்குப் போய்விட்டார்கள். மேற்கு மூலையும் காலியாக இருந்தது. அர்பு எத்தனை மணிக்கு விழிக்கிறாள்?

ச்சுக் விரிக்கப்பட்டிருந்த படுக்கைகளை எடுத்துப்போக வந்தார். காலை வணக்கத்துக்குப் பிறகு “எத்தனை மணிக்கு எழுகிறீர்கள் அங்கிள்?” என்று கேட்டேன். “ஐந்து மணிக்கு எழுந்துவிடுவேன். ஐந்தரைக்கு தேநீரருந்தாவிடில் என்னவோ போலிருக்கும். நான் எழுந்தவுடன் அர்புவை எழுப்பிவிடுவேன். அவள் வீட்டுக்குப் போய் தன் படுக்கையறையில் தன் தூக்கத்தைத் தொடர்வாள்.” எனக்கு வேண்டியிருந்த தகவல் கிடைத்தது.

அடுத்த நாள் நட்சத்திரத்தைப் பார்த்தவாறு தூங்கத் தொடங்கியபோது விடியற்காலை ஐந்து மணிக்கு விழித்துவிட

வேண்டும் என்று சொல்லிக்கொண்டேன். கோடை விடுமுறை முடிந்து கல்லூரி இறுதியாண்டு படிக்க திருநெல்வேலி திரும்பும் வரை ஒரு நாள்கூட ஐந்து மணிக்கு என்னால் விழிக்க முடிய வில்லை. உறக்கம் படிந்த அர்புவின் செல்லமுகம் எப்படியிருக்கும் என்ற கற்பனை எனக்குள் அளவுகடந்த பரவசத்தை ஏற்படுத்தும்.

கல்லூரி இரண்டாமாண்டின்போது அப்பாவை ஜெய்ப்பூருக்கு இடமாற்றம் செய்துவிட்டார்கள். அப்பாவும் அம்மாவும் ஜெய்ப்பூர் வந்தார்கள். சிவில் லைன்ஸின் கேஷவ் நகரில் பிரார்த்தனா அபார்ட்மென்டில் இருந்தது அப்பா எடுத்திருந்த ஃப்ளாட். நானும் பாலிடெக்னிக் படித்துக்கொண்டிருந்த என் தம்பியும் திருநெல்வேலியில் தங்கி படித்துக்கொண்டிருந்தோம். கோடை விடுமுறையின்போது ஜெய்ப்பூர் வந்தோம்.

அப்பாவுடன் அரட்டையடிக்க ச்சுக் அங்கிள் வருவது வழக்கம். வெகு நேரமாகிவிட்டதென்று ச்சுக்கை அழைக்க திருமதி ச்சுக் எங்கள் வீட்டுக்கு வந்து என் அம்மாவுடன் புது அரட்டையைத் துவங்க, கடைசியில் அர்புவும் எங்கள் வீட்டுக்கு வந்தாள். அன்றுதான் அவளை முதலில் பார்த்தேன். மஞ்சள் நிறத்தில் சிறு சிறு பச்சைப்பூக்கள் பொறித்த சல்வாரும் பொருத்தமான கமீசும் அணிந்திருந்தாள். பட்டு போன்ற கூந்தல் அவள் தோள்களில் புரண்டன. காதில் கரடி பொம்மை தொங்கும் காதணி. ட்யூப் லைட்டின் ஒளி அவள் கன்னத்தில் பட்டுத் தெறித்தது. கண்கள் குறும்புத்தனத்தை அள்ளி வீசிக்கொண்டிருப்பது போல் இருந்தன. மற்றெதையும் என்னால் கவனிக்க முடியவில்லை. அவளின் தரிசனம் எனக்குள் ஏற்படுத்திய நிலையின்மையை அவள் கவனித்தாளா என்று தெரியாது. "இதுதான் விஸ்வநாதன் அங்கிளின் மூத்த மகன் சந்துரு" என்று என்னை அறிமுகப்படுத்தி வைத்தார் ச்சுக். "ஹலோ" என்றாள் அர்பு. சில வினாடி இடை வெளியில் தன் மூன்று விரல்களை என் முன்னால் நீட்டினாள். கொஞ்சம்கூட எதிர்பாராதது. இதற்கு முன்னால் எந்த ஒரு பெண்ணின் கைகளையும் பற்றிக் குலுக்கும் சந்தர்ப்பம் வாய்த்த தில்லை. பதவிசாக அவளுடன் கைகுலுக்கினேன். அவளின் மூன்று விரல்கள் என் ஐந்து விரல்கள்; ஒரு விதமான பயம் கலந்த கைகுலுக்கல். இந்நிகழ்வு வாழ்நாளில் நான் பலமுறை என் சிந்தனைகளில் ஓட்டிப் பார்க்கும் ஒரு நிகழ்வாக அமையப் போகிறது என்று எண்ணினேன்.

இரண்டு மாதங்களில் *blink you'll miss* என்பது மாதிரி பலமுறை அவளைக் காணும் சந்தர்ப்பங்கள் அமைந்தன. சிறு புன்னகை பரிமாற்றங்களைத் தவிர எதுவும் நடக்கவில்லை. ஒரு சம்பாஷணை நடத்தும் முயற்சியில் மனதுக்குள் பலமுறை ஒத்திகை பார்த்திருக் கிறேன். செயல்படுத்த முடிந்ததில்லை. அவள் தன் அழகின்

காரணமாகத் தலைக்கனம் பிடித்தவள் என்றும் எண்ணியதுண்டு. அவள் தலைக்கனம் பிடித்தவளாக இல்லாதிருந்தால் இந்நேரம் என் எண்ணப்போக்கைப் புரிந்து என் சினேகத்தை ஏற்றுக் கொண்டிருப்பாள் என்று என்னை நானே சமாதானப்படுத்திக் கொண்டிருக்கிறேன்.

விடுமுறை முடிந்து நானும் என் தம்பியும் ஊருக்குக் கிளம்புவதற்கு முந்தைய நாள். மச்சுப்படிகளில் இறங்கிக்கொண் டிருந்தபோது அர்புவும் அவளுடைய தோழியும் (மேத்தா அங்கிளின் மகள்) ஏறிக்கொண்டிருந்தார்கள். தைரியத்தை வரவழைத்து "ஹை அர்பு . . . ஒரு நிமிஷம்" என்றேன். அவள் என்னைக் கூர்மையான விழிகளால் பார்த்து "யெஸ்" என்றாள். அவள் பார்வை என்னைப் பார்த்து "உனக்கு என்னிடம் பேசுமளவுக்கு தைரியம் வந்துவிட்டதா?" என்று கேட்பது போலிருந்தது. "நாளை நான் ஊருக்குத் திரும்புகிறேன்" என்றேன். "அப்படியா? ஹேப்பி ஜர்னி" என்று சொன்னாள். கை நீட்டுவாளா என்று பார்த்தேன். "ஓக்கே. பெஸ்ட் விஷஸ்" என்று சொல்லிவிட்டு முகம் திருப்பிப் படிகளில் ஏறுவதைத் தொடர்ந்தாள்.

1991

ஜெய்ப்பூரில் உள்ள பிரசித்தமான மருந்து நிறுவனத்தில் எனக்கு எழுத்தர் பணி கிடைத்தது. வேறு நல்ல வேலை கிடைக்கும்வரை அப்பாவுடனேயே தங்கியிருக்கும்படியாக இந்த வேலையை ஏற்றுக்கொண்டிருந்தேன். மிகக் குறைந்த சம்பளம். இருந்தாலும் ஒன்றரை வருடத்தை ஓட்டிவிட்டேன். அப்பா இரண்டு வருடங்களுக்கு முன்னர் கேஷவ் நகரைவிட்டுப் பக்கத்து காலனியான சூரஜ் நகரில் குடிபெயர்ந்திருந்தார்.

அர்பு என் மனதில் ஒரு பிம்பமாக மாறியிருந்தாள். பிரார்த்தனா அபார்ட்மென்டுக்குப் போய் அர்புவின் வீட்டைத் தட்டி "என்னுடன் நட்பு கொள்கிறாயா?" என்று கேட்க வேண்டும் என்று ஆயிரம்முறை நினைத்ததுண்டு. இல்லை. இதற்கெல்லாம் வயது இல்லை இப்போது. வேலையில் முன்னேறி, நல்ல நிலையடைந்த பின்னரே அவளைச் சென்று பார்க்க வேண்டும் என்றுகூட நினைத்ததுண்டு. எல்லாம் சால்ஜாப்பு. அர்புவைச் சந்திக்க வேண்டும் என்ற ஆசை தோன்றும் நேரத்திலெல்லாம் மனது பக்பக்கென்று அடித்து ஒரு விதமான அவஸ்தையும் தோன்றுகிறதே. இது என்ன உணர்ச்சி? இந்த ஈர்ப்பு இயல்பான விஷயம் என்றால் பயம் ஏன் ஏற்படுகிறது? பயமற்றவர்கள் மட்டுமே உலகின் அழகான விஷயங்களை அடைகிறார்கள். இதுதான் அடிப்படை உண்மை. பயமா? எனக்கா? எப்போதோ சிலமுறை பார்த்திருக்கும் ஒரு பெண்ணுக்காக இவ்வளவு உருகுவது

ஒரு விதமான முட்டாள்தனமே! அப்பெண்ணுக்கு என்னைப் பற்றி ஒரு ஆர்வமும் இல்லை. அப்படியிருக்கும்போது நான் மட்டும் அவளை ஆசைப் பிம்பமாக வைத்து மனதில் மறுகுவது கிறுக்குத்தனமன்றி வேறெதுவும் இல்லை.

ரஞ்சன் சாஹா என்று ஒரு நண்பன் இருந்தான். அவன் தங்கியிருக்கும் பாச்சிலர் குவார்ட்டர்ஸுக்கு விடுமுறை நாட்களில் சென்று அரட்டை அடிப்பது வாடிக்கை. நான் சந்தித்தவர்களில் பொறியியல் துறையில் பட்டம் பெற்று ரிசர்வ் வங்கியில் எழுத்தராகப் பணிபுரிந்த முதலும் கடைசியுமானவன் அவன்தான். குள்ளம், நோஞ்சான் தேகம் – ஆனால் தன்னம்பிக்கை அதிகம். தாடையெலும்பு வெளிவந்து, நரைமுடியை மறைக்கும் முயற்சியில் ஈடுபடாத ஒரு நடு வயது குஜராத்திப்பெண் அவனுடைய அறைக்கு அடிக்கடி வருவதுண்டு. “அவள் யார் – உன் காதலியா?” என்று அவனிடம் ஒருமுறை கேட்டேன். “அதெல்லாமில்லை... சும்மா டைம் பாஸ்” என்றான். “டைம் பாஸ் என்றால்... எல்லாம் நடக்குமா? இல்லையெனில்... முத்தம் மட்டும்தானா?” என்று கேட்டேன். ஏதோ நகைச்சுவையொன்றைக் கேட்டவன் போல் கலகலவென்று நகைத்தான்.

“ஹாஹா ... நீ என்ன வர்ஜினா? ... ஒரு தரம்கூட பண்ணியதில்லையா?”

நான் தலையாட்டியதும் “நல்ல தமாஷ்” என்று சொல்லிச் சிரிப்பின் ஸ்தாயியை மேலும் கூட்டினான். எனக்கு எரிச்சலாக வந்தது. இருந்தாலும் பேசப்படும் விஷயத்தின் மேலிருந்த உள்ளார்ந்த ஆர்வம் என்னை உரையாடலை மேற்கொண்டு நடத்திச்செல்லத் தூண்டியது.

ஜெய்ப்பூர் வருவதற்கு முன்னர் அவன் மஹாராஷ்டிராவில் உள்ள கோபோலி என்ற ஊரில் வசித்தபோது செய்த லீலைகளைப் பற்றிக் கூறலானான். இருபத்தைந்து வயதில் இவ்வளவு அனுபவங்களா? ஐம்பது வயது ஆன்ட்டி முதல் பதினெட்டு வயது கஸின் வரை. பலவகையான பிரலாபங்கள். எல்லாம் மிகைப் படுத்தப்பட்ட கற்பனைகள் என்று தெளிவாகப் புரிந்தாலும், முகத்தைக் கம்பீரமாக வைத்துக்கொண்டு கேட்டுக்கொண்டிருந்தேன்.

“நீலம் என்ற பெண் என்னை மிகவும் கவர்ந்திருந்தாள். அவளை அணுகுவது சிரமம் என்று என் நண்பர்கள் சொன்னார்கள். நான் விடுவேனா? ஒரு சேலஞ்சாக எடுத்துக்கொண்டேன். ஸ்கூட்டர் வைத்திருந்த ஒரு தோழனுடன் மட்டுமே அவள் கல்லூரி செல்வாள். சைக்கிள் ஓட்டுனர்களை அவள் கண்டுகொள்வதில்லை என்று கண்டுபிடித்தேன். அன்று மாலையே என் மாமாவிடமிருந்து புல்லட் பைக் இரவல் வாங்கி ஓட்ட ஆரம்பித்தேன். அவ்வளவு

தான். இரண்டாவது நாளே ஸ்கூட்டர்க்காரன் கட். கிளி என் பைக்கில் வர ஆரம்பித்தது."

"அவ்வளவு எளிதா? வாகனத்தை மாற்றுவதால் பெண் கிடைப்பாளா?"

"வாகனத்தை ஓட்டிக்கொண்டே, கியரையும் அவ்வப்போது மாற்றவேண்டும். மெதுவாக ஓட்டும் போதே திடீரென்று வேகத்தை அதிகரிக்க வேண்டும்." ரஞ்சன் பேசிய ஆட்டொமொபைல் நுட்பம் எனக்குப் புரியவில்லை. நீலம் என்ன ஆனாள் என்று கேட்கவேண்டும் என்று நினைத்தேன். அதற்குள் அவனுடைய நடு வயது நண்பி வந்துவிட்டாள். ரஞ்சனிடம் விடைபெற்றுக் கிளம்பும்போது ரஞ்சனின் மொபெட்டை பார்த்தேன். புல்லட்டை விற்றுவிட்டு மொபெட் வாங்கிவிட்டான் போலிருக்கிறது!

ரஞ்சனுடனான உரையாடல் என்னுடைய கோழைத் தனத்தைக் கிட்டத்தட்ட உதறித்தள்ளிவிட்டது. பிரார்த்தனா அபார்ட்மென்ட் பக்கம் அடிக்கடி போனேன். ஒருமுறை ச்சுக் அங்கிள் என்னைப் பார்த்துவிட்டார். பால்கனியில் நின்று கொண்டிருந்தவர் என்னைக் கையால் ஜாடைசெய்து அழைத்தார். "வா வா சந்துரு? எப்படியிருக்கிறாய்? ரொம்ப நாள் கழித்து சந்திக்கிறோம்" என்றார். பரோடாவில் ஓவியக்கல்லூரியில் படித்துக்கொண்டிருக்கும் தன் மகன் – அமீத் – அர்புவின் அண்ணனை அறிமுகப்படுத்தினார். அர்பு எங்கானும் தென்படு கிறாளா என்று பார்த்தேன். ச்சுக் எழுந்து பால்கனிக்கு சென்று விட்டார். தேநீர் உபசாரம் நடந்துகொண்டிருக்கும்போது, ரொம்பவும் இறுக்கமான டீ–ஷர்ட்டும் குட்டியான நிக்கரும் அணிந்த பெண்ணொருத்தி அமீத்துக்கு மிக அருகில் வந்தமர்ந்தாள். "மீட் ரச்சனா பிரதான் ... என் கேர்ள் ஃப்ரண்ட்" என்றான் அமீத். அமீத்துக்குப் பக்கத்தில் உட்கார்ந்தவள் அமீத்தின் கையை இறுக்கப்பற்றியபடி இருந்தாள். அவ்வப்போது அமீத்தின் கன்னத்தையும் தொட்டுத் தொட்டுப் பேசினாள். சத்தம் குறைவாக அவள் குலுங்கிக்குலுங்கிச் சிரித்தாள். எல்லாப்பற்களும் தெரிந்தன. அவளுடைய 'பாய்ஸ்' கட் வெட்டிய தலைமுடியை அமீத் ஓரிருமுறை தடவிக்கொடுத்தான். எங்கு முடிகிறது என்று தெரியாமல் நீண்டிருந்த வளப்பமான கால்களை ஒன்றின்மேல் ஒன்றாகப் போட்டு அமர்ந்திருந்தாள். சில நிமிடம் கழித்து தன் ஒரு காலை அமீத்தின் ஒரு காலில் லேசாக அண்டக்கொடுத்து உரிமையுடன் உட்காருகையில் ரச்சனாவுடைய இரு கால்களுக்கும் நடுவே சிறிய இடைவெளியேற்பட்டது. இவையெல்லாவற்றிற்கும் நடுவில் "அர்பு எங்கே?" என்று கடைசி வரை அமீத்தையோ ச்சுக் அங்கிளையோ கேட்க முடியவில்லை.

2012

ஏரியா மேனேஜருடன் சேலத்தில் ஒரு வாடிக்கையாளரைச் சந்தித்துவிட்டுக் கோயம்புத்தூர் திரும்ப தாமதமாகிவிட்டது. அடுத்த நாள் மும்பையில் அகில இந்திய விற்பனை மாநாட்டில் கலந்துகொள்ள வேண்டியிருந்தது. நல்ல வேளை, கோவை விமான நிலையத்தை வந்தடைந்தபோது, மும்பை விமானம் ஒரு மணி நேரம் தாமதமாகப் புறப்படும் என்று அறிந்தேன். பாதுகாப்பு பரிசோதனை முடித்துக் காத்திருக்கையில், என் பக்கத்து இருக்கையில் வந்து உட்கார்ந்தவரை அடையாளம் கண்டுகொண்டேன். ச்சுக் அங்கிள். ஏறத்தாழ இருபது வருடங்களுக்குப் பிறகு சந்திக்கிறேன். அவருக்கு என்னை ஞாபகப்படுத்தினேன். அப்பாவை நினைவு கூர்ந்தார். அம்மா செய்யும் இட்லியின் சுவையையும் அவர் மறக்கவில்லை. நான் இத்தினங்கள் தில்லியில் இருப்பதைச் சொன்னேன். அமீத்தைப் பற்றி விசாரித்தேன். அமெரிக்காவில் இருக்கிறானாம். அமெரிக்கக்காரி ஒருத்தியுடன் லிவ்–இன் பண்ணுகிறானாம். ரச்சனாவைப் பற்றி எதுவும் கேட்க தோன்றவில்லை.

ச்சுக் அங்கிளுக்கு ஒரு பெண் காபி கொண்டுவந்து கொடுத்தாள். "உனக்கு அர்புவை ஞாபகம் இருக்கும் என நினைக்கிறேன்." அர்புவைப் பார்த்து ஒரு கணம் நிசப்தமானேன். பிறகு "ஹவ் ஆர் யூ?... ஐ அம் விஸ்வநாதன் அங்கிள்'ஸ் சன், சந்துரு" என்று சொல்லி கை குலுக்கினேன். கை கொஞ்சம் சொறசொறப்பாக இருந்தது. அதே கண்ணாடி ஃப்ரேம். நிறைய எடை போட்டிருந்தாள். அங்கங்கு அங்கங்கள் பெருத்திருந்தன. இரு காதுகளுக்கும் மேலே லேசான நரை.

"எங்கே இந்தப் பக்கம்?" என்று கேட்டேன். ஜெய்ப்பூரில் கைவினைப்பொருட்களை ஏற்றுமதி செய்யும் வியாபாரத்தில் இருக்கிறாளாம். "ஒரு சப்ளை சோர்ஸை ஆடிட் பண்ண கோவை வர வேண்டியிருந்தது" என்று சொன்னாள்.

ச்சுக் அங்கிள் புகைக்கும் அறையைத் தேடிச் சென்றுவிட்டார். சில நிமிடங்கள் அமைதியாய் இருந்துவிட்டு அர்பு "எத்தனை குழந்தைகள்?" என்று கேட்டாள். பதில் சொன்னேன்.

"உங்க கணவர் என்ன பண்ணுகிறார்?"

"தெரியாது. ஃபோன் பண்ணித்தான் கேட்க வேண்டும்."

"புரியவில்லை."

"கல்யாணம் பண்ணி ஒரு வருஷத்துலயே பிரிந்து விட்டோம்."

இவளைக் கல்யாணம் செய்தவன் எப்படி இவளைப் பிரிந்திருக்க முடியும்? இத்தனை வயசாகியும் இவள் அழகு

குறைந்ததாகத் தெரியவில்லை. கொஞ்சம் குண்டாக இருக்கிறாள். அவ்வளவுதான். குரலின் இனிமையில் குறைவில்லை. தோள் பட்டை எலும்புகள் இன்னும் எட்டிப்பார்த்துக்கொண்டு இருக் கின்றன. கண்களில் குறும்புத்தனம் அழியாமல் ஒட்டிக் கொண்டிருக்கிறது.

அவளிடம் பேசுவதில் பல வருடங்களுக்கு முன்னிருந்த தயக்கம் இப்போது இல்லை. அரை மணி நேரப் பேச்சில் ஐந்து முறை கை குலுக்கினோம்.

ச்சுக் புகைத்துவிட்டுத் திரும்பும்போது கூடவே பெண் ணொருத்தியும் அவரோடு வந்தாள். நடு வயதுத் தோற்றம் கொண்டிருந்த அப்பெண் லேசான புன்முறுவலுடன் 'ஹலோ' சொன்னபோது பற்களில் ஒட்டியிருந்த நிகோடின் கறை தெரிந்தது. சட்டை போட்டு பேண்ட் அணிந்து ஆண்கள் போல் டக் வேறு செய்திருந்தாள்.

ச்சுக் அங்கிள் "இவளை உனக்கு நினைவிருக்காது என்று நினைக்கிறேன். மேத்தா அங்கிள் தெரியும் இல்லையா? நம்ம அபார்ட்மென்ட்ஸில் இருந்தாரே. அவரின் மகள் கின்னரி என்கிற கிஷோர்" என்றார்.

கின்னரி என்கிற கிஷோர் வித்தியாசமாக இருந்தாள். விமானத்தின் போர்டிங் தொடங்கும்வரை அவள் அர்புவின் கையைத் தன் கையுடன் கோர்த்தவாறு அமர்ந்திருந்தாள்.

"மேத்தா தன் பெண்ணொடு பேசுவதில்லை. கிஷோர் அர்புவோடதான் இருக்கிறாள்." தகவல் வழங்குவதில் உள்ள ஈடுபாடு ச்சுக் அங்கிளுக்கு இன்னும் போகவில்லை. கின்னரி என்ற பெயர் ஏன் கிஷோர் என்றானது என்று கேட்கலாமென்று பார்த்தேன். ஆனால் கேட்கவில்லை.

விமானத்தில் எனக்கு மூன்று வரிசை தாண்டி மூவரும் சேர்ந்து அமர்ந்திருந்தனர். ஜன்னல் சீட்டில் அர்பு, நடுவில் கின்னரி என்கிற... ஏதோவொன்று, ஏய்லில் ச்சுக் அங்கிள்.

ஜன்னலுக்குக் கீழே பார்த்தேன். விமானம் கும்மிருட்டான காட்டுப்பகுதியைத் தாண்டிப் பறந்துகொண்டிருந்தது! அவ்விருட் டில் ஒற்றை ஒளிப்புள்ளி தெரிந்தது. காட்டுக்கு நடுவில் ஏதோ ஒரு இடத்தில் ஒற்றை விளக்கு எரிகிறதோ? விமானம் அந்தப் பகுதியைத் தாண்டும் வரை அவ்வொளிப்புள்ளியை விழி யெடுக்காமல் பார்த்துக்கொண்டிருந்தேன்.

அபராஜிதா என்கிற அர்பு

ஒற்றை ரோஜாச்செடி

பெருநகரமொன்றின் முப்பது கிலோமீட்டர் தொலைவில் இருந்தது அந்த அழகான சிறு ஊர். ஒரு புகைவண்டி நிலையம். ஒரு பேருந்து நிலையம். இரண்டு சினிமா தியேட்டர்கள்! அவற்றில் ஒன்று ஊருக்கு வெளியே தென்னந்தோப்புக்கு முகப்பில் இருந்த ஒரு டூரிங் டாக்கீஸ். பெரும்பாலும் கறுப்பு – வெள்ளைப் படங்களே திரையிடப்படும். தீபாவளி – பொங்கலுக்கு மட்டும் வண்ணத்திரைப்படங்கள். சரியாகப் பராமரிக்கப்படாத நகராட்சி பூங்கா. பூங்காவிற்கு நடுவில் ஓர் அறை. அதற்குள்ளிருக்கும் வானொலிப்பெட்டியில் வரும் ஆறு மணித் தமிழ்ச் செய்திகள் பூங்காவில் பொருத்தப்பட்டிருக்கும் ஒலிபெருக்கிகள் மூலம் எல்லோரும் கேட்கும்படியாக ஒலி பரப்பப்படும். அவ்வறைக்கு வெளியே நாலா புறமும் போடப்பட்டிருந்த பெஞ்சுகளில் முதியோர் கள் உட்கார்ந்து செய்திகளைக் கேட்பார்கள். பூங்கா விற்கு வெளியே ஒரு சாக்கடை தன் குறுகிய கரை களை மீறி ஓடும். லாங் – ஜம்ப் செய்தபடிதான் பூங்கா விற்குள் நுழைய வேண்டும். ஒரு முனிசிபாலிடி உயர் நிலைப்பள்ளி. ஒரு சிவன் கோயில். இரண்டு தெருக் களுக்கு ஒன்று என்ற கணக்கில் ஒரு பிள்ளையார் கோயில். மசூதித் தெருவில் ஒரு பள்ளிவாசல். ஒரே ஒரு மெயின் ரோடு. இரு புறமெங்கும் மளிகைக் கடைகள், டெக்ஸ்டைல் கடைகள். எந்நேரமும் மயிர்ச்கூச்செரியும் ஓசை எழுப்பும் மாவு மில். ஒரு ஸ்டேட் பாங்கு கிளை. ஒரு கூட்டுறவு நிலவள வங்கி.

ரமணியின் வீடு, நிலவள வங்கியின் பின்புறத்தில் உள்ளது. சந்து என்றில்லாமல், தெருவும் என்றில்லாமல் சில இடங்களில் குறுகியும் சில இடங்களில் அகன்றும் இருக்கும் சந்து – தெருவில் இருந்தது ரமணியின் வீடு.

ரமணியின் தாத்தா அக்காலத்தில் வாங்கிய வீடு. வீட்டின் இரு பக்கங்களிலும் மூன்று மாடி கொண்ட வீடுகள் இருப்பதால் ரமணியின் ஹாலும் கிச்சனும் இருள் சூழ்ந்ததாகக் காணப்படும். வீட்டின் பின்புறம் முக்கால் கிரவுண்ட் அளவுள்ள கொல்லைப் புறம் இருந்தது. ரமணி இளைஞனாக இருந்தபோது தன் நண்பர்களுடன் கொல்லைப்புறத்தில் வாலிபால் விளையாடிக் கொண்டிருப்பான். திருமணமான பிறகு வாலிபால் விளையாடுவது நின்றுவிட்டது. எல்லா நண்பர்களும் வேலைக்காக வேறு ஊர்களுக்குச் சென்றுவிட்டார்கள். ரமணி வேறெங்கும் செல்லத் தேவையில்லாதபடி உள்ளூர் ரயில் நிலையத்தில் புக்கிங் கிளர்க் பணி கிடைத்துவிட்டது. ரமணியின் தாத்தா உள்ளூர் நீதிமன்றத்தில் எழுத்தராக இருந்தார்; அப்பா தபாலாஃபீசில் வேலை பார்த்தார்; இவன் ரயில் நிலையத்தில். தாத்தா, அப்பாவைப்போல ரமணியும் அலுவலகத்துக்கு நடந்தே செல்வான். அப்பாவைப்போல செய்தித்தாள் படிக்காதிருத்தல், இரு சக்கர வாகனம் வாங்கா திருத்தல், ரியல் எஸ்டேட் எதிலும் முதலீடு செய்யாதிருத்தல், ஒரே ஒரு வங்கிக்கணக்கு, சேமிப்பு எல்லாம் சேவிங்ஸ் அக்கவுன்டிலேயே. அப்பாவின் உண்மையான மகனாக இருந்தான்.

இவன் அப்பா செய்யாத ஒன்றைச் செய்தான் என்றால் அது ஒன்றுக்கும் மேல் குழந்தை பெற்றுக்கொண்டதுதான். ரமணிக்கு மூன்று பெண் குழந்தைகள். ஒரு வருட இடைவெளியில் மூன்று பெண்கள். ரமணியின் மனைவி பானு திருமணத்திற்கு முன் பக்கத்துப் பெருநகரத்தில் வாழ்ந்தவள்.

ரமணியின் தந்தையார் சில வருடங்களுக்கு முன்னர் காலமானதிலிருந்து ஒரு பழக்கம் அவனைத் தொற்றிக்கொண்டது. காலையில் வேலைக்குக் கிளம்புவதற்கு முன்னரும், ஐந்து ஐந்தரைக்கு வீடு திரும்பிய பிறகும் கொல்லைப்புறத்தில் குளிய லறைக்குப் பக்கத்தில் ஒரு ஈசிசேரில் உட்கார்ந்து கொல்லையைப் பார்த்துக்கொண்டிருப்பதை நித்ய கர்மானுஷ்டமாக வைத்துக் கொண்டிருந்தான். அவன் அப்பாவும் அதைச் செய்வது வழக்கம். குடும்பப் பாரம்பரியத்தை தொடர்பவன்போல் அவனும் வேலை நேரம் தவிர மற்றெல்லா நேரத்தையும் கொல்லைப்புறத்தில் அமர்ந்து கடத்தி வந்தான்.

குழந்தைகள் மூவரும் வயதுக்கு வந்துவிட்ட பிறகு மனைவி பானுவிடம் ஒருநாள் ஏச்சு கேட்டான். “கையை சேருக்கு மேல

போட்டு தினமும் சோம்பல் முறிக்கிறீங்களே? உங்க குழந்தைகளின் எதிர்காலத்தை பற்றி கொஞ்சமாவது கவலைப்படணும்னு தோணுதா? குழந்தைகளை படிக்க வைக்கணும், கல்யாணம் பண்ணி வைக்கணும்னு யோசனை இருந்தால் உருப்படியா நாலு பைசா பார்க்க ஏதாவது செய்வீங்க... ஹ்ம்ம் எல்லாம் என் தலைவிதி... என் தங்கை வூட்டுக்காரரை பாருங்க... மாஸ்கோல வேலை கிடைச்சு போன வாரம் கௌம்பிப்போனாரு. ரெண்டு மாசத்துல தங்கையும் அவள் குழந்தைகளும் கூட கௌம்பிப் போயிடுவாங்க... நீங்க என்னன்னா ரயிலடியும் இந்த கொல்லைப் புறமும் தான் நிரந்தரங்கிற மாதிரி ஒரே மாதிரியா கொஞ்சம் கூட மாத்தமில்லாம புள்ளையாராட்டமா உக்கார்ந்துகிட்டு இருக்குறீங்க..." தன் மனத்தாங்கலை வார்த்தைகளால் வடித்தெடுத்தாள்.

மனைவியின் வார்த்தைகள் ரமணியை வெகுவாகப் பாதித் திருக்க வேண்டும். பணி முடிந்ததும் எப்போதும் போல வீடு திரும்பாமல், கால்நடையாக ஓர் இலக்கில்லாமல் எங்கோ நடந்தான். என்றும் இல்லாத மாதிரி சாலையோர டீக்கடை யொன்றில் தேனீர் குடித்தான். கால் இலேசாக வலிக்க ஆரம்பித்த போது ஊரெல்லையில் இருந்த அய்யனார் கோவிலின் வாசலில் கட்டிட வேலைக்கென கொட்டப்பட்டிருந்த மணலில் அமர்ந்தான். மெயின்ரோட்டில் இல்லாத அமைதியை ரசித்தான். இருட்டிய பிறகு, தன் வீடு நோக்கி நடக்கலானான். பாதத்தில் அணிந்திருந்த ரப்பர் ஸ்லிப்பரையும் தாண்டி ஏதோவொன்று குத்தியது. தெரு விளக்கின் வெளிச்சத்தில் பார்த்தபோது, அது ரோஜாச்செடியின் முள்ளென்று தெரிந்தது. ஒற்றை முள்ளில்லை. வெட்டப்பட்ட ரோஜாச் செடியின் கிளை அது. ரோஜாத்தண்டை கவனமாகக் கையில் ஏந்திய படி வீடு திரும்பினான்.

அடுத்த நாள் காலை வழக்கம்போல ஈசி சேரில் உட்காராமல், எதிர்வீட்டுக்காரரிடமிருந்து மண்வெட்டியை இரவல் வாங்கிக் கொல்லைப்புறத்தில் வளர்ந்திருந்த புற்களையும் களைகளையும் ஒரு ரோஜாத்தண்டை நடும் அளவிற்கு வெட்டியெறிந்தான். கொஞ்சம் நீர் தெளித்துக் கத்தியால் கொத்தினான். குழி பறித்து முந்தைய நாளிரவு காலில் குத்திய தண்டை நட்டான். மண்ணை மூடிக் கொஞ்சம் நீரூற்றினான்.

நட்ட செடி வேகமாக வளர்ந்தது. இரண்டு மாதங்களில் ஏழு மீட்டர் வளர்ச்சி. பானு "என்னங்க! இவ்வளவு வேகமா வளருது?" என்றாள். ஆறு மாதங்களானது. ஒரு ரோஜாகூட பூக்கவில்லை. ஸ்டேஷன் மாஸ்டர் ரங்கநாதன் தன் வீட்டில் பெரிய பூந் தோட்டம் வைத்திருக்கிறார். அவர் ஆலோசனை படி, 'ரோகார்'

மருந்தடித்தான். ஒன்றும் பயனில்லை. சில மாதங்களுக்குப் பிறகு, செடியின் இலைகளில் துளைகள் விழ ஆரம்பித்தன. "ஏதாவது நோயாய் இருக்கும்" என்றார் ரங்கநாதன். நோயுற்ற கிளைகளை வெட்டினான். செடியின் உயரம் குறைந்தது. மீண்டும் நெடிந்து வளர்ந்தது – மரமோ என்று வியக்குமளவிற்கு.

பானுவிற்கு ரமணி எப்படி முன்னரெல்லாம் கொல்லைப் புறத்தில் வெட்டியாக உட்கார்ந்திருந்தது பிடிக்கவில்லையோ, அதுபோல இப்போது அந்த ரோஜாச்செடியிடம் காட்டும் கவனமும் பிடிக்கவில்லை. "என்னங்க ஏதாவது உருப்படியா செய்யலாமில்லையா... காலை மாலைன்னு அந்த மலட்டு ரோஜாச் செடிக்கு மேல இவ்வளவு கவனம் தேவையா?" என்றாள். அன்று மாலையும் அவன் ஊர் எல்லைவரை வாக்கிங் போனான். அய்யனார் கோவில் கட்டிட வேலை முடிந்திருக்க வேண்டும். உட்கார மணல் கிடைக்கவில்லை. கொஞ்சம் தள்ளி இருந்த தென்னந்தோப்பு டூரிங் டாக்கீஸ் வரை நடந்தான். மாலை ஷோவுக்கு இன்னும் டிக்கட் கொடுக்க ஆரம்பிக்கவில்லை. மூடப்பட்டிருந்த டிக்கட் கௌண்டர் முன் நான்கைந்து பேர் காத்திருந்தனர். தியேட்டர் வாசல் கடையில் இரண்டு கை முறுக்குகளை வாங்கித்தின்றான்.

இரவு இல்லம் திரும்பியதும் பானுவிடம் சொன்னான்: "நான் என்ன பண்ணாலும் உனக்கு பிடிக்காமல் இருக்கலாம்... சொல்லு... கேட்டுக்கறேன்... ஆனால் நான் வளர்க்கிற ரோஜாச் செடியை மட்டும் மலடு என்று சொல்லாதே... அது சீக்கிரமே பூக்கும் பாரு." பானு எந்த ஆர்வத்தையும் காட்டாமல் "சரி சரி, சாப்பிட வாங்க" என்றாள்.

சில நாட்களில் ஒரே காம்பில் இரு மொட்டுகள் முளைத்தன. அதைப் பார்த்ததும் பானுவிடம் சொல்லிக்காட்ட வேண்டுமென்ற எண்ணம் தோன்றியது. வேண்டாம், பூ வந்ததும் அவளே பார்த்துக்கொள்ளட்டும் என்று விட்டுவிட்டான்.

ஓரிரு நாட்கள் கழித்து விடியற்காலைப் பொழுது இயற்கையின் அழைப்பை ஏற்றுக் கொல்லைப்புறம் வந்தபோது ரமணி அந்த அதிசயத்தைக் கண்டான். இரு மொட்டுகளும் ஜோடி ரோஜாக்களாகப் பூத்திருந்தன. ஒன்று ரோஸ் நிற ரோஜா. இன்னொன்று கறுப்பு நிற ரோஜா. கறுப்பு ரோஜாவை, முதலில் வாடி உதிருகையில் நிறமிழந்த ரோஜாவென்று நினைத்தான். அருகே சென்று லேசாக வருடிப்பார்க்கையில் அது புதிதாக மலர்ந்த இயற்கை ரோஜாவென்று புரிந்தது. ஒரே செடியில் எப்படி இரு நிறத்தில் ரோஜாக்கள் பூக்கும்? இரு வெவ்வேறு நிற ரோஜாச்செடியை ஒட்டுப்போடும்போது ஒரு புது நிறத்தில் ரோஜா பூக்கும். ஆனால் ஒரே செடியில் இரண்டு நிறத்தில்

ஒற்றை ரோஜாச்செடி

பூக்குமா? இது ஒரே செடியா அல்லது இரண்டு செடிகளா? உன்னிப்பாக அந்தச் செடியை உற்று நோக்கினான். இல்லை, ஒரு செடிதான். அக்கம்பக்கத்தில் ஒரு செடியுமில்லை. ஒரே புற்களும் புதர்களும் மட்டுமே மண்டியிருந்தன. செடியின் அடித் தண்டுகளை நன்றாகப் பார்த்தான். ஒன்றும் வித்தியாசமாகத் தெரியவில்லை.

அன்று மாலை வீடு வந்ததுமே, மூத்தமகள் "அப்பா, அந்த ரோஜாச் செடியை போய்ப் பாருங்களேன் . . . ரொம்பவும் அதிசயமா இருக்கு" என்றாள். "ரெண்டு நிற ரோஜாவை சொல்கிறாயா? அதான் காலையிலேயெ பார்த்தமே!" என்றான் ரமணி. "இல்லப்பா . . . இது வேற" என்றாள். கொல்லைப்புறம் போய் அவன் கண்ட காட்சி அவனை வியப்பின் உச்சிக்குத் தூக்கிச்சென்றது. மலர்களை வண்ணத்துப்பூச்சி மொய்ப்பது புதிதில்லை. இரண்டு மலர் மட்டுமே பூத்திருக்கும் ஒற்றைச் செடியை எத்தனை வண்ணத்துப்பூச்சி மொய்க்கும்? இரண்டு? மூன்று? பத்து? இருபது? நூறு? அவன் வளர்த்த இருநிற ரோஜாச்செடியை விதவிதமான நிறங்களில் எண்ணிலடங்கா வண்ணத்துப்பூச்சிகள் மொய்த்துக்கொண்டிருந்தன. அவன் பார்வை உறைந்துபோனது. இப்படி ஒரு காட்சியை அவன் திரைப்படங்களில்கூட கண்டதில்லை. பானுவும்கூட மௌனமாகி விட்டாள். முழுக் குடும்பமே ரோஜாச்செடியையும் அதைச்சுற்றி மொய்த்த ஏராளமான வண்ணத்துப்பூச்சிகளையும் பார்த்துக் கொண்டிருந்தது.

ரமணியின் பள்ளி தினங்களில் மூன்று பட்டையான நீளக் கண்ணாடிகள், பல வண்ண கண்ணாடி வளையல் துண்டுகள் மற்றும் அட்டைகள் கொண்டு கலைடாஸ்கோப் செய்வான். ஒற்றைக்கண் கொண்டு கலைடாஸ்கோப்புக்குள் பார்க்கும்போது வளையல் துண்டுகள் உருண்டும் கண்ணாடிப்பட்டைகளில் பிரதிபலித்தும் பல்வேறு நிற வடிவங்களைக் காட்டும். அதிசய ரோஜாச்செடியை மொய்க்கும் பல்லாயிரம் வண்ணத்துப்பூச்சிகளும் அத்தகையதொரு விளைவைத்தான் பார்ப்பவரின் கண்களுக்குத் தந்துகொண்டிருந்தன.

பூத்திருந்த ஒரு ஜோடி மலர் உதிர்ந்த பிறகே அடுத்த ஜோடி மலர் பூத்தது. ஒரே சமயத்தில் ஒரு ஜோடிக்கு மேல் பூப்பதில்லை. செடியில் மலர்கள் இல்லாத நாட்களில் வண்ணத்துப்பூச்சிகள் மொய்ப்பதில்லை. அத்தனை வண்ணத்துப்பூச்சிகளும் எங்கு போகின்றன, எப்படி ரோஜாக்கள் மலர்ந்தவுடன் தோன்றுகின்றன என்பது பெரும் புதிராக இருந்தது.

ரங்கநாதனுக்கு தெரிந்தவர் ஒருவர் – இருதயராஜ் என்று பெயர் – பக்கத்து பெருநகரிலுள்ள வேளாண் பல்கலைக்கழகத்தில் தோட்டவியல் துறைப் பேராசிரியராக இருந்தார். அவர் ஒருநாள் மாலை சில ஆராய்ச்சியாளர்களுடன் ரமணியின் வீட்டுக்கு வந்தார். அவர் வந்தபொழுது, ஏற்கனவே பானுவின் நண்பிகளும் அவர்களின் குழந்தைகளும் அதிசய ரோஜாச்செடியைக் கண்டு ரசித்துக் கொண்டிருந்தார்கள்.

பானு கொண்டுவந்த காபியை வாங்கிக்கொண்டே "என்ன ரமணி, டிக்கட் போட்டு எல்லோரையும் உள்ளே விடலாம் போலிருக்கிறதே" என்றார் ரங்கநாதன்.

"தெரியவில்லை சார், பேராசிரியர் பார்த்தாரென்றால் அறிவியல் பூர்வமான காரணத்தைக் கண்டுபிடித்துக் கூறிவிடுவார். அப்படிக் கூறிவிட்டாரென்றால் எல்லோருக்கும் ஆர்வம் குறைந்து விடும்" என்றான் ரமணி.

பேராசிரியர் இருதயராஜ் ரோஜாச்செடியை நீண்ட நேரம் பார்த்தவாறு நின்றார். இலைகள் சிலவற்றைப் பறித்தார். சிறிதாகத் தண்டு சாம்பிளை எடுத்துக்கொண்டார். பல்கலைகழகத்தில் உள்ள பாலி ஹௌஸில் வைத்துச் செடியை வளர்க்க முயலப் போவதாகச் சொன்னார்.

"இயற்கையில் கறுப்பு ரோஜா இல்லையென்றே அறிவியலாளர்கள் கருதுகின்றனர். உங்கள் வீட்டில் பூத்திருக்கும் கறுப்பு ரோஜா அதிசயம்தான்" என்றார்.

"ரோஜாப்பூவிற்கு நிறம் எதனால் கிடைக்கிறது?" – ரங்கநாதன்

கனைத்துவிட்டு ஒரு அறிவியல் லெக்சர் கொடுத்தார் இருதயராஜ்.

"ரோஜாச்செடிகளில் இருக்கும் பிக்மென்ட் அல்லது நிறமிகளே அவற்றின் பூக்களுக்கு நிறத்தைத் தருகின்றன. ரோஜாச் செடிகள் மூன்று விதமான நிறமிகளை உற்பத்தி செய்கின்றன. இவற்றில் இரண்டு நிறமிகள் – ஊதா மற்றும் மஞ்சள் – எல்லா ரோஜாச்செடியிலும் இருப்பன. அவற்றின் அளவு வேறுபடுதலே அவை தரும் பூக்களின் ஷேட்களை நிர்ணயிக்கின்றன. இரத்தச் சிவப்பு நிறமி அபூர்வமாக சில ரோஜாவகைகளில் இருக்கின்றன. நிறமிகளின் சேர்க்கையின் விகிதத்தைப் பொறுத்து பூக்களின் நிறச்செறிவு வேறுபடுகிறது."

ஒற்றை ரோஜாச்செடி

“அப்படியானால் கறுப்பு நிற பிக்மென்டும் இருக்கலாமல்லவா?” – பானு

“கறுப்பு நிற ரோஜாக்கள் இயற்கையில் இதற்கு முன்னர் இருந்ததில்லை. ஏற்கெனவே சொல்லப்பட்ட மூன்று நிறமிகளால் கறுப்பு வண்ணம் உருவாகுதல் சாத்தியமில்லை. குறுக்கு இனப் பெருக்கம் வாயிலாக DNA மரபணுக்களை மாற்றுதல் மூலம் தாவரவியலாளர்கள் ஆய்வுக்கூடங்களில் மட்டும் இதுவரை கறுப்பு வண்ண ரோஜாக்களை உருவாக்கியிருக்கிறார்கள்.”

“ஒரே செடியில் இரு வண்ண ரோஜாக்கள் பூப்பது சாத்தியமா?” – ரங்கநாதன்.

“வெவ்வேறு ஷேட்கள் கொண்ட ரோஜாக்கள் செடியின் வெவ்வேறு பகுதிகளில் பூப்பது சாத்தியம். ஆனால், ரோஸ் நிறம் மற்றும் கறுப்பு நிறம் கொண்ட ரோஜாக்கள் ஒரே காம்பில் பூப்பது சாத்தியமில்லை என்றே எண்ணுகிறேன்.”

“வண்ணத்துப்பூச்சிகள்?” – ரமணி

“இந்த ஏரியாவில் நிறைய வண்ணத்துப்பூச்சிகள் இருக்கலாம். இல்லையேல் இம்முறை ப்ரீடீங் சீசனில் வண்ணத்துப்பூச்சிகளின் தொகை பெருகியிருக்கலாம்.”

ரங்கநாதனும் இருதயராஜும் கிளம்பிச்சென்ற பின்னர் கொல்லைப்புறம் சென்று ரோஜாச்செடிக்கு நீரூற்றினான். கொஞ்ச நேரம் அமைதியாக அங்கேயே நின்றுகொண்டிருந்தான். இருட்டி விட்டபடியால், வண்ணத்துப்பூச்சிகள் செடியை மொய்க்க வில்லை. அவை எங்கே போயிருக்கக்கூடும்? மாயமாய் மறைந்து விட்டனவோ? சமையலறையில் பானு பாத்திரங்களை உருட்டும் சத்தம் பலமாய்க் கேட்டது.

ரமணியை டெபுடேஷனில் திண்டுக்கல் அனுப்பிவைத்தார்கள். பதினைந்து நாட்கள் திண்டுக்கல்லில் இருக்க வேண்டியதாயிற்று. மீண்டபொழுது, ரோஜாச்செடியை யாரோ ட்ரிம் செய்தது போலிருந்தது. பல்கலைக்கழகத்திலிருந்து ஆய்வு மாணவர்கள் வந்து பல சாம்பிள்கள் கேட்டதாயும், ஒரு சாம்பிள் ரூ 100 வீதம் தந்ததாகவும் பானு சொன்னாள். புத்திரிகள் புதிதாக அணிந் திருந்த ஆடைகள் எங்கிருந்து வந்தன என்று ரமணி கேட்கவில்லை. ரோஜாச்செடி குடும்பத்தலைவனாகி விட்டதோ? ரமணியும் ரோஜாச்செடி போலவோ? ஒரே ஊர் ஒரே வீடு என்று இருப்பதில். ரோஜாச்செடியும் எங்கும் நகர்வதில்லை.

இருதயராஜ் ஒரு நாள் போன் செய்து ரமணியை பல்கலைக் கழகம் வருமாறு அழைத்தார். அவர் எடுத்துச் சென்றிருந்த

தண்டு பாலி – ஹெளஸில் நன்கு வளர்ந்து பூத்திருந்தது. ஒரே சமயத்தில் ஒரு பூதான் மலர்கிறதாம். வெறும் ரோஸ் நிற ரோஜா தான் மலர்கிறதாம். எடுத்த சாம்பிளின் *DNA*விலும் பாலி–ஹெளஸில் வளர்ந்த செடியின் *DNA*விலும் ஒரு மாறுதலும் இல்லையாம். அவருடைய மாணவர்கள் பானுவிடமிருந்து விலைக்கு வாங்கிய தண்டுகள் எல்லாம் வெவ்வேறு இடங்களில் நடப்பட்டிருக்கிறதாம். ஆராய்ச்சியைத் தீவிரப்படுத்தியிருப்பதாக இருதயராஜ் கூறினார்.

"ரமணி, ஒன்று கேட்கலாமா? நீங்கள் இருக்கும் இடம் உங்களுக்குச் சொந்தமானதா? அல்லது வாடகைக்கு இருக்கிறீர்களா?" என்று கேட்டார் இருதயராஜ்.

"எனக்குச் சொந்தமானதுதான்" என்று பதிலளித்தான் ரமணி.

கொல்லைப்புறத்தில் இருந்த ஈசி–சேரை ரொம்ப நாளாகக் காணவில்லை. ஒருநாள் மாலை பானு அதைக் கொல்லைப் புறத்தில் போட்டு உட்கார்ந்திருந்தாள். ரோஜாச்செடி அன்று பூத்திருக்காத காரணத்தால் வண்ணத்துப்பூச்சிகளின் பவனி இல்லை. செடியை ஒட்டியிருந்த மண்ணைக் கொத்திவிட்டுக் கொண்டிருந்தான் ரமணி. மூத்த புதல்வி கொல்லைப்புறத்துக்கு வந்து "அம்மா இதைப் பாரும்மா... நம்ம ரோஜாச் செடியைப் பத்தி பத்திரிக்கையில் வந்திருக்கு" என்று பானுவிடம் காண்பித்தாள். இருதயராஜ் எழுதிய கட்டுரை அது. வீட்டுக்கு வந்தபோது எப்போது ரோஜாச்செடியை புகைப்படம் எடுத்தார்? ரமணிக்குச் சரியாக ஞாபகம் இல்லை.

பத்திரிக்கையாளர்கள், ஃபோட்டோகிராபர்கள், அறிவியலாளர்கள், தோட்டவியல் நிபுணர்கள், ஊருக்குப் புதிதாக வருபவர்கள் என்று தினமும் யாரேனும் வீட்டுக்கு வந்தபடி இருந்தனர். ரோஜாச்செடி பூத்தவண்ணம் இருந்தது. பார்ப்பவர்களின் நெஞ்சத்தை மகிழ்வித்தது. ரமணியின் குடும்பத்தினர் செடியின் மீது மிகுந்த பற்று கொண்டிருந்தாலும், அன்னியர்கள் வீட்டுக்குள் நுழைந்தவண்ணம் இருப்பது அவர்களுக்கு அசௌகரியத்தை ஏற்படுத்தியது.

ரமணி மீண்டும் டெபுடேஷனில் அனுப்பப்பட்டான். இம்முறை மதுரையில் ஒரு மாதம் தங்க வேண்டியிருந்தது. மதுரைக் கோட்ட உயர் அதிகாரி ரமணியை ஒருமுறை தன் வீட்டில் பார்ட்டிக்கு அழைத்தார். ரமணி வசிக்கும் ஊரில் ஒரு வீட்டின் பின்புறத்தில் வளரும் அதிசய ரோஜாச்செடியைப் பற்றிப் பத்திரிக்கையில் படித்ததைச் சொன்னார். அந்தச் செடி ரமணி வீட்டுக் கொல்லைப்புறத்தில்தான் வளர்கிறது என்று கேள்விப்

பட்டதும் ஆச்சர்யப்பட்டார். டெபுடேஷன் கடைசி நாள் உயர் அதிகாரி ரமணியைத் தன் அறைக்கழைத்து ஒரு சிறு நினைவுப் பரிசொன்றைத் தந்தார். மூன்று வருடங்கள் முன்னரே புரோமோஷனுக்கான நேர்முகத்தேர்வில் பங்கு பெறத் தகுதியிருந்தும் விண்ணப்பிக்காதது ஏனென்று வினவினார். ரங்கநாதனிடம் பேசட்டுமாவென்றும் கேட்டார்.

இத்தனை வருடங்களாக புரோமோஷனே வேண்டாம் என்றிருந்த ரமணி சென்னை சென்று புரொமோஷனுக்கான நேர்முகத்தில் கலந்துகொள்ளத் தீர்மானித்தான். தீர்மானம் எதன் பொருட்டு என்பதில் ரமணிக்குத் தெளிவு இல்லை. ஒருவருடம் முன்னர் இத்தகையதொரு தீர்மானம் எடுக்கும் எண்ணம் ரமணிக்குக் கனவிலும் உதித்திருக்காது. பானுவிடம் சொன்னால் அவள் மகிழ்ந்துபோவாள் என்று நினைத்தான். அவளின் முகமோ சுண்டிப்போனது.

"இத்தனை வருஷம் இங்கேயே இருந்துட்டீங்க . . . புரொமோஷன் கிடைச்சுட்டா வேறு இடத்துக்கு ட்ரான்ஸ்ஃபர் பண்ணிடுவாங்களே... நம்மளால புது ஊர்ல அட்ஜஸ்ட் பண்ணி வாழமுடியுமா? குழந்தைகளின் படிப்பு வேறு பாதிக்குமே?" என்று கவலையுடன் கேட்டாள்.

ரமணி சென்னை சென்று நேர்காணலில் கலந்துகொண்டான். கேள்விகளுக்குத் தன்னம்பிக்கையுடன் பதிலளித்தான். தேர்வு செய்யப்படுவோம் என்ற எதிர்பார்ப்பு ரமணிக்கு இருந்தது. முடிவு அறிவிக்கப்பட இரண்டு மாதம் ஆகும் என்று சொல்லப்பட்டது.

ரோஜாச்செடியில் பூத்த மலர்களை ரமணியின் குடும்பத்தார் தாம் சூட்டிக்கொள்ள என்றுமே பறித்ததில்லை. ரோஜாக்கள் வாடி உதிரும்வரை செடியிலேயே இருக்கும். நான்கு பெண்கள் இருக்கும் வீட்டில் தோட்டத்து ரோஜாக்கள் பறிக்கப்படாமல் போனது நிஜமாகவே இன்னோர் அதிசயந்தான். சென்னையிலிருந்து ரமணி திரும்பிய அடுத்த நாள் இரண்டாம் மகள் "அம்மா, அம்மா கறுப்பு ரோஜாவைப் பறித்துத் தலையில் வைத்துக்கொள்ள வேண்டுமென்று ஆசையாய் இருக்கிறது" என்றாள். "அப்பாவிடம் கேட்டுக்கொள். ரோஜாக்களைப் பறித்தால் அவருக்குப் பிடிக்காது" என்றாள் பானு. உரையாடலைக் கேட்டுக்கொண்டிருந்த ரமணி "அதற்கென்ன ஒரு ரோஜா என்ன இரண்டு ரோஜாக்களையும் பறித்துத் தருகிறேன். தலையில் வைத்துக்கொள்" என்றான். செடிக்குக் கைதொடும் தூரத்தில் நின்று வண்ணத்துப்பூச்சிகள் விலகும்வரை காத்திருந்தான். வண்ணத்துப்பூச்சிகள் எல்லாம் வண்ணப் புகை மண்டலத்துக்குள் புகுந்து மறைந்தது போன்று

ஓரிரு நிமிடங்களில் காணாமல்போயின. கத்திரிக்கோல் கொண்டு இரு ரோஜாக்களையும் பறித்து மகளிடம் தந்தான்.

சாயந்திரம் சில புகைப்படங்கள் எடுக்கவென இருதயராஜ் வந்தார். செடியில் ரோஜாக்கள் பறிக்கப்பட்டுவிட்டதால் செடியைப் புகைப்படம் எடுக்காமலேயே கிளம்பினார். ரமணியின் புரோமோஷன் இன்டர்வியு பற்றி விசாரித்தார். வேறு ஊரில் போஸ்டிங் கிடைத்தால் ரமணியின் திட்டம் என்ன என்பதை அறிய ஆர்வம் காட்டினார்.

கார் கிளம்புமுன் "ஒரு நிமிஷம்" என்று ரமணியை அருகே அழைத்து "பணி உயர்வு கிடைத்தால் வெளியூர் செல்ல வேண்டியிருக்கும். நல்ல விலை கிடைத்தால் இந்த வீட்டையும் தோட்டத்தையும் விற்க விரும்புவீர்களா?" என்று கேட்டார். ரமணி விடையேதும் அளிக்காமல் மௌனமாயிருந்தான். "இன்ஸ்டிட்யூட் ஒஃப் கார்டன் ரோஸஸ் ரிசர்ச்" என்ற சர்வதேச ஆய்வு நிறுவனம் தன் இந்தியா கிளையை அதிசய ரோஜாச்செடி இருக்கும் இந்த இடத்திலேயே ஆரம்பிக்க ஆவன செய்யுங்கள் என்று அவர்களின் ஆலோசகனான என்னைக் கேட்டுக்கொண்டிருக்கிறார்கள். மார்க்கெட் விலையைவிட கணிசமாக அதிக விலையை உங்களுக்கு நான் வாங்கித்தருகிறேன். என்ன சொல்கிறீர்கள்? யோசித்து சொல்லுங்கள்." இருதயராஜின் கார் கரும்புகையைக் கக்கியவாறே நகர்ந்தது.

நீண்ட யோசனையில் மூழ்கும்போதெல்லாம் ரமணிக்கு ஏற்படும் வாக்கிங் போகும் உந்துதல் அன்றும் அவனுள் எழுந்தது. இரண்டு தப்படி வைத்ததும் திடீரென மழை தூறத்துவங்கிற்று. வீட்டுவாசலுக்குத் திரும்பினான். ஹாலை தாண்டி கொல்லைப் புறம் வரை நீண்ட ரோஜாச்செடி மேல் அவன் பார்வை பட்டது. அன்று பூத்த ஜோடி ரோஜாக்கள் பறிக்கப்பட்டதாலும் வண்ணத்துப்பூச்சிகள் இல்லாததாலும் வெறுமை படர்ந்து காட்சியளித்தது அவன் வளர்த்த அதிசய ரோஜாச்செடி.

நாய்கள் பூனைகள்

ஒன்பது வருடங்களுக்குப் பிறகு துபாய் விஜயம் மேற்கொள்ளும் சந்தர்ப்பம் அமைந்தது. பல வருடங்களுக்கு முன்னர் நான் கலந்துகொண்ட அதே துபாய் பொருட்காட்சிக்கு நான் தற்போது வேலை பார்க்கும் நிறுவனம் அதிசயமாக என்னைக் கலந்துகொள்ள அனுப்பியது. இந்த ஒன்பது வருடங் களில் முதல்முறையாக அத்தி பூத்தாற்போல் அயல் நாட்டுப் பயணம்.

மரத்திலிருந்து கனி தற்செயலாக கைகளில் நேராக வந்து விழுவது மாதிரியான சம்பவங்கள் நடப்பதுண்டு. அத்தருணங்களில் யாருக்கும் வாய்க்காத சந்தர்ப்பம் நமக்கு வாய்த்தாகப் படும். சில காலம் கழித்து வாய்த்த சந்தர்ப்பம் வரமல்ல, உபத்திரவமே என்பது போன்ற நிகழ்வுகள் அணிவகுக்கும்.

பத்துவருடங்களுக்குமுன் ஒரு போதாதவேளை யில் ஐஸ் க்ரீம்கம்பெனி முதலாளி ஒருவரின் கண்ணில் தற்செயலாக நான் பட்டேன். இங்கிலாந்தில் கடலுணவு கலந்த தின்பண்டங்களைப் பேரங்காடிகளுக்கு விற்கும் வேலையில் இருந்தபோது ஒரு முறை துபாயில் நடந்த பொருட்கண்காட்சியில் கலந்துகொள்வதற்காகப் பயணம் செய்ய வேண்டியிருந்தது. அப்போது திருவாளர் உரிமையாளர் என் பக்கத்து இருக்கையில் அமர்ந்திருந்த காரணத்தால் அவரிடம் பேசும் சந்தர்ப்பம் வாய்த்தது. பிசினஸ் கார்ட் பகிர்ந்து கொண்டு நெடுநேரம் உரையாடினோம். இரண்டு மாதங்களுக்குப் பிறகு எனக்கு வேலை நியமனக்கடிதம் அனுப்பப்பட்டது. பணத்தைக் கண்டால் வாய்

திறக்கும் பிணம் என்பார்கள். நான் பிணம்போல வாய் பேசாது, எழுதப்பட்டிருந்த தொகையின் எழுத்துருவை ரசித்துக்கொண்டே கடிதத்தில் ஒப்பிட்டேன். ஆறு மாதம் முடிந்தபின்னர் வேலை செயல்திறன் பொறுத்து பணி நிரந்தரப்படுத்தப்படும் என்று அக்கடிதத்தில் எழுதப்பட்டிருந்தது. சம்பளத்தொகை என்னை ஊமையாக்கியதோடு மட்டுமில்லாமல், என் மூளையையும் மழுங்கடிக்க வைத்திருக்க வேண்டும். ஆறு மாதம் கழித்து நிரந்தரப் படுத்தப்படவில்லையெனில் என்ன ஆகும் என்று யோசிக்காமல் இருந்துவிட்டேன்.

ஷார்ஜா வந்து வேலையில் சேர்ந்து சரியாக ஆறாவது மாதம்; நான் மதியவுணவு உட்கொள்ள வீடுசென்று திரும்பிவந்தபோது மேசையின் மீது ஒரு காகிதம் மடித்து வைக்கப்பட்டிருந்தது. ஒருமாதம் கழித்து நான் வேலைநீக்கம் செய்யப்படுவதற்கான நோட்டிஸ் அது.

அஷு நான் வேலை பார்த்துக்கொண்டிருந்த ஐஸ் – க்ரீம் நிறுவனத்தின் ரெஃப்ரிஜிரேஷன் பிரிவின் தலைவராக இருந்தார். என்னுடைய அதிகாரியல்ல அவர். என்னைவிட நான்கு அடுக்கு உயர்நிலையில் பணியாற்றுபவர். அடுக்கு வித்தியாசங்கள் பாராமல் எல்லாரிடமும் நண்பராகப் பழகுபவர். சம்பந்தமே இல்லாத என்னைக்கூட அவர் வீட்டிற்கு அழைத்து இருக்கிறார். இதோ போக வேண்டும், அதோ போக வேண்டும் என்று இப்போது ஊரைவிட்டுப் போகும் நேரமே நெருங்கிவிட்டது.

அவர் ஒரு சர்வதேசத் தேயிலை ப்ராண்டின் பொதுத் தலைவராக இருந்தார். எங்கள் நிறுவனத்தின் உரிமையாளர் ஒரு புதிய தேயிலை ப்ராண்ட் ஒன்றைச் சந்தைப்படுத்தும் எண்ணத் துடன் அஷுவுக்குத் தாராளமான சம்பளமும் பெர்க்ஸ்ஸும் கொடுத்துப் பணியில் அமர்த்தினார். என்னமோ தெரியவில்லை, எல்லா திட்டங்களும் ஏற்பாடுகளும் இறுதிப்படுத்தப்பட்ட பிறகு உரிமையாளர் திடீரென மனம் மாறித் தேயிலை வேண்டாம், ஐஸ் – க்ரீம் வியாபாரமே போதும் என்று முடிவெடுத்தார். முடிவெடுத்த அடுத்த நாளே அஷு வீட்டுக்கு அனுப்பப்படுவார் என்று எல்லோரும் எதிர்பார்த்தனர். ஏனெனில் உரிமையாளரின் குணம் எல்லோருக்கும் தெரிந்திருந்தது. ஆனால் ஆச்சர்யகரமாக அஷு வேலையை விட்டு நீக்கப்படவில்லை. மர்மமென்ன வென்றால், நிறுவனத்தில் சேருமுன்னரே உரிமையாளரிடம் மூன்று வருடம் கட்டாயமாக வேலையில் வைத்திருக்கும் ஒப்பந்தம் செய்துகொண்டிருந்தார். அஷுவின் முன்ஜாக்கிரதையான காரியத்தால், உரிமையாளருக்குப் பாவம் மூன்றுவருடம் முழி பிதுங்கும் சம்பளம் தர வேண்டிவந்தது. சும்மா இருக்கும் அஷுவுக்கு

வேலை தருகிறோமே என்பதற்காக அவருடைய தகுதிக்கும் முன்னனுபவத்திற்கும் சம்பந்தமில்லாத ரெஃப்ரிஜிரேஷன்வேலை தரப்பட்டிருந்தது. புன்னகையும் நேர்மறை மனநிலையுமாய் வளைய வந்தார் அஷு.

அல் – கராமாவில் இருந்தது அஷுடோஷின் வீடு. வசதியும் சொகுசும் கலந்த வீடு. வேலை நீக்க நோட்டீஸ் வந்த இரண்டாம் நாள் முதன்முறையாக அவர் வீட்டிற்குச் சென்றபோது, நுழைந்த வுடன் இரு நாய்கள் என்னை உரசின. ஜாக், ஜில் என்ற பெயர்கள் அவற்றிற்கு இடப்பட்டிருந்தன. எனக்கு விலங்குகள்மீது வெறுப்போ கருணையின்மையோ இல்லை. எனினும், வீட்டுக்குள் செல்லப்பிராணிகள் வைத்திருப்பது எனக்கு ஒவ்வாததாகப் பட்டது. ஜாக் வந்து என் கால் விரல்களை நக்கிப்பார்க்க பிரயத்தனப் பட்டது. நான் என்னிரு கால்களையும் தரையிலிருந்து தூக்கி உட்கார்ந்திருந்த ஆசனத்தில் வைத்துக்கொண்டேன். ஜாக் நாக்கை நீட்டி என்னை ஆர்வமாகப் பார்த்துக்கொண்டிருந்தது. ஜில் குரைக்க ஆரம்பித்தது. இதற்குள் நாய்களின் எஜமானர் – அஷுடொஷ் கைகளில் பானங்களோடு வந்தார். ஜாக் – ஜில்லை பால்கனிக்கு போகச்சொன்னார். நாய்கள் உடனே எஜமானரின் ஆணைக்குக் கட்டுப்பட்டு ஹாலை விட்டு வெளியேறின.

"என்ன சுப்பு, உரிமையாளரை போய் பார்த்தாயா? செயல் திறனை எடுத்துக்காட்ட மேலும் கொஞ்சம் நேரம் தருமாறு கேள். அவர் ஒப்புக்கொண்டால் உனக்கு வேறு வேலைதேட நேரம் கிடைத்தமாதிரி இருக்கும் ..." என்றார் அஷு. கோப்பையில் பனிக்கட்டி சப்தமிட்டது.

"ஆறு மாதத்தில் அறிவுக்குப் பொருந்தாத கோரிக்கைகளை அள்ளி வீசி, அவற்றைப் பூர்த்திசெய்ய முடியாமல் போனபோது, ஐந்தாறு முறை மேனேஜர்ஸ் மீட்டிங்கில் நாய் குதறுகிற மாதிரி, என்னைக் கண்டபடி வார்த்தையால் குதறி, எல்லா மேனேஜர்களும் எள்ளி நகையாடுகிற மாதிரி செய்தபோதே அந்தஆள் முகத்தில் ராஜினாமா கடிதத்தை வீசியெறிந்துவிட்டுப் போக எண்ணினேன். ஆனாலும், பயந்தேன். இதே நல்ல சம்பளம், வசதியான வாழ்க்கை தரக்கூடிய வேறு வேலை கிடைக்குமா என்ற சந்தேகம் அல்லது வேலையே கிடைக்காமல் போய்விட்டால் என்னவாகும் என்ற பீதி. இவற்றால், ராஜினாமா செய்யாமல் இருந்தேன். வேலை நீக்கம் ஒரு வழியாக என்னுடைய முடிவெடுக்க இயலாமையை முடிவுக்குக் கொண்டுவந்துவிட்டது."

ஜாக் – ஜில் பால்கனியில் குரைத்துக்கொண்டிருந்தன. அஷுவின் மனைவி – ரிச்சா – சமையலறையில் எதையோ

பொறிக்கும் ஓசை கேட்டது. அஷுவின் மகன் – அங்கீத் – நாங்கள் உட்கார்ந்து பேசிக்கொண்டிருந்த அறையிலேயே சத்தமில்லாமல் ஓடிக்கொண்டிருந்த தொலைக்காட்சியில் கார்ட்டூன் பார்த்துக் கொண்டிருந்தான்.

"உணர்ச்சிவசமாக யோசித்து என்ன பயன்? உனக்குத் தேவை நேரம்... அடுத்த வேலை கிடைக்கும்வரை இதே வேலையில் இருக்கமுடியுமா பார். அதற்காக என்ன வழி என்று பார். நீ கேள்விப்பட்டிருப்பாய், உன் நிறுவனம் சிறப்பு வேண்டுகோள் தராவிட்டால், எமிரகத்தில் வேறெங்கும் வேலையில் சேரமுடியாத படிக்கும், நேர்முகத் தேர்வளிக்க டூரிஸ்ட் விசாவில் கூட வர முடியாதபடிக்கும், ஆறு மாதத் தடை உனது பாஸ்போர்ட்டில் குத்தப்பட்டுவிடும்" – அஷு மிகுந்த அக்கறையோடு பேசினார்.

நான் மெலிதாக உலர் புன்னகை வீசினேன்.

"அஷு, துபாய் விமான நிலையத்தில் வந்திறங்கி இம்மிக்ரேஷன் முடிந்த அடுத்த நிமிடமே 'உன் பாஸ்போர்ட் எங்களிடம்தான் இருக்கும்' என்று பிடுங்கிக்கொண்டு போனான் என்னை ரிசீவ் பண்ண வந்த பெர்ஸனல் ஆஃபிசர். அந்த கணத்தில் நான் கொண்ட அதிர்ச்சியைவிட நீ சொல்லும் இந்த தகவல் ஒன்றும் அதிர்ச்சியைத் தரவில்லை. 'எங்கள் நாட்டுக்கு வேலை செய்ய வந்திருக்கிறாய் நீ. நீ இரண்டாம் குடி மகன்தான். அப்படித்தான் நடத்துவோம் உன்னை' என்று சொல்லாமல் சொல்லும் சட்டதிட்டங்கள், விதிமுறைகள் எதுவும் எனக்குப் பிடிக்கவில்லை. என்னை விட்டால் இப்போதே இந்த நாட்டை விட்டு ஓடிவிடுவேன்..."

ரிச்சா தட்டு நிறைய காளான் பஜ்ஜிகளை நிரப்பி எங்கள்முன் கொண்டுவைத்தாள்.

"உனக்கு நிகழ்ந்த கசப்பான அனுபவத்தைக் காரணம் காட்டி முழுநாட்டையும் குறை சொல்வது சரியல்ல. லட்சக்கணக்கான இந்தியர்கள் இங்கு வந்து பிழைக்கிறார்கள். பணம் ஈட்டுகிறார்கள். சொத்து சேர்க்கிறார்கள். கொஞ்சம் ப்ராக்டிகலா யோசி. நீ இந்தியா போனால் நீ இங்கு சம்பாதித்துக்கொண்டிருந்த சம்பளம் கிடைக்குமா? நிச்சயமா கிடைக்காது. நிதானமா இருந்து யோசி... உன்னுடைய திறமைக்கு எமிரகத்தில் நல்ல வேலை கிடைக்கும். உரிமையாளரின் கை கால்களைப் பிடித்தாவது, அடுத்த வேலை கிடைக்கும்வரை இதே வேலையில் இருக்க அனுமதி கேள்."

"இல்லை அஷு. நான் தாயகம் போய்விடுகிறேன். ஏதாவது ஒரு வேலை எனக்குக் கிடைக்கும். சம்பளம் கம்மியாகக் கிடைத்தா லும், நிம்மதியாக வாழ இயலும். ராத்திரி தூக்கம் நன்றாக வரும்.

இந்த ஆறுமாதத்தில் ஒருநாள்கூட நான் நிம்மதியாகத் தூங்கவில்லை. ஒருநாள்கூட இந்த வேலையில் சந்தோஷமாக இல்லை. இதுதான் உண்மை. பைசாவுக்காக இந்த வேலையில் சேர்ந்தேன். அது தவறு என்று இப்போது உணர்கிறேன். இந்த வேலை நீக்கம் எனக்கு நல்ல படிப்பினை."

அஷ்ரு அப்புறம் ஒன்றும் பேசவில்லை.

வேலை தீர்ந்ததற்கடுத்த நாள், இம்மிக்ரேஷன் கன்சல்டன் டுடன் பாஸ்போர்ட்டோடு அனுப்பப்பட்டேன். அதிகமாக அரபி பாஷையும் கொஞ்சம் ஆங்கிலமும் பேசும் அந்த கன்சல்டன்ட் என்னை இரண்டு மூன்று கௌன்டர்களில் உட்கார்ந்திருந்த அதிகாரிகளிடம் அரபி மொழியில் உரையாடிக்கொண்டே இரண்டு மூன்று முறை முழுக்கமுழுக்க அரபி மொழியிலிருந்த ஆவணங்களில் கையெழுத்திட வைத்தான். எல்லாக் கையெழுத்து களும் ஃபார்மாலிட்டிகளும் முடிந்தபின், தேனீர் அருந்தும் பொழுது, "ஆறு மாதத் தடை என் பாஸ்போர்ட்டில் இடப்படுமா?" என்று அவனிடம் சாந்தமாகக் கேட்டேன். "ஆம். உங்கள் உரிமை யாளரின் நேரடி உத்தரவு அது" என்று கிடைத்தது பதில்.

இரண்டு வாரங்களுக்குப் பிறகு, துபாயை விட்டுக் கிளம்பி னோம். அஷ்ரு தன் காரில் எங்களை விமான நிலையம்வரை கொண்டுவந்துவிட்டார்.

இந்தியா திரும்பிய எனக்கு முதல் ஆறு மாதங்களுக்கு எந்த வேலையும் அமையவில்லை. பிறகு கையில் கிடைத்த ஒரு வேலையை ஒத்துக்கொள்ள வேண்டும் என்ற முடிவில் மும்பையில் கிடைத்த இந்த வேலையில் சேர்ந்தேன். ஷார்ஜாவில் நான் வாங்கிய சம்பளத்தைவிட மிக மிகக் குறைவான சம்பளம். திடீரென்று தரையிறங்கிய வாழ்க்கைத்தரம். ஒரு படுக்கையறை, ஹால், கிச்சன் – எலிக்கூண்டு போன்ற மும்பை ஃப்ளாட்டை பார்த்ததும் உதட்டைப் பிதுக்கினாள் மனைவி.

காலையும் மாலையும் போரிவலியிலிருந்து சர்ச்கேட்வரை கூட்டமான ரயிலில் பயணம். டயோடா கரோலாவின் சொகுசில் ஆஃபீஸ் சென்று வந்த ஷார்ஜா தினங்கள் அவ்வப்போது நெஞ்சில் நிழலாடும். மும்பை நிறுவனம் குறைந்த சம்பளத்தில் நிறைய அனுபவமிக்க ஒருவன் கிடைத்துவிட்டான் என்று குதூகலித்தது. "திரு. சுப்ரமணியன் இங்கிலாந்து, துபாய் போன்ற இடங்களில் பணியாற்றியவர்" என்று பெருமையோடு என் இயக்குனரால் அறிமுகப்படுத்தப்பட்டேன். அதைக் கேட்கும்போது எனக்குத் துளிகூட பெருமை ஏற்படவில்லை. அவருக்கு அளப்பரிய பெருமை. ஏற்றுமதி வியாபாரத்தில் இருந்தாலும், புது அலுவலகத்தில்

வெளிநாட்டுப் பயணம் செல்லும் சந்தர்ப்பங்கள் அளிக்கப் படவில்லை. பல மட்டங்கள் கீழிறங்கி, கல்லூரிப் படிப்பு முடிந்து கேரியரைப் புதிதாகத் துவங்கும் உணர்வு.

துபாயின் நினைவு லேசாக மங்க ஆரம்பித்துப் பின் யாராவது துபாயில் இருந்தவர்களை, இருப்பவர்களைச் சந்திக்கும்போது மட்டும் உயிர்பெற்று உடனே மறைந்துகொண்டிருந்தது. துபாயில் என்னுடைய சக ஊழியனாக இருந்த – சதானந்தை தாதர் ஸ்டேஷனில் ஒருநாள் எதேச்சையாகச் சந்திக்க நேர்ந்தது. மீரா ரோடு செல்லும் லோக்கல் ரயிலுக்காகக் காத்துக்கொண்டிருந்தான். விடுமுறையில் வந்திருக்கிறானாம். பழைய துபாய் நண்பர்களைப் பற்றி விசாரித்தேன். ஐஸ் – க்ரீம் நிறுவன முதலாளி ஓய்வு பெற்று விட்டாராம். அவர் மகன் இப்போது நிறுவனத்தைப் பார்த்துக் கொண்டிருக்கிறாராம். அஷ்ரஃவைப்பற்றியும். அஷ்ரஃ ஐஸ் – க்ரீம் நிறுவனத்திலிருந்து விலகி, சொந்தமாக தேயிலை வியாபாரம் ஆரம்பித்திருக்கிறாராம். “அவருக்கென்ன அவர் சாமர்த்தியம் கலந்த கெட்டிக்காரர் ... எது செய்தாலும் வெற்றிகரமாக இருப்பார்” என்று குறிப்பிட்டேன்.

தாயகம் திரும்பிவந்தது அல்லது திருப்பி அனுப்பப்பட்டது ஏன் நிகழ்ந்தது? எதன் பொருட்டு? ஐஸ் – க்ரீம் நிறுவன உரிமை யாளர் பின்க் – ஸ்லிப் கொடுத்துவிட்டார் என்பதாலா? அல்லது கிடைக்கும் வேலைவாய்ப்பு தமக்கேற்றதா என்று ஆராயாமல் ஏற்றுக்கொண்டதாலா? நியமனத்தின்போது பின்பற்ற வேண்டிய எல்லா முன் ஜாக்கிரதையான செயல்முறைகளையும் கையாண்டு பின் நியமனத்தை ஏற்றுக்கொள்ளாதது என் சாமர்த்தியமின்மை யன்றி வேறென்ன? ஹயர் அண்ட் ஃபயர் கொள்கையைத் தாட்சண்யமின்றி அமல்படுத்தினார் என்ற காரணத்திற்காக ஐஸ் – க்ரீம் நிறுவன உரிமையாளரின் மேல் உணர்ச்சிவசப்பட்டேன். ஏன்? அயல் நாட்டில் வசதியுடன் கை நிறைய சம்பளத்துடன் வசதியாக வாழ்ந்த வாழ்க்கையை இழந்தேன் என்பதால் அல்லவா? பின் ஏன் பத்திரமான சூழலைத் தேடிச் சொந்த நாட்டுக்குத் திரும்பினேன் என்று எனக்கு நானே சப்பைக்கட்டு கட்டிக்கொள்கிறேன்?

திருவாளர் உரிமையாளருக்கு அஷ்ரஃவையும் துரத்தி அனுப்ப ஆசை இருந்தது. ஆனால் முடிந்ததா? வேலையில் அமர்த்துவோர் எல்லோருமே – உள்நாடானாலும் வெளிநாடா னாலும் – பணியாளர்களின் பலவீனங்களைத் திறம்பட பயன்படுத்திக்கொள்பவர்கள்தாம். என்னுடைய இப்போதைய நிறுவனத்தின் இயக்குனர் மட்டும் என்ன – காருண்ய மூர்த்தியா? ஒரு கசப்பான அனுபவம் காரணமாக தாயகம் திரும்பியவன்

நான் என்பது அவருக்குத் தெரியும். பத்திரமான பணிச்சூழல் மட்டுமே நான் வேண்டுகிறேன் என்பதையும் அவ்வளவு எளிதில் வேலைமாற்றம்பற்றி நான் சிந்திக்கப்போவதில்லையென்றும் அவர் அறிவார். எனவே, பாதுகாப்பான உணர்வைத்தரும் சூழலைத் தவிர, மற்றெதையும் – மனத்திருப்தி, நல்ல சம்பளம் உள்பட – தர விருப்பமில்லை.

போரிவலி – சர்ச்கேட் ரயில் பயணம் தொடர்ந்தவாறிருந்தது. ஐந்து வயதாகிவிட்ட மகனிடம், துபாயில் எங்களிடமிருந்த டயோடா கரோலா பற்றி சொல்லுவாள் மனைவி. உடனே, என் மகன் என்னிடம் "அப்பா... எனக்கு டயோடா கரோலா இப்பவே வேணும்" என்பான். அதைக் கேட்டதும், "அப்பாவால் இப்போதைக்குப் பொம்மைக்கார்தான் வாங்கமுடியும்" என்று நக்கலடிப்பாள். "அதெல்லாம் ஒரு காலமடி பொன்னாத்தா!" என்று ஒரு திரைப்பட வசனத்தை ஏற்ற இறக்கத்துடன் சொல்லிக் காட்டுவேன். சம்பாஷணை திசைமாறிச் சென்றுவிடும்.

துபாய் விஜயம் நிச்சயம் ஆனதும் என் மனதில் அஷுதான் வந்தார். இந்தியா திரும்பிய பிறகு அஷுவின் தொடர்பில் நான் இருக்கவில்லையாதலால், அவரை எப்படிச் சந்திப்பது என்று புரியவில்லை. ஒரு சமூக வலைப்பின்னல் தளத்தில் அவரின் மின்னஞ்சல் கிடைத்தது. "நான் துபாய் வருகிறேன்; சந்திக்கலாமா?" என்று கேட்டு அனுப்பிய மின்னஞ்சலுக்குப் பதில் வருமா என்ற சந்தேகத்துடன் இருந்தேன். பதில் வந்தது. தன்னுடைய கைத்தொலைபேசி எண்ணைத் தந்து துபாய் வந்தவுடன் அழைக்கச் சொல்லியிருந்தார்.

அஷுவின் ஜாகை ஷார்ஜாவிற்கு மாறி இருந்தது. தீராவில் நான் தங்கியிருந்த ஹோட்டலுக்கு வந்து என்னை கூட்டிக்கொண்டு போனார். புஹெய்ரா கார்னீஷுக்கு அருகில் அவர் குடியிருந்த பழைய அபார்ட்மெண்டில் கார் பார்க் பண்ண இடமே கிடைக்க வில்லை. கட்டடத்தின் மூன்றுபுறங்களிலும் சாலையில் இருந்த பார்க்கிங் லாட்டில் எங்காவது இடம் கிடைக்குமாவென்று பார்க்க, கட்டடத்தைச் சுற்றி ஏழெட்டுமுறை வலம் வந்தோம். எந்த காரும் நகர்கிற மாதிரி தெரியவில்லை. சிவனே என்று ஒரு பக்கமாக காரை நிறுத்தி காருக்குள் உட்கார்ந்துகொண்டே காத்திருந்தோம். அரை மணி நேரம் கழித்துக் குறுந்தாடி வைத்த ஓர் இளைஞன், காரை எடுத்தவுடன், அவன் பார்க் செய்திருந்த இடத்தை ஆக்கிரமித்தது அஷுவின் கார்.

அஷுவின் வீட்டில் இப்போது இரு பூனைகள் இருந்தன. நாய்களைக் காணோம். பல வருடங்களுக்கு முன்னரே அவை நன்கு வளர்ந்த முதிர்ந்த நாய்களாகத் தோற்றமளித்தன. நான்

அவற்றைக் கண்டபோது பத்து–பன்னிரண்டு வயது ஆகியிருக்கக் கூடும். வீட்டு நாயின் சராசரி வயது 16 முதல் 18 வயது என்று எங்கோ படித்தது ஞாபகமிருக்கிறது.

அஷு இரண்டு பெண் பூனைகளுக்கு வைத்திருந்த பெயர்கள் – ஜிலேபி, ஜல்பா. அஷுவின் பேச்சுக்குக் கீழ்ப்படிந்து நாய்களைப் போல் பால்கனிக்குப் பூனைகள் செல்லவில்லை. எவ்வளவு விரட்டியும் ஜிலேபி என்ற பூனை சுற்றிச்சுற்றி வந்து என்னைப் பயமுறுத்தியவாறே இருந்தது. என் கால்கள் தரையைப் பாவவில்லை. கொஞ்சநேரம் கழித்து, ஜிலேபியும் ஜல்பாவும் "மியாவ் . . . மியாவ்" என்று கத்திக்கொண்டே அன்புச்சண்டை போட ஆரம்பித்துவிட்டன. அப்பாடா! ஜிலேபிக்கு என் மேலிருந்த கவனம் போனதே என்று நிம்மதியுற்றேன்.

ஐஸ்–க்ரீம் நிறுவனம் ஒப்பந்தம் முடிந்த அடுத்த நாளே, இனிமேல் வேலைக்கு வரவேண்டாம் என்று அஷுவிடம் சொல்லிவிட்டது. முன் ஜாக்கிரதையாக ஒப்பந்தம் முடிவதற்கு முன்னர் அஜ்மன் ஃப்ரி ட்ரேட் ஏரியாவில் ஒரு நிறுவனத்தை ரிஜிஸ்டர் செய்து வைத்திருந்தார். நிறுவனத்தின் இயக்குனர் என்றபடியால், அவருக்கு எமிரகத்தில் வசிக்கும் விசா கிடைக்கும். எனவே, வேலை போனவுடன் எமிரகத்தை விட்டு நீங்க வேண்டும் என்ற நிர்ப்பந்தமில்லை. சௌதி அரேபியாவில் அவருடன் பணி புரிந்த பழைய நண்பர் ஜே.எஸ். ராவ் என்பவருடன் சேர்ந்து தேயிலை வியாபாரம் தொடங்கினார். ஜோர்டான், சிரியா, ஏமன் மற்றும் குவைத் நாடுகளிலிருந்த சில வாடிக்கையாளர்களுக்குத் தேயிலை விநியோகம் செய்தார். ஒன்றரை வருடம் லாபகரமாகவே தொழில் நடந்தாலும், அஷு, ராவ் இருவருக்குமே மேலும் சொந்த நிதியிட்டு வியாபாரம் பெருக்கும் எண்ணமில்லை. ராவின் ஒரே மகள், திருமணம் புரிந்துகொண்டு பெங்களூர் சென்றபிறகு, அவருக்கு இந்தியா திரும்பும் எண்ணம் வலுப்பெற்றது.

சலேம் சுலைமான் என்ற அபுதாபியைச் சேர்ந்த வணிக ரொருவரின் தொடர்பு கிடைத்தது. அபுதாபியில் இரண்டு சூப்பர் மார்கெட்டுகள், ஷார்ஜாவில் மூன்று ரெசிடென்ஷியல் கட்டிடங்கள், ரஸ் அல் கெய்மாவில் ஒரு க்ளப்–என்று அவரின் வியாபாரம் கொழித்திருந்தது. பலநாள் சந்திப்புகள், நிறைய உரையாடல்கள், தெரிந்த பிற செல்வந்தர்களிடம் விசாரிப்புகள் என்று அஷு எல்லா முன்ஜாக்கிரதை செயல் முறைகளையும் கையாண்டார். ராவ், அஷு–இருவரும் தத்தம் பங்குகளை சுலைமானுக்கு விற்றனர். சுலைமான் க்லொரி இண்டர்னேஷனல் என்ற புது நிறுவனத்தின் முதன்மை அதிகாரியாக அஷு இருப்பார். நிறுவனத்தின் உரிமையாளர் சுலைமான் சட்டபூர்வப்

பொதுமேலாளர். அஷுவுக்குச் சம்பளத்தோடு, விற்பனையில் கமிஷனும் கொடுக்கப்படும். புது நிறுவனத்தில் சுலைமான் ஒரு வருடத்திற்குள் ஐந்து மில்லியன் திர்ஹம்கள் முதலீடு செய்வார் என்று திட்டம்.

இரண்டு வருடங்கள் ஓடியபிறகும், நிறுவனம் குறைந்த நிதியிலேயே இயங்கியது. பலமுறை கேட்டும், இப்போது முதலீடு செய்கிறேன், அப்புறம் செய்கிறேன் என்று தட்டிக்கழித்தவாறு இருந்தார் சுலைமான். பேசப்பட்ட சம்பளத்தைக்கூட முழுக்கப் பெறமுடியாத நிலையில் நிறுவனத்தின் நிதிநிலை மோசமாகிக் கொண்டு வந்தது. நிதிநிலை காரணத்தால், வந்திருக்க வேண்டிய பெரிய வியாபாரங்கள் வராமல் போயின. கருத்து வேறுபாடும் வாக்குவாதமும் முற்றின. ஒருநாள் சுலைமான், அஷுவை வேலை நீக்கம் செய்துவிட்டார். இதற்கெல்லாம் அசறுவாரா அஷு? பக்காவாகப் போட்டுவைத்திருந்த வேலை நியமன ஒப்பந்தத்தின் பலத்தில், தொழிலாளர் நீதி மன்றத்தில் சுலைமான்மீது வழக்கு தொடுத்தார். வெற்றி பெற்றார். ஒரு லட்சத்துத் தொண்ணூறாயிரம் திர்ஹம்கள் அஷுவுக்கு வழங்கப்பட வேண்டும் என்று தீர்ப்பானது.

தீர்ப்பு வந்த அதே மாலை, போலீஸ் வந்து அஷுவின் வீட்டைத் தட்டியது. குர்த்தா பைஜாமாவுடன் இருந்தவரை விலங்கிட்டுக் கைதுசெய்து சிறைக்குக் கூட்டிக்கொண்டு போனது. நிறுவனத்திலிருந்து ஒரு மில்லியன் திர்ஹம் களவாடினார் என்று அஷுவின் மீது பொய்க்குற்றம் சாற்றியிருந்தார் சுலைமான்.

அஷுவின் மகன் – அங்கித் – அங்கு இல்லை. கொஞ்சநாள் முன்னால்தான், மேல்படிப்புக்காக கனடா சென்றான். ரிச்சா என்ன பண்ணுவது என்று தெரியாமல் கையைப் பிசைந்து கொண்டு நின்றார். ரிச்சா வேலைசெய்துவந்த பள்ளியின் ப்ரின்சிபால் – ஷாஹித் அஹ்மது – பாகிஸ்தானைச் சேர்ந்தவர் – ஒரு குற்றவியல் வழக்கறிஞரைப் பிடித்துத் தந்தார். ஜாமீன் கிடைக்க 72 நாட்கள் ஆயின. ஒரு வருடமாக போலீஸ், நீதிமன்றம், வக்கீல் அலுவலகம் என்று அலைகிறார். வருமானம் இல்லை. ரிச்சாவின் ஊதியத்தில்தான் வண்டி ஓடுகிறது. சேமிப்பு எல்லாம் வக்கீலுக்கே போகிறது.

“உண்மையான நண்பர்கள் யார் என்று கஷ்டம் வந்த பிறகுதான் தெரிகிறது, சுப்பு” என்று அஷு சொன்னபோது அந்தச் சொற்களில் புதைந்திருந்த துக்கம் தெளிவாக உணரும்படியாக இருந்தது. ஏனெனில், ஒருவரைப்பற்றியும் துளிகூடக் குறை சொல்லாத களங்கமில்லாத மனிதராக அவரை ஒன்பது வருடம் முன்னர் நான் அறிந்திருந்தேன்.

“முன்னெச்சரிக்கையின் மறுபெயர் அஷுவென்று என் நண்பர்கள் எல்லாரும் கேலி செய்வார்கள். அந்த அளவுக்குத் தற்காப்புணர்வோடு செயல்படுவேன். சுலைமானைப்பற்றி அவ்வளவு விசாரித்தேன். இருந்தும் அவனுடைய உண்மையான முகத்தைக் கடைசிவரை என்னால் ஊகிக்க முடியவில்லை. எனக்கும் சாமர்த்தியக் குறைவு இருக்கக்கூடும் என்பதை இந் நிகழ்வுகள் எனக்கு உணர்த்தின. வயதாவதாலோ என்னமோ இப்போதெல்லாம் இவையெல்லாவற்றையும் ஓர் அனுபவம்தானே என உணர்ச்சிக்கலப்பின்றி என்னால் அறிவுபூர்வமாக யோசிக்க முடிவதில்லை. பலவருடம் முன்னர் ஒரு சாதாரண வேலை யிழப்பின் காரணமாக ‘ஷார்ஜா வேண்டாம் இந்தியா சென்று விடுகிறேன்’ என்று நீ சொன்னதைப் பல முறை நினைத்து பார்த்திருக்கிறேன்... உன்னைப்போல இந்தியா திரும்பும் எண்ணம் ஏன் தோன்றவில்லை என்று என்னை நானே நொந்துகொள்கிறேன்.”

கொஞ்ச நேரம் மௌனமானார். என்ன சொல்வது என்று தெரியாமல், ஜிலேபியும் ஜல்பாவும் எங்கே என்று நான் தேடினேன். ஹாலில் இல்லை. பக்கத்து அறைக்குச் சென்றிருக்கக்கூடும்.

“என் வாழ்க்கையில் என்றுமே மறந்துவிட முடியாத வருத்தம்– போனவருடம் அலஹாபாத்தில் என் தாயார் மறைந்தபோது, ஒரே மகனான நான் இறுதிக்கடன் செய்ய இந்தியா போகமுடியாமல் என் பாஸ்போர்ட் இல்லாமல் போனதுதான் ... இவ்வழக்கு எப்போது நிறைவுறும் என்றோ என்ன தீர்ப்பு வரும் என்றோ தெரியாது. என் தாயாரின் ஈமச்சடங்கு செய்யமுடியாமல் கையைப் பிசைந்துகொண்டு இந்த அபார்ட்மெண்ட்டிலேயே உட்கார்ந்து கொண்டிருந்த அவஸ்தையைவிடப் பெரிய தண்டனையா எனக்குக் கிடைத்துவிடப்போகிறது? என் பாஸ்போர்ட் என் கையில் என்று கிடைக்கும் என்ற ஒரே கேள்வி மட்டுமே என்னுள் தற்சமயம் ...”

அஷுவின் கண்கள் பனித்தது போன்று தோன்றியது.

ஜிலேபியும் ஜல்பாவும் என் பாதங்களை உரசின. கலங்கும் என் கண்களையும் மனதையும் அஷுவிடமிருந்து திருப்பாமலேயே நான் அவை விளையாடுவதற்கு வாகாக என் கால்களை வைத்துக்கொண்டேன்.

புலம்பெயர்வு

வீட்டின் பின்புறமிருந்த பூந்தொட்டிகளுக்கு நீருற்றிக்கொண்டிருந்தாள் ரிவோலி. சனிக்கிழமை மதியம். சாம்பல் நிற வானம். நவம்பர் மாதத்தில் மஞ்சள்நிற வானத்தைப் பார்ப்பது அபூர்வம். பொதுவாக சனிக்கிழமை ரிவோலியின் வீட்டிற்கு அவளுடைய மாணவர்கள் யாராவது வருவது வழக்கம். இன்று யாரும் வரவில்லை. என்ன செய்வதென்று தெரியாமல் தோட்டத்தில் உலாத்திக் கொண்டிருந்தாள்.

பக்கத்து வீட்டுக்காரர்கள் உறங்கிக்கொண் டிருப்பார்கள். வெள்ளி இரவு லேட்நைட் பார்ட்டி களிலிருந்து அதிகாலை வந்து, அசதி நீங்காமல் தூக்கம் தொடர்ந்துகொண்டிருக்கும். அங்கு ஓர் இளம் பெண் – ரிபெக்கா – தன் காதலன் ரிஸ்வானுடன் வசிக்கிறாள். ரிஸ்வான், ரிவொலியின் மாணவன். வங்கதேசத்தில் உள்ள சிலேட் நகரிலிருந்து முனைவர் பட்டம் பெற டொரொண்டொ வந்தவன். ரிபெக்கா சட்டம் பயில்கிறாள். கனடாவைச் சேர்ந்தவள். ரிஸ்வான் ரிவோலியின் வீட்டிற்கு வழக்கமாக வந்து போகிறவன். ஓரிரு முறை அவனது காதலி ரிபெக்காவும் அவனோடு வந்திருக்கிறாள்.

இந்த ரிஸ்வான் ரிபெக்காவுடன் கடைசிவரை இருப்பானா? பால் வடியும் முகம் கமிட்மெண்டுக்கு அடையாளமாகாது. அப்படியிருந்தால், தேவ்வும் என்னுடன் இருந்திருப்பான். தனியாக இருக்கும் பொழுதுகளில் எல்லாம் தேவ் பற்றிய சிந்தனை திரும்பத்திரும்ப வருகிறது.

சனிக்கிழமை மதியம் ஆய்வு சம்பந்தமான உரையாடலுக்காக வருகிறேன் என்று சொன்ன மாணவன் ஏன் வரவில்லை? தொலைபேசியில் அவனைத் தொடர்புகொள்ள முயன்றாள். பல்கலைக்கழகத்தில் இருந்தால். அங்கே வந்துகூட உரையாடத் தயார் என்று சொல்லலாம் என்று நினைத்தாள்.

குளியலுக்குப் பின்னர், புத்துணர்வு மீண்டது போலிருந்தது. பாஸ்டா செய்து சாப்பிட்டாள். உப்பு குறைவாகப் போய்விட்டது. பாதி சாப்பிட்டுவிட்டு, மீதியை ஃப்ரிட்ஜில் வைத்தாள். மதியம் உரையாட வருவதாய்ச் சொன்ன மாணவனின் மின்னஞ்சல் வந்திருந்தது. தன் பெண் தோழியின் பிறந்தநாள் விழா ஞாயிறன்று வருவதால் அதன் ஆயத்தப்பணிகளில் ஈடுபட்டிருப்பதால் சனிக்கிழமை மதியம் வர இயலாது என்று தெரிவித்திருந்தான். முன்னரே தெரிந்திருந்தால், ரிவோலி தன் தோழிகள் இருவரைச் சந்திக்க நகருக்குள் சென்றிருப்பாள்.

தில்லிக்கு போன்செய்து, தந்தையுடன் பேசினாள். "எப்படியிருக்கிறாய்?" என்று வாஞ்சையுடன் கேட்டார் ரிவோலியின் தந்தை – சுரேந்திர மெஹ்ரா. பிசினஸிலிருந்து ஓய்வுபெற்று கோவில், ஆன்மீகம், நண்பர்கள் என்று காலத்தைக் கழித்துக் கொண்டிருக்கிறார். "நீ சம்பாதிக்க வேண்டுமென்று என்ன இருக்கிறது? அவ்வளவு தூரம் சென்று ஆசிரியையாகப் பணியாற்றும் உனக்கு நம் ஊரில் எளிதாக அதே வேலை கிடைத்துவிடாதா? என் பக்கத்தில் இங்கே, தில்லியில் நீ இருக்கலாகாதா?" என்று பலமுறை மன்றாடிக் கேட்டிருக்கிறார். அப்போதெல்லாம், ஒரு வறட்டு மௌனத்தைவிட வேறு பதில் இருந்ததில்லை ரிவோலியிடம். அண்ணனிடம், அண்ணியிடம் மாதம் ஒருமுறை பேசுவதோடு சரி. அண்ணனின் குழந்தைகளிடம் விசேஷமான பரிவோ உறவுமுறையோ ரிவோலிக்கு இதுவரை இருந்ததில்லை. அப்படி வருவதற்கான சந்தர்ப்பமும் நிகழவில்லை. ஏனெனில், ரிவோலி தில்லிசென்று அவர்களையெல்லாம் சந்தித்து ஐந்தாறு ஆண்டுகளாகிவிட்டன.

அப்பாவிடம் சில நிமிடங்கள் பேசியபிறகு, சைக்கிளை ஓட்டிக்கொண்டு, பல்கலைக்கழக கிளப்புக்குப் போனாள். கொஞ்ச நேரம் டென்னிஸ் விளையாடினாள். அவளுடன் விளையாட்டில் பங்குபெற்ற தோழியுடன் உட்கார்ந்து அரட்டை கொஞ்ச நேரம். பின்னர் இருவரும் சேர்ந்து திரைப்படம் காண முடிவு செய்தார்கள். 'ப்ளாக் ஸ்வான்' என்ற ஆங்கிலப்படம். ரிவோலி இரண்டு மணி நேரம் திரைப்படத்தில் லயித்திருந்தாள். கூட வந்த தோழி, திரைப்படம் முடிந்தவுடனேயே விடைபெற்றாள். ரிவோலி இரவு உணவை ரெஸ்டாரண்டில் தனியாக உண்ண வேண்டியதாகி விட்டது.

வீட்டுக்குத் திரும்பிய அரைமணி நேரத்தில், தொலைக்காட்சியின் அலறலையும் மீறி ஹாலில் இருந்த சோபாவில் கண்ணயர்ந்தாள். ஒரு மணி இருக்கும். சடக்கென்று விழித்து, உதட்டில் வழிந்த எச்சிலைத் துடைத்துக்கொண்டாள். தொலைக்காட்சியை அணைத்துவிட்டுப் படுக்கையறையில் சென்று படுத்தாள். தூக்கம் விலகிவிட்டது. நெடுநேரம், நிலையில்லாத சிந்தனைகள். புரண்டுபுரண்டு மெத்தையே உஷ்ணமாகியதுபோலப் பட்டது. அறை ஹீட்டரை அணைக்க வேண்டுமோ? படுக்கையிலிருந்து எழுந்து, ஃப்ரிட்ஜிலிருந்து வைன் பாட்டிலைத் திறந்து இரண்டு மடக்கு விழுங்கினாள். பாதி படித்து, மேஜையின் மேல் மடித்து வைக்கப்பட்டிருந்த ஜப்பானிய எழுத்தாளர் ஒருவர் எழுதி ஆங்கிலத்தில் மொழி பெயர்க்கப்பட்ட நாவலைப் படிக்க ஆரம்பித்தாள்.

ஞாயிறு காலையில், ரிவோலி விழித்தபோது ஒரே தலைவலி. பால் சேர்க்காமல் காபி குடித்தாள். தேவ் சரியான காபி குடியன். நாளைக்கு ஐந்தாறு முறை குடிப்பான். ரிவோலிக்கு தேவ்வுடன் வசிக்க ஆரம்பிக்கும் முன்னதாக காபி குடிக்கும் பழக்கம் இருந்ததில்லை. காபி குடிக்க ஆரம்பித்ததே, படு தலைவலியென்று, தலை துவட்டும் துண்டைத் தலையில் கட்டிக்கொண்டு ரிவோலி சயனித்திருந்த ஒரு ஞாயிறன்றுதான் சுடச்சுட காபி போட்டு எடுத்து வந்தான். “இந்த அமிர்தத்தை பருகிப்பார்... உன் தலைவலி ஓடிப்போய்விடும்” என்றபடி அவள் அருகில் அமர்ந்து காபிக்கோப்பையைத் தந்தான். அவன் தோள்களில் சாய்ந்து கொண்டே அருந்தினாள். தலைவலி போனது காபியாலா அல்லது தேவ்வின் அணைப்பினாலா?

ரிவோலியுடன் வாழ்ந்த நாட்களில், அவனிடம் மது அருந்தும் பழக்கமிருந்ததில்லை. இப்போது குடிக்க ஆரம்பித்திருக்கலாம். தெரியாது. ரிவோலிக்கு மதுப்பழக்கம் தொற்றிவிட்டிருந்தது. தேவ் அவள் வாழ்க்கையை விட்டு நீங்கிய கொஞ்சநாட்களில் குடிக்க ஆரம்பித்தாள். ஒரு வருடம் முன்பு, குடல் வியாதி வந்து, சிகிச்சை பெற்றபோது குடிக்கும் பழக்கத்தை மட்டுப்படுத்திக்கொண்டாள்.

தன் கடந்த வாழ்க்கையின் அங்கம் தேவ். கடந்த காலத்தை முழுதும் மறத்தல் சாத்தியமானதா? தேவ்வின் மேல் நான் கொண்டிருந்த காதல் தர்க்கபூர்வமானதல்ல! காதலில் விழுதல் என்ற சொற்றொடர் எத்துணை பொருத்தமானது? குழியைத் தேர்ந்தெடுத்தா விழுகிறோம்? விபத்தாக, எந்த திட்டமிடலும் இல்லாமல்தானே விழுகிறோம்!

வெதுவெதுப்பான ஷவர்க் குளியல்! வழக்கத்தைவிட அதிகமான நேரம் குளித்தாள். ஒற்றைத் துண்டை அணிந்த

வண்ணம், கண்ணாடியைப் பார்த்தவாறு, கேசத்தைத் துடைத்தாள். காதுக்கு மேல், ஓரிரு வெள்ளைமுடிகள் எட்டிப்பார்த்தன. கத்திரிக்கோலினால் வெட்டினாள். வெட்டப்பட்ட வெள்ளை முடிகளை, சன்னல் வெளிச்சத்தில் பார்த்தபடியே தடவிக் கொடுத்தாள். தேவ்வையும் இதுமாதிரி தன் வாழ்க்கையிலிருந்து வெகுமுன்னரே எடுத்தெறிந்திருக்க வேண்டும். ஏன் முடியாமல் போயிற்று? வேண்டாமென்று வெட்டிய வெள்ளை முடியைத் தூக்கியெறிய மனமில்லாமல் தடவிக்கொடுப்பது மாதிரியான ஒரு தெரிவை நான் செய்தேன்.

ரிவோலியும் தேவ்வும் அமெரிக்கா வந்து டெக்ஸாசில் உள்ள ஹண்ட்ஸ்வில் நகரில் உயர் படிப்புப் படிக்க ஆரம்பித்த நாட்களில் நடந்த ஓர் உரையாடல் ரிவோலியின் நினைவுத்திரையில் ஓடிற்று.

"நான் ஒரு ப்ரேக்மடிஸ்ட்... இத்தனை வருடம் காதலித்தது, அமெரிக்காவரை ஒன்றாகப் படிக்க வந்து சேர்ந்ததுவரை ஓகே. சேர்ந்து ஒரே வீட்டில் இருப்பதுகூட சரிதான். ஆனால் ஒன்றை நீ கருத்தில் வைத்து முடிவெடு. என் வீட்டில் என் பெற்றோர் நம் கல்யாணத்துக்குச் சம்மதிக்க மாட்டார்கள். ட்ரெடிஷனல் மார்வாரி பிசினஸ் குடும்பத்தில் பிறந்தவன் நான். எங்கள் கம்யூனிடியை விட்டு வேறு யாரையும் திருமணம் செய்தல் முடியவேமுடியாத ஒன்று."

தேவ் மேற்கண்டவற்றை ஒரு சலனமுமில்லாமல் சொன்னான். ரிவோலி ஒரு வெறுமையான முகபாவத்துடன் கேட்டுக்கொண்டாள். குழப்பமா அல்லது கோபமா, தாம் ஏமாற்றப்படுகிறோம் என்ற புரிந்துணர்வா? எதை அவள் முகம் பிரதிபலித்தது? இரண்டு தினங்கள் இருவருக்குமிடையில் ஒரு சம்பாஷணையும் நடக்கவில்லை. தேவ் ஹாலில் படுத்துக் கொண்டான். படுக்கையறைக் கதவை சார்த்திக்கொண்டு வெகுநேரம் சிந்தித்தாள். மூன்றாவது நாள் இரவு படுக்கை யறைக்குள் தேவ் அனுமதிக்கப்பட்டான்.

"உன்னைக் கண்டு பித்தேறி, நீ படித்த கல்லூரியின் ஹாஸ்டல் சுவரைத் தாண்டிக்குதித்து, நள்ளிரவில் உன் அறை புகுந்து என் காதலை நானேதான் சொன்னேன். அமெரிக்காவில் படிக்க வேண்டும் என்ற உன்னுடைய இலட்சியத்துக்குக் குறுக்கே நிற்காமல், அதே சமயம் உன்னைவிட்டுப் பிரியக்கூடாது என்ற எண்ணத்தால், என் குடும்பத்தினரிடம் பிடிவாதம் பிடித்து, நீ சேர்ந்த அதே பல்கலைக்கழகத்தில் சேர்ந்து... இதெல்லாம் எதற்காக? உன்மேல் கொண்ட கட்டுப்பாடில்லா நிபந்தனையற்ற காதலால்... இனிமேலும் நிபந்தனை விதிக்கமாட்டேன்... உன் படிப்பு முடியும்வரை சேர்ந்தே இருப்போம்..." என்றாள் ரிவோலி. சொற்கள் தெளிவாக வெளிப்பட்டன.

“படிப்பிற்குப் பிறகு நான் உன்னைத் திருமணம் செய்யாமல் போனால்..?” – வினவினான் தேவ். புன்னகைத்த மாதிரி இருந்தது.

“உன் மனம் மாறும் என்ற நம்பிக்கை எனக்கு இருக்கிறது. உன் பெற்றோர்களிடம் நீ எனக்காகப் பேசுவாய்.”

“அப்படிப் பேசாமல் போய், வீட்டில் பார்த்து வைக்கும் பெண்ணை நான் கல்யாணம் செய்து கொண்டால்..?” – புன்னகையுடன் கேட்டான் தேவ். அவன் கைகள் ரிவோலியின் இடைப் பகுதியை லேசாக துழாவிக்கொண்டிருந்தன ... அவள் பதில் கூறுமுன் அவள் இதழ்களை அழுத்தி முத்தமிட்டான்.

வெள்ளைமுடிகளை குப்பையில் எறிந்தாள்.

அவள் பேராசிரியராக இருக்கும் பல்கலைக்கழகத்தில் கணக்கராக இருக்கும் ஆஃப்ரோ – கரிபியப் பெண் – க்ரிஸ்டினா என்பவள் ரிவோலியின் நண்பி. ட்ரினிடாடில் பிறந்து வளர்ந்தவள். புசுபுசுவென்று சுருண்ட முடியும் உச்ச சாரீரமும் கொண்டவள். ரிவோலி தங்கியிருக்கும் ஊரிலிருந்து பத்துமைல் தள்ளியிருந்த ஒரு கிராமத்தில், ‘டையமண்ட்ஸ் இன்’ என்ற பெயர் கொண்ட ஓர் அழகான பப் *(pub)* இருந்தது. எல்லா ஞாயிறு மாலைகளும் ரிவோலியும் க்ரிஸ்டினாவும் அங்கு போவது வழக்கம். அன்று வழக்கத்திற்கு மாறாக ரிவோலி கோனியாக் அருந்தினாள். பபில் கூட்டம் வழக்கத்தைவிட அதிகமாக இருந்தது. ரிஸ்வானும் ரிபெக்காவும் அன்று அந்த பப்பில் இருந்தார்கள். ரொம்ப சந்தோஷமாக இருந்தவர்கள் போல் தெரிந்தார்கள். ரிஸ்வான் ரிவோலியைப்பார்த்துக் கையாட்டினான்.

க்ரிஸ்டினாவின் நகைச்சுவையுடன் கூடிய பேச்சைக் கேட்டுச் சிரித்துக்கொண்டிருந்தாள். வார்த்தைக்கு வார்த்தை புணர்ச்சியின் ஆங்கிலச்சொல்லைச் சேர்த்துசேர்த்து க்ரிஸ்டினா பேசிக்கொண்டிருந்தது வேடிக்கையாக இருந்தது.

ரிவோலியின் கைத்தொலைபேசி கூவியது. பப்பில் நிலவிய சத்தத்தில் கைத்தொலைபேசியின் அலறல் காதில் விழவில்லை. க்ரிஸ்டினாதான் சொன்னாள். கைத்தொலைபேசியை எடுத்துக் கொண்டு பப்பின் வாசலுக்கு வந்தாள். ரிவோலியின் அண்ணியுடைய அக்கா டொரொன்டொவில் வசிக்கிறாள். அவளுடைய அழைப்புதான் அது.

“ஓ! பப்பில் இருக்கிறாயா?” – அண்ணியின் அக்காவின் குரலில் ஏளனம் தொனித்தது.

“இல்லை ... இன்று திருமணப்பெண்கள் கொண்டாடும் கர்வாசௌத்... நீ தனியே இருப்பாயே ... இன்று இரவு எங்கள்

வீட்டில் சாப்பிட அழைக்கலாமென்று பார்த்தேன் ... என் கணவரும் காரில் உன்னை அழைத்து வருகிறேன் என்றார் ... நீ பிஸி போலிருக்கிறது."

கைத்தொலைபேசி வைக்கப்பட்டதும் ரிவோலி கசப்பாக உணர்ந்தாள். கண்மண் தெரியா கோபவுணர்வு நெஞ்சில் பெருக்கெடுத்தது. இரண்டு மூன்று பெக் மதுவை வேகமாகக் குடித்தாள்.

"எனிதிங் ராங்?" என்று க்ரிஸ்டினா கேட்டாள்.

ஒன்றுமில்லை என்று பொருள்படும்படியாக புணர்ச்சியின் ஆங்கிலச்சொல்லை ரிவோலியும் பயன்படுத்தியதும் இருவரும் குபீரென சிரித்தனர்.

திடீரென்று, க்றிஸ்டினாவிடம் சொல்லிக்கொண்டு ரிவோலி வீட்டுக்குக் கிளம்பினாள். பப்பின் வாசலை அடைந்ததும் வாந்தியெடுத்தாள். அவள் வாந்தியெடுப்பதைப் பார்த்த ரிஸ்வானும் ரிபெக்காவும் அவளை காரில் உட்காரவைத்தனர். கண் மூடிப் பின்சீட்டில் உட்கார்ந்திருந்த ரிவோலியின் தோள்களைத் தொட்டவாறு ரிபெக்காவும் பின்சீட்டில் உட்கார்ந்தபோதுதான், முஸ்லிம் பெண் போன்று அவள் ஹிஜாப் அணிந்திருப்பதை ரிவோலி கவனித்தாள். ரிஸ்வான் ப்ரோபோஸ் பண்ணிவிட்டானா?

ரிபெக்கா கைத்தாங்கலாக ரிவொலியைப் படுக்கையில் படுக்கவைத்தாள். படுத்தவுடன் சத்தமானதோர் உலகத்தினுள் நுழைந்தாள். தலைவலியா அல்லது நினைவும் உறக்கமும் மாறிமாறி வரும் ஒரு பிரக்ஞை நிலையா? ரயில் ஓடும் சத்தம், பின்னர் கார்கள் எழுப்பும் ஹார்ன்களின் பீறிடல், நாய்கள் குரைப்பு என பல்வேறு சத்தங்கள். இதற்கெல்லாம் நடுவில் பழைய கால போன்களின் ரிங் டோன் ஒலி நாராசமாகக் கேட்டது. காதுகளை அடைத்துக்கொள்ளத் தோன்றிற்று. ஆனால் முடியவில்லை. போனின் அலறல் நிற்கவில்லை. எடுத்து ஈனஸ்வரத்தில் ஹலோ சொன்னாள். செவி கேளாதவனிடம் பேசுவதுமாதிரி உச்சஸ்தாயி யில் அண்ணாவின் குரல் மறுபுறத்தில்.

"கேள்விப்பட்டாயா? ஒரு துயரகரமான சம்பவம். உன் பழைய நண்பன் – தேவ் – தன் மனைவி, தன் மூன்று வயது மகன் – இவர்களைத் தன் கைத்துப்பாக்கியால் கொன்று, தானும் தற்கொலை செய்துகொண்டான் ... கலிபோர்னியாவில் உள்ள சான்ஹொசேயில் வசித்துவந்திருக்கிறான். ஒரு வருடம் முன்னர் பங்குச் சந்தையில் எல்லா முதலீடுகளையும் இழந்ததால், மனநிலை சரியில்லாமல் அலைந்திருக்கிறான் ... 'சி என் என்'னில் காட்டுகிறார்கள் பார் ..."

தொலைக்காட்சி தானாகவே உயிர் கொண்டது. சர்ரென்று புள்ளிகளாய்ச் சில வினாடிகள் திரையில் ஓடிற்று. 'சி என் என்'னில் தேவ்வின் பழைய புகைப்படமொன்றை ஸ்டில்லாகக் காட்டிக்கொண்டிருந்தார்கள். ரிவோலி எடுத்த புகைப்படம்.

அடித்துப் போட்டுக்கொண்டு படுக்கையிலிருந்து எழுந்த போது விடிந்திருந்தது. தலையணைக்குப் பக்கத்தில் வழக்கமாக இருக்கும் கைத்தொலைபேசியைக் காணவில்லை. படுக்கையறைத் தரையில் கால் படும்போது காலில் ஏதோ ஒட்டியது. புளித்த வாந்தியின் நாற்றம். இரு கைகளாலும் மூக்கைப் பொத்திக்கொண்டு அறையை நோக்கினாள்.

விறுவிறுவென்று ஒரு வாளியில் நீரை நிரப்பி, சில துளிகள் கிருமிநாசினியை விட்டு, உலர்ந்த துணிகொண்டு முதலில் படுக்கையறை, பின்னர் ஹால் என்று அவசரகதியில் எல்லா அறைகளையும் துடைத்தாள். ஹாலின் சோஃபாவுக்குக் கீழே துடைக்கையில் விழுந்து கிடந்த கைத்தொலைபேசியை கையில் எடுத்துப் பார்த்தாள். அண்ணனின் கைத்தொலைபேசி எண் முன்னிரவு நேரத்தில் பேசத் தவறிய அழைப்புகளின் வரிசையில் புதிதாகச் சேர்ந்திருந்தது.

தவிப்பு

விமானநிலையம் அடைந்தவுடன், என் கைத்தொலைபேசி உயிரிழந்தது. ஒரு நாளைக்கு ஒருமுறை என் கைத்தொலைபேசிக்கு மின்சாரம் நிரப்பப்படல் வேண்டும். இன்று விடியற்காலை ஊரிலிருந்து கிளம்பியபோது பேட்டரியின் எல்லாப் புள்ளிகளும் இருந்தன. முழு சார்ஜ் இருந்தது என்று எண்ணினேன். இரவு ஊர் திரும்புவதாகத் திட்டம். எனவே, அசிரத்தையாக என் 'மொபைல் சார்ஜரை' வீட்டிலேயே வைத்துவிட்டு வந்துவிட்டேன் போலிருக்கிறது.

மடிக்கணினி பையின் வாயை விரித்து, உள்ளே நோக்கினேன். பாம்புகள்போல சுருண்டபடி ஒரே வயர்களாய்த் தெரிந்தன. பைக்குள் இரண்டு மூன்று முறை கையைத்துழாவித் தேடிப் பார்த்து விட்டேன். மடிக்கணினிக்கான பவர் சார்ஜர், கைத்தொலைபேசியில் பாட்டு கேட்பதற்கான இயர் போன், காதில் மாட்டிக்கொண்டு பேசும் ஹெட் போன் என்று ஒன்றொன்றாகப் பையிலிருந்து வந்தன. ஆனால், மொபைல் சார்ஜர் மட்டும் கையில் சிக்கவில்லை.

புதிதாகக் கட்டப்பட்ட விமான நிலையம். குளிர்சாதன வசதி, சொகுசான இருக்கைகள், முதியோர்களை விமானமேறும் வாயில்களுக்குக் கூட்டிச்செல்லும் வாகனங்கள், விதவிதமான பன்னாட்டு நிறுவன பிராண்டு சிற்றுண்டி விடுதிகள் என்று எல்லாம் இருந்தன. கைத்தொலைபேசிகளை 'பேட்டரி சார்ஜ்' செய்யும் வசதி மட்டும் ஏனோ காணப்படவில்லை.

விமானம் கிளம்பும் அறிவிப்பைக் கேட்டுக்கொண்டிருந்த ஒருவரை அணுகி, என் கைத்தொலைபேசிக்குரிய சார்ஜர் அவரிடம் இருக்குமாவெனக் கேட்டேன். அதற்கு ஏதும் பதில் சொல்லாது தலையை மட்டும் இல்லையெனும் பொருள் படும்படி ஆட்டினார். என் கேள்வியை என் இடது பக்கத்தில் உட்கார்ந்திருந்த வெள்ளை ஜிப்பாக்காரர் ஒட்டு கேட்டிருக்க வேண்டும். தாராள மனதோடு, தன்னுடைய சார்ஜரை எனக்குக் கொடுத்தார்.

புது விமான நிலையத்தில் நிறைய ப்ளக் பாயின்டுகள் இருந்தன. கான்ட்ராக்டர் கான்ட்ராக்ட் முடியும் காலங்களில் தன் ஊக்கத்தை இழந்திருக்க வேண்டும். பாதிக்குமேல் ப்ளக் பாயின்டுகள் வேலை பண்ணவில்லை. ஒவ்வொரு பாயின்டாக சார்ஜரை வைத்துப் பார்த்துக்கொண்டே வந்ததைப் பார்த்தவர்கள், நான் ஏர்போர்ட் எலக்டிரிக்கல் சூப்பர்வைசர் என்று நினைத்திருப்பார்கள். ஒரு ஒதுங்கியிருந்த மூலையில் வைக்கப் பட்டிருந்த ப்ளக் வேலை செய்தது. அந்த இடத்தில் ஏன் ஒரு ப்ளக் பாயின்ட் இருக்கவேண்டும் என்ற வினா என்னில் எழவில்லை. ஏனெனில், என் கைத்தொலைபேசிக்கு மின்சார உணவு கிடைத்த ஆனந்தம் எனக்கு.

நான் என் ஊரை அடைந்தவுடன் விமானநிலையத்திலிருந்து என் வீட்டைச் சென்றடைய ஒரு 'ரேடியொ கேப்' நிறுவனத்துக்கு மதியமே போன்செய்து முன்பதிவு செய்திருந்தேன். என்னை பிக்கப் பண்ண வரும் வண்டி ஓட்டுனர் என்னைக் கைத்தொலைபேசியில் தொடர்புகொள்வார். அப்போது என் கைத்தொலைபேசி அணைந்து கிடந்தால்...? எனவேதான் என் கைத்தொலைபேசிக்கு மின்சாரம் ஊட்டுவது இன்றியமையாததாகிவிட்டது.

நிமிடத்திற்கொரு தடவை, சார்ஜ் ஆகிக்கொண்டிருக் கிறதாவென்று குனிந்து பார்த்தபடி இருந்தேன். ஐந்து நிமிடம்கூட கழிந்திருக்காது. வெள்ளை ஜிப்பாக்காரர் என்னைத் தேடியபடி (அல்லது அவருடைய சார்ஜரைத் தேடியபடி!) வந்துவிட்டார். "நான் பிரயாணம் செய்யும் விமானத்தின் போர்டிங் அழைப்பு அறிவித்துவிட்டார்கள்" என்று சொல்லித் தன் சார்ஜரை எடுத்துச் சென்றுவிட்டார். மொபைல் கண் விழித்தபோது கொஞ்சமே சார்ஜ் ஆகியிருந்ததைக் காட்டியது. என் விமானம் கிளம்ப இன்னும் முக்கால் மணி நேரம் இருக்கிறது. யாராவது போனில் அழைத்தால், இரு நிமிடம் பேசினாலும் மொபைல் மீண்டும் தூங்கச்செல்லும் அபாயம் உள்ளது. இப்போதைக்கு அணைத்து வைத்துவிட்டு, ஊரில் விமானம் தரையிறங்கிய

பிறகு 'ஸ்விட்ச் – ஆன்' செய்துகொள்ளலாம். டாக்ஸிக்காரன் அழைக்கும்போது ஒரு நிமிடம் பேசிய பிறகு பேட்டரி சார்ஜ் தீர்ந்தாலும் பரவாயில்லை. எடுத்த முடிவைச் செயல்படுத்தினேன். ஒருவித அமைதி திரும்பியது.

பயணம் செய்யப்போவது பட்ஜெட் ஏர்லைன்ஸ். இரவு உணவை இங்கேயே கழிப்பது என்றும் ஒரு முடிவெடுத்தேன். சாண்ட்விச் விற்கும் ஸ்டாலின் முன் நின்ற வரிசையில் நின்றேன். வரிசையில் ஏழாவது ஆள். ஆறாவது ஸ்தானத்திற்கு முன்னேறிய போது, நான் பயணம் செய்யவிருக்கும் விமானம் ஒரு மணிநேரம் தாமதமாகப் புறப்படும் என்று அறிவித்தனர்.

நான் இரண்டாவது ஸ்தானத்தை அடைவதற்குள் எதை வாங்குவது என்று திட்டமிட்டு, மொத்த பில் எவ்வளவு வரும் என்று மனக்கணக்குப் போட்டுக் கண்டுபிடித்து, ரொக்கத்தை எடுத்துத் தயாராக வைத்திருக்கலாமென்று, வாலட்டை கால்சட்டையிலிருந்து எடுக்கப்போனால் ... திக்கென்றது. வாலட்டைக் காணோம். வரிசையிலிருந்து விலகி நின்று, பழையபடி, பைக்குள் கையைவிட்டு கன்னாபின்னாவென்று ஆட்டித் தேடினால் ... இல்லை ... பையில் இல்லை. எனக்கு நன்கு நினைவிருக்கிறது. என் கால்சட்டைப்பைக்குள்தான் இருந்தது.

பதற்றம் மேலோங்க, மொபைல் சார்ஜ் செய்த ப்ளக் பக்கம் போனேன். என் கறுப்பு பர்ஸ் தரையில் 'பத்திரமாக' இருந்தது. எப்படி கால்சட்டையிலிருந்து விழுந்திருக்கும் என்று துப்பறிதலில் ஈடுபடவில்லை. அதற்குள்ளிருக்கும் கடனட்டைகள், நிரந்தர வருமான வரிக்கணக்கு எண்ணட்டை, ஏடிஎம் அட்டைகள் இவையெல்லாம் பத்திரமாக இருக்கிறதா என்று பார்த்தேன். இருந்தன. ஆனால், அதற்குள் இருந்த ரூ.1500 சொச்சம் பணம் தொலைந்து போயிருந்தது. கரிசனமிக்க திருடன். கார்டுகளை எடுக்காமல் விட்டானே!

விமான நிலையத்தின் உணவுக்கடைகள் – ஒன்றுவிடாமல் – கடனட்டைகள் ஏற்றுக்கொள்ளப்பட மாட்டா என்ற நிலைப்பாட்டையே கொண்டிருந்தன. பசியெடுத்து, சத்தம் போட்டுக்கொண்டிருந்தது என் வயிறு. இலவசமாக நீர் வழங்கும் குழாய்கள் பொருத்துதல் புழக்கத்தில் இல்லாமல்போய் வெகுநாளாயிற்று.

விமான நிலையத்தைக் கட்டியவர்கள் இங்கு வைக்காமல் விட்ட இன்னொரு விஷயம் பணம் பட்டுவாடா செய்யும் தானியங்கிக் கருவிகள். விமான நிலையத்துக்கு வெளியே

தவிப்பு

பத்து ஏடிஎம்கள் இருப்பதாகச் சொன்னார்கள். பாதுகாப்புப் பரிசோதனை முடித்து, உள்ளேயிருக்கும் எனக்கு இந்தக்கணத்தில், விமானநிலையத்தின் வெளியே இருக்கும் ஏடிஎம்களால் என்ன பயன்?

❍

விமானம் தாமதமானதை டாக்ஸி நிறுவனத்துக்கு தெரியப் படுத்த 1800 என்ற இலக்கங்களுடன் துவங்கும் எண்ணைத் தொடர்புகொண்டேன். சிறுமி என்று கருதத்தக்க குரலைக்கொண்ட பெண்ணொருத்தியிடம் பேசினேன். என் பெயர் மற்றும் டாக்சி முன்பதிவு எண் (இந்த எண் எனக்குக் குறுஞ்செய்தியாக அனுப்பப்பட்டிருந்தது) இவற்றைக் கேட்டுவிட்டு, கொஞ்ச நேரம் அழைப்பை 'ஹோல்ட்'இல் வைத்தாள். சன்னமான, சோகம் ததும்பிய பெண் குரலில் "மேரீ தேரீ... தேரீ மேரீ" என்று ஒரு ஹிந்திப் பாட்டு ஒலித்தது. நீளமான பல்லவி. மெதுவான தாளகதி. பெண் குரல் பல்லவியைப் பாடிமுடித்து, ஆண்குரல் பல்லவியை பாடத்துவங்கிய தருணத்தில் கைத்தொலைபேசி மறுபடியும் அணைந்து போனது.

❍

விமானம் நள்ளிரவில் நான் வசிக்கும் ஊரை வந்தடைந்தது. பெல்ட்டில் வந்த பெட்டியை எடுத்துக்கொண்டேன். கறுப்பு மஞ்சள் டாக்ஸியைப் பிடித்துக்கொண்டு வீட்டுக்குப் போக லாமாவென்று யோசித்தவாறு நடந்தேன். நான் முன்பதிவு செய்திருந்த டாக்ஸி நிறுவனத்தின் கௌன்டரை பார்த்தேன். கழுத்துச்சுருக்கு அணிந்த ஒரு இளைஞன் கணினி ஒன்றினுள்ளில் முகம் புதைத்து அமர்ந்திருந்தான். அவனை அணுகி நான் செய்திருந்த முன்பதிவைப் பற்றிச் சொன்னேன். முன்பதிவு எண் நினைவில் இல்லை. பெயரைவைத்து என் முன்பதிவைக் கணினியிலிருந்து கண்டுபிடித்தான். கடனட்டை மூலம் கட்டணத் தைச் செலுத்தினேன். அவ்விளைஞன் என்னுடன் விமான நிலையத் தின் வாயில்வரை வந்து, டாக்ஸியில் அமர்த்திவிட்டுச் சென்றான்.

❍

வீட்டின் கதவு திறக்கப்பட சில நிமிடங்கள் பிடித்தது. மனைவி பாதித்தூக்கத்திலிருந்து எழுந்து வந்து கதவைத் திறந்தாள்.

"நீங்க ஏரோப்ளேன்லயே சாப்டுட்டு வந்துடுவீங்கன்னு நெனச்சேன்... அதனால ராத்திரி எதுவும் சமைக்கல... ஒரு கொய்யாப்பழம் இருக்கு அதை சாப்பிடுங்க... பால சுட வச்சு தாரேன்... அத குடிச்சுப்பிட்டு படுத்துக்குங்க..."

உடைகளை மாற்றிக்கொண்ட பிறகு வீட்டில் சார்ஜரை தேடத்தொடங்கினேன்.

மனைவி பால் டம்ளரை என் கையில் கொடுத்தாள்.

"என்ன தேடறீங்க இந்த அர்த்தராத்திரி பொழுதுல?"

நான் சொன்னேன்.

"வீட்டிலெ தேடினா என்ன அர்த்தம்? உங்க லேப்டாப் பேக்குல பாருங்க... கெடைக்கும்"

நான் பயணத்தில் சார்ஜர் எடுத்துப்போகவில்லை என்பதையோ, நான் விமான நிலையத்தில் நிறைய முறை பையில் துழாவியும் சார்ஜர் கிடைக்கவில்லை என்று சொன்னதையோ அவள் நம்பத் தயாராக இல்லை.

"நீங்களும்... நீங்க தேடின அழகும்" என்று சொல்லியவாறே, என் மடிக்கணினிப் பையிலிருந்து ஒவ்வொன்றாக எடுத்து டைனிங் டேபிள் மேல் போட்டாள்.

முதலில் மடிக்கணினிக்கான சார்ஜர்... அடுத்து இயர் போன்... அடுத்து ஹெட் போன்... அடுத்து... மூன்று ஐநூறு ரூபாய் நோட்டுகள்... கடைசியாக கைத்தொலைபேசிக்கான சார்ஜர்... ஆமாம் அதேதான்.

மனைவி படுக்கையறைக்குச் சென்றபிறகும் நெடுநேரம் மேசையின் மீது வீசப்பட்ட அந்த சார்ஜரையே பார்த்துக் கொண்டிருந்தேன். கருமை நிறத்தில் ஒரு குட்டிக் கருநாகம்போல அமைதியாக சுருண்டுகிடந்தது. மனைவி தந்த பால் சூடு ஆறிப்போய் குளிர்ந்து பருகப்படாமலேயே இருந்தது.

வீடு திரும்புதல்

தினமும் படுக்கையிலிருந்து எழும்பத் தாமத மாகிறது. பலநாள்கள், படுக்கையிலிருந்து நேராகக் குளியலறைக்குத் தாவி முகம் கழுவி உடையணிந்து அலுவலகம் கிளம்பும் கட்டாயத்துக்குள்ளாக வேண்டியிருக்கிறது. இதில் மனைவி தரும் 'பெட் காபி'கூட குடிக்கமுடியாமல் போய்விடுகிறது.

"குழந்தை அதிகாலை பள்ளிக்கு கிளம்பிச் செல்கிறது. அதற்கு என்றாவது 'டாட்டா' சொல்லி யிருக்கிறீர்களா? உங்களுக்கு உங்கள் ஆபிஸ் உங்கள் தூக்கம்—இவைதான் முக்கியம். குழந்தை பெற்றால் மட்டும் போதாது. அன்பு காட்டவும் தெரிந்திருக்க வேண்டும்." மனைவியிடமிருந்து பெறும் தினசரி அர்ச்சனை. அவள் "கிளம்பிச் செல்கிறது" என்று அஃறிணையில் சொன்னது என்னை இல்லை, என் மகள் நிவேதாவை. அன்பின் மிகுதியாக.

நிவேதா ஆறு மணிக்கு விழித்து, தயாராகி, அவளுடைய அம்மாவுடன் தெரு இறுதிக்குச் சென்று, பஸ்ஸுக்காகக் காத்திருந்து நல்ல பிள்ளையாக பள்ளிக்குச் சென்றுவிடுவாள். நான் எட்டு மணிக்குக் குறைவாக விழித்ததாக ஞாபகமே இல்லை. சீக்கிரம் எழுந்துவிடலாம்தான், ஆனால் அதற்கு சீக்கிரம் தூங்கிவிடுவது அவசியம். மாலை எட்டு மணியாகிறது வீடு திரும்புவதற்கு. இரவு உணவு உட்கொண்டு, மனைவியுடன் சிறிது நேரம் பேசி, அவள் தூங்கும் போது மணி பத்தாகிவிடுகிறது. பிறகுதான், எனது படிக்கும் நேரம் தொடங்குகிறது.

எனக்குப் பிடித்த எழுத்தாளர்களின் நூல்களை, இரு பக்கம் படித்துவிட்டு, இரு மணிநேரம் யோசிப்பேன். சில வாக்கியங்கள் என்னுள் வெகு ஆழமாக ஊடுருவும். அதைப்பற்றியே நெடுநேரம் சிந்தனையில் ஆழ்ந்திருப்பேன். பிடித்த வரிகளைக் கோடிட்டு அதனை ஒரு வெற்றுக்காகிதத்தில் எழுதிப்பார்ப்பேன். அப்படி எழுதிப்பார்கையில் வேறு ஏதாவது அர்த்தம் பிடிபடுகிறதா என்று பார்ப்பேன்.

தூங்குவதற்கு முன்னால் ஒரு இலக்கியப் புத்தகத்தை படிப்பதில் உபயோகம் என்னவென்றால் படித்த வரிகளை மனதில் அமைதியுடன் அசைபோடலாம்.

பகல் நேரம் முழுக்க அலுவல்களில் கழிந்துவிடுவதால், மனம் ஏதாவது ஒன்றில் உழன்றவண்ணம் இருக்கிறது. இரவின் அமைதியில், நிசப்தத்தின் சுகத்தில் சுந்தர ராமசாமியுடனோ புதுமைப்பித்தனுடனோ எண்ணவுலகத்தில் சஞ்சரிப்பது மனதைக் குளுமைப்படுத்துவது போல் இருக்கிறது. (இந்த இரு புகழ்பெற்ற எழுத்தாளர்களின் பெயர்களை வெறுமனே இங்கு எழுதவில்லை. இவர்களில் ஒருவர் சற்று நேரத்தில் மேற்கோள் காட்டப்படுவார்.) ஆனால் சிறு பிரச்னை. நான் படுக்கையறை விளக்கை உடனே அணைக்காமல் வெகுநேரம் விழித்திருப்பதால், ஒரு சுந்தரியுடனோ அல்லது புவனேஸ்வரியுடனோ குறுஞ்செய்திப் பரிமாற்றத்தில் ஈடுபடுவதாக என் மனைவி எண்ணிவிடுகிறாள். அதிர்ஷ்டவசமாக, அவள் தூக்கத்தில் இருப்பதால், கோபம்கொள்வதைப் பகல் வரும்வரை தள்ளிவைத்துவிடுகிறாள். இப்போதெல்லாம் கைத் தொலைபேசியை ஹாலிலேயே வைத்துவிட்டுத்தான் படுக்கை யறைக்குப் போகிறேன். ஒரு சண்டைக்கான சந்தர்ப்பம் மிச்சம் பாருங்கள்.

○

ஒரு நாள் இரவு சுந்தர ராமசாமியின் 'அகம்' என்ற சிறுகதை படித்தேன். ஜானு என்ற சிறுமியைப் பற்றியது.

சிறுவயதில், எனக்கு 'டீஸல்' நெடி அலர்ஜி. பேருந்தில் போகும்போதோ பெட்ரோல் விற்கும் இடங்களில் நிற்கும்போதோ ஒரு மாதிரியான அவஸ்தை உண்டாகும். பேருந்தில் என் பக்கத்தில் உட்கார்ந்தவர்கள் அசிரத்தையாய் இருந்தால் தொப்பலாக நனைந்துபோவார்கள்.

'அகம்' சிறுகதையைப் படிக்கும்போது அதே போன்றதோர் அவஸ்தையால் வயிறு பிசைவது போன்ற சங்கடம் ஏற்பட்டது.

ஜானு பள்ளி போகும் சிறுமி. அம்மாவுடன் இருக்கிறாள். அப்பா வேலை சம்பந்தமாக வேறெங்கோ இருக்கிறார். ஜானுவுக்கு

அப்பாமேல் அளவு கடந்த பாசம். ஆனால், அப்பா வருடத்திற்கு ஒரு முறைதான் வருவார். அவள் அம்மா மருத்துவர் ஒருவருடன் 'நெருக்கமாக' இருக்கிறாள். முதலில் ஜானுவுக்கு அந்த மருத்துவர் 'மாமா'வை பிடித்துதான் இருந்தது. நாள் போகப்போக ஒரு வெறுப்பு. பிக்னிக் போனால், அம்மாவும் டாக்டரும் ஜானுவை காரில் தனியே உட்காரவைத்துவிட்டுச் சென்றுவிடுகிறார்கள். மருத்துவர் முன்னால் அம்மா ஜானுவிடம் அகம்பாவமாக நடந்து கொள்ளுகிறாள். மருத்துவரை ஜானு புறக்கணித்தாலும் அம்மா விற்குப் பிடிப்பதில்லை. ஒருமுறை ஜானுவுக்குக் காய்ச்சல் வரும்போது மூர்க்கத்தனமாக டாக்டரிடம் நடந்து ஊசி போடவிடாமல் செய்கிறாள். அப்போதுதான், அம்மாவிற்குக் கொஞ்சம் உறைக்கிறது. மருத்துவரை இனிமேல் வரவேண்டாம் என்று சொல்ல, மருத்துவர் கோபமாகி "நீ என்ன உத்தமியா?" என்று மிரட்டி, அம்மாவை அவளுடைய அறைக்கு வலுக்கட்டாயமாக இழுத்து செல்கிறார். இதைக்கண்ட ஜானு, உணர்ச்சி வேகத்தில், டாக்டரின் காருக்குள் வைக்கப்பட்டிருந்த பெட்ரோல் கேனை திறந்து ஊற்றி காரை எரிக்கப்போக, தீ வீட்டுக்குள்ளும் பரவி மூவரும் எரிந்து இறந்துபோகிறார்கள்.

கதையை இப்படி முடித்துவிட்டாரே என்று எழுத்தாளரின் மேல் வந்த கோபத்தைவிட, பொருளீட்ட வெகுதூரம் போய், மனைவி மற்றும் மகளின் மனநிலையையே புரிந்துகொள்ளாத அந்த முகம் தெரியாத பாத்திரத்தின் மேல் அதிக கோபம் வந்தது.

○

நிவேதா தானே தனக்குள் பேசிக்கொண்டு ஓரங்கநாடகம் போன்று எதையோ அவளுடைய படிக்கும் அறையில் அரங்கேற்றிக் கொண்டிருந்தாள். அதைக் கதவுமறைவில் ஒளிந்துகொண்டு இன்னும் கொஞ்சநேரம் ரசித்திருக்க வேண்டும். என்னைப் பார்த்த மாத்திரத்தில் ஓரங்கநாடகம் நின்றுபோனது. அரைகுறையாக உடைந்த முன்பல்லைக் காட்டிப் புன்னகை செய்தாள்.

"என்னம்மா செல்லம்... பண்ணிட்டிருக்கே?"

"சும்மா" – கன்னம் குழி விழுகிறதோ லேசாக? நான் ஏன் இதை முன்னரே கண்டிருக்கவில்லை?

"இந்தத் தடவை செல்லத்துக்கு பொறந்த நாளுக்கு என்ன வேணும்?"

இதற்குள் மனைவி எங்கள் உரையாடலில் புகுந்தாள். "அடேங்கப்பா... என்ன ஆச்சர்யம்... அப்பாவுக்கு நிவேதா செல்லத்தோட பர்த்டே ஞாபகம் இருக்கே? – என் கையில் கைத் தொலைபேசியோ அல்லது புத்தகமோ இல்லையே!"

அப்புறம் எங்கள் உரையாடல் வேறுதிசையில் சென்றுவிட்டது. லௌகீகமாக. நிவேதாவின் கன்னக்குழியைப் பற்றி மனைவியிடம் பேச மறந்தேபோனேன்.

நிவேதாவின் பிறந்தநாளன்று வைகறை துயிலெழுந்து வாழ்த்து சொல்லவேண்டுமென்ற என் திட்டம் தவிடுபொடியானது. எட்டு மணிக்குத்தான் எழுந்தேன். கொத்தவரங்காயைக் கத்தியால் நறுக்கி கொண்டிருந்த மனைவி சுப்ரபாதம் பாட ஆரம்பித்தாள். வெங்கடேச பெருமாளுக்கு ஏற்கனவே பாடிவிட்டபடியால், இரண்டாவது தடவை எனக்கு, அதுவும் தமிழில்.

"குழந்தையோட பிறந்தநாள்னு பேரு . . . உங்களுக்கே கார்த்தாலே எழுந்து விஷ் பண்ணனும்னுகூட தோணலை. ஹ்ூம் என்ன சொல்றது."

○

அலுவலகம் செல்லாமல் நேராக அன்பளிப்புகள் வாங்கும் ஒரு கடைக்குச் சென்றேன். பொம்மைகள், விளையாட்டுப் பொருள்கள், எழுது பொருட்கள், கார்ட்டூன் குறுந்தட்டுகள் என்று எல்லாவற்றையும் பார்த்தேன். எதை வாங்கலாம் என்று யோசித்துக்கொண்டிருந்த வேளையில், கடைக்குள்ளே ஓர் ஓரத்தில், ஒரு மேசை போட்டு அதற்குப் பின்னால் நின்றிருந்த பெண்ணைப் பார்த்தேன். இல்லை. அவள் புன்னகைக்கும்போது கன்னக்குழி தோன்றவில்லை. சர்வேதேசக் கருணை இல்லங்களுக்கு நிதியளிக்கும் ஒரு நிறுவனத்தின் பெயரிட்ட பலகை மேசையில் இருந்தது. அணுகி விவரங்களை விசாரித்ததில், விசித்திரமான ஒரு திட்டத்தைப் பற்றிச் சொன்னாள். ஏதாவது அன்பளிப்பு வாங்க வருபவர்கள், இந்த நிதி நிறுவனத்துக்கு நன்கொடையளித்தால் அவர்கள் வாங்கும் அன்பளிப்பில் 50% கழிவு அளிக்கப்படும். அந்தக் கடைக்காரர்களுக்கு இது எந்த விதத்தில் லாபமென்று எனக்குப் புரியவில்லை. நான் நன்கொடை எதுவும் அளிக்கவில்லை. நிவேதாவுக்கு ஒரு பார்பி பொம்மையை வாங்கினேன்.

அலுவலகத்துக்கு அதை எடுத்துப்போனேன். சக ஊழியர்கள், "என்னப்பா யாருக்கு பரிசு வாங்கிக்கிட்டு போறீங்க? கேர்ள் பிரெண்டுக்கா?" என்று கேலி பண்ணினார்கள். வண்ணக்காகிதம் கொண்டு பாக் செய்யப்பட்ட அந்த பார்பி டாலை, பேருந்தில் கொண்டுபோனால் வசதியாக இருக்காது. சக ஊழியர்கள் வாயினால் சொன்னதை, சக பயணிகள் மனதிலேயே நினைத்துக் கொள்ளக்கூடும். எனவே, ஆட்டோவில் வீட்டுக்குப் போகலாமென்று முடிவெடுத்தேன்.

○

பரிசுப்பொருள் வீட்டை அடையும்முன்னரே தொலைந்து போனது. எவ்வளவு யோசித்தும், பார்பி பொம்மையை எப்படி இழந்தோமென்று என்னால் அனுமானிக்க முடியவில்லை. காலையில் வாங்கினேன், அதை அலுவலகம் எடுத்துவந்தேன். நண்பர்கள் அதைப்பற்றி சிலாகித்தபோதுகூட, என் மேசையின் பக்கவாட்டிலேயே கிடந்தது. சாப்பாட்டு இடைவேளை முடிந்து திரும்பியபோதும் பொம்மை பத்திரமாகவே இருந்தது. ஆட்டோவில் ஏறும்போது ..? அதை எடுத்துக்கொண்டோமா ..? ஆட்டோ பழுதுபட்டு பாதியிலேயே நின்றதே ... அப்போது அந்தப் பொம்மை கையில் இருந்ததா? மழை தூற்ற ஆரம்பித்தபோது, அதில் நனைந்து கொண்டிருந்தபோது ... ஹூம் இல்லை ... அப்போது பொம்மை என் கையில் இல்லை... வந்த பேருந்தில் முட்டியடித்து ஏறியபோது... இல்லை... எனவே, ஆட்டோவில் இருந்திருக்க வேண்டும் ... அல்லது ... நாளை அலுவலகம் போய்த்தான் பார்க்கவேண்டும்... பஸ் ஸ்டாப்பிலிருந்து ஆமை நடைபோட்டு வீடு வந்தேன்.

“என்னங்க இவ்வளவு லேட்டு... இத்தனை நேரம் நிவேதா உங்களுக்காகத்தான் முழிச்சிண்டிருந்தாள் ... அப்பா வாங்கி குடுத்த கிப்டு அவளுக்கு ரொம்ப பிடிச்சிருந்தது ... அதுவும் சர்ப்ரைஸா உங்க ஆபிஸ் பையன் மூலமா சாயந்திரம் வீட்டுக்கு அனுப்பிவச்சது. அது எனக்கு ரொம்பப் பிடிச்சிருந்தது.”

❍

படுக்கைக்கு வந்தேன் ... இன்று புத்தகம் படிக்கலாமா? நேற்று படித்துக்கொண்டிருந்த சிறுகதைத் தொகுதியில் இன்னும் ஒரு கதை மிச்சமிருந்தது.

தலையணைக்கு கீழே ஒரு உறை இருந்தது ... அதை எடுத்தேன் ...

“நிவேதா இன்னிக்கி ஸ்கூலுக்கு தன்னோட பிரெண்ட்ஸ்க்கு குடுக்க டாபி எடுத்துக்கிட்டுப்போனா ... அப்போ அவ கிளாஸ் டீச்சர் நிவேதாகிட்ட இந்த டாபி பாக்கெட்டை ஒரு கருணையில்லத்துக்கு கொடுத்தா ... உனக்கு பரிசு கூப்பன் கிடைக்கும். அத வச்சி உனக்கு புடிச்சது ஏதாவது வாங்கிக்கலாம்னு சொல்லியிருக்காங்க... இவ உடனே டாபிஸ் எல்லாத்தையும் டொனேட் பண்ணிட்டா ... அப்பாக்கு இத சர்ப்ரைஸா குடுக்கணும்னு கிப்ட் கூப்பன உங்க தலகாணிக்கு கீழே வச்சிட்டுத் தூங்கிட்டா” – பெருமையும் மகிழ்ச்சியும் பொங்கிய குரலில் மனைவி பேசினாள் ...

அன்று இரவு படுக்கையறையின் லைட் சீக்கிரமே அணைந்து விட்டது.

ஜன்னலில் ஒரு நிலவு

புகை போன்ற மேகத்திரள்களுக்கு மேலே பறந்துகொண்டிருந்தது விமானம். அது கிளம்புவதில் ஒரு மணி நேரம் தாமதம். ஐந்து மணிக்கு பெங்களூரி லிருந்து கிளம்பியது. தில்லி போய்ச்சேர மூன்றுமணி நேரம் ஆகும். அன்றைய தினம் பெங்களூருவில் அதிகம் அலுவல் இருக்கவில்லை. சீக்கிரமே விமான நிலையம் அடைந்து செக் – இன் செய்திருந்தேன். வெகுநேரக் காத்திருப்பு என்னை எரிச்சலடையச் செய்திருந்தது. என் பக்கத்தில் உட்கார்ந்திருக்கும் நபர் தளபுளவென்று ஆங்கிலத்தில் அவருக்குப் பக்கத்திலிருந்த இளம்பெண்ணிடம் பேசிக்கொண்டே இருந்தார். அப்பெண் அவர் சொல்லும் ஒவ்வொரு வாக்கியத்தைக் கேட்டதும் ஹாஹா என்று சிரித்தாள். நான் ஒருவித எரிச்சலுடன் ஜன்னலில் பார்வை யையும் அவர்களின் உரையாடலில் காதையும் பதித்தவாறு பயணம் செய்தேன்.

“ஓ! உனக்கு சொந்த ஊர் கொல்கத்தாவா? ஐ லவ் பாங்ஸ்! எஸ்பெஷல்லி ஃபிமேல்ஸ்.”

“கேப் ஜெமினியில் வேலை செய்கிறாயா? மண்டல் என்று ஒருவர் உங்களின் பூனா அலுவலகத் தில் வைஸ் – பிரெசிடென்டாக வேலை செய்வாரே அவரைத் தெரியுமா?”

“புனேவில் உள்ள கோரேகாவ்ன் பார்க்கிலா வளர்ந்தாய்? சேம் பிஞ்ச். நான் ஐந்தாவது ஆறாவது படிக்கும்போது நாங்கள் பூனாவில் மோலடினா ரோடில் வசித்தோம்.”

"எனக்கு ஏராளமான மொழிகள் தெரியும். கன்னடம், தமிழ், மலையாளம், தெலுங்கு, இந்தி, பெங்காலி (கொல்கத்தாவிலும் அவர் வாழ்ந்திருக்கிறார்) மற்றும் உருது."

"நடுவில் ஐந்துவருடம் துபாயில் இருந்தேன். அப்போது அரபி மொழியை எழுதப் படிக்கக் கற்றுக்கொண்டேன்."

"ஒருமுறை ஆக்லாண்டில் இருந்து க்யோட்டோவுக்கு சொகுசுக் கப்பலில் சென்றேன். அமேஸிங் எக்ஸ்பீரியன்ஸ்."

"ஒன் ஆஃப் மை டியர் ஃப்ரெண்ட்ஸ் கென்யாவில் இருக்கிறான். அவனும் கென்யன் சஃபாரி பார்க்க குடும்பத்தைக் கூப்பிட்டுக்கொண்டு வாடா என்று பல வருடங்களாக சொல்லிக் கொண்டிருக்கிறான்."

அவர் அலுக்காமல் பேசிக்கொண்டிருந்தார். அந்தப் பெண்ணும் சலிக்காமல் கேட்டுக்கொண்டிருந்தாள். அவ்வப்போது அவளும் தன்னைப் பற்றியும் தன் குடும்பம், வேலை போன்ற எல்லாவற்றைப் பற்றியும் சொல்லிக்கொண்டு வந்தாள்.

விமானத்துக்குள் நுழையும் முதல்பயணியாக நான்காவது வரிசையின் ஜன்னலிருக்கையில் வந்தமர்ந்தபோது நான் சாதாரணமான மனநிலையில்தான் இருந்தேன். பக்கத்து சீட்டில் உட்கார்ந்திருக்கும் நபர் வரும்முன்னர் அந்த யுவதி என் வரிசையிலேயே ஓர் இருக்கை விட்டு வந்து அமர்ந்தபோது பயணம் சுவையுள்ளதாக மாறப் போகிறது என்றுகூட நினைத்தேன். நடு இருக்கையில் யாரும் உட்காராமல் இருந்தால் நன்றாக இருக்கும் என்று எண்ணிக்கொண்டிருந்தேன். அவள் "Selected Short Stories of Satyajit Ray" என்ற புத்தகத்தை வைத்திருந்தாள். அவளைப் பார்த்துப் புன்னகைத்தேன். "ஒரு நிமிடம் நீங்கள் வைத்திருக்கும் புத்தகத்தை புரட்டிப் பார்த்துவிட்டு தரட்டுமா?" என்று அவளிடம் கேட்டபோது "நிச்சயமாக" என்று சொல்லிப் பதில் புன்னகை வீசினாள். இரண்டு நிமிடம் அப்புத்தகத்தைப் புரட்டிவிட்டு அவளுக்குத் திருப்பிக் கொடுத்தேன். "துப்பறியும் கதைகள் மாதிரி தெரிகின்றன. சத்யஜித் ரே சமூகக் கதைகள் எழுதியிருக்கிறாரா?" என்று கேட்டேன். "எழுதியிருக்கிறார். ஆனால் இத்தொகுதியில் இருப்பவை எல்லாம் துப்பறியும் கதைகள்தாம்" என்றாள். புத்தகத்துக்கு நடுவில் அவள் தன்னுடைய போர்டிங் பாஸை வைத்திருந்தாள். அதிலிருந்த அவள் பெயரைப் படித்து விட்டிருந்தேன். பௌலோமி சாட்டர்ஜி. வங்காளிப் பெண். திருத்தமான முகம். எடுப்பான நாசி. பொதுவாக வங்கப் பெண் களுக்கு இத்தனை எடுப்பான நாசி இருக்காது. சிரிக்கையில் குழியும் கன்னம். குட்டையாக வெட்டப்பட்ட கூந்தல். அடிக்கடி

தன் வலது கைகளால் தலையைக் கோதிக்கொண்டிருந்தாள். கண்ணாடி போட்டிருந்தாலும் கண்ணின் வசீகரத்தை அது மறைக்கவில்லை. நீண்ட கழுத்து. மஞ்சள் நிற டாப்ஸும் கருநீல ஜீன்ஸும் அணிந்திருந்தாள்.

விமானம் நிரம்பிவிட்டது. நடு இருக்கை இன்னும் காலியாக இருந்தது. பௌலோமி எழுந்து முகம் கழுவும் அறைக்குச் சென்றாள். அப்போது, தலை நரைத்த மனிதர் ஒருவர் வந்து என் பக்கத்து இருக்கையை நிரப்பினார். அவருக்கு ஐம்பது வயதிருக்கலாம். தன்னுடைய பையைக் காலுக்கடியில் இடுக்கிக்கொண்டார். பின்னர் பையிலிருந்து உணவுப்பொட்டலமொன்றை எடுத்து மடியில் வைத்துக்கொண்டார். கூடவே ஆங்கில நாவலொன்றையும் எடுத்து வைத்துக்கொண்டார்.

"லெக் – ஸ்பேஸ் ரொம்ப குறைவாக இருக்குமே. பையை ஓவர் – ஹெட் லாக்கரில் வைக்கலாமே" என்று அவரிடம் பேச்சுக் கொடுத்தேன்.

"லாக்கரில் இடம் இருப்பதாகத் தெரியவில்லை" என்றார்.

ஒரு நிமிடம் கழித்து "ஐ யம் ஸ்ரீ ராம்... ஸ்ரீ ராம் நாராயணன்" என்று சுய அறிமுகம் செய்துகொண்டார்.

நான் என் பெயரைச் சொன்னதும் "நீங்க தமிழா?" என்று வினவினார்.

"ஆம்" என்று சொன்னேன்.

"சார் எங்கே வேலை செய்கிறீர்கள்" என்று தமிழிலேயே கேட்டார்.

நான் வேலை செய்யும் பன்னாட்டு நிறுவனத்தின் பெயரைச் சொன்னேன்.

"ஸ்விஸ் கம்பெனியா?"

"இல்லை. இங்கிலாந்து."

"நானும் இங்கிலாந்து கம்பெனியொன்றில்தான் வேலை பார்க்கிறேன்."

அந்நேரம் பௌலோமி இருக்கைக்குத் திரும்பினாள். அவள் வந்து உட்கார்ந்தவுடன் ஸ்ரீ ராம் தன் கேள்விகளை நிறுத்தினார். ஸ்ரீ ராமின் மடியிலிருந்த புத்தகம் தரையில் விழவும், பௌலோமி அதனை எடுத்து அவருக்குத் தந்தாள்.

"தேங்க் யூ" என்றவர் அவளிடம் "ஐ யம் ஸ்ரீ ராம்" என்று ஆரம்பித்தார். அதற்குப் பிறகு அவருக்கு நான் காணாமல்

போய்விட்டேன். திடீரென தனியே விடப்பட்டது போன்ற உணர்வு. நேராக உட்கார்ந்துகொண்டிருந்த ஸ்ரீ ராம் நிரந்தரமாக நாற்பத்தி ஐந்து டிகிரி கோணத்தில் நகர்ந்துவிட்டார். அவருடைய பார்வை பயணத்தின் ஒரு கணத்தில்கூட வலப்புறம் சுழலவில்லை.

நடுநடுவில் அவர்களின் உரையாடலைக் கலைக்கும் என் முயற்சிகள் தோல்வியில் முடிந்தன. கடைசியில் பௌலோமியின் கைகளில் இருந்த புத்தகத்தைப் பயன்படுத்திக்கொள்ள முடிவு செய்தேன்.

“நீங்கள் அவரிடம் பேசிக்கொண்டிருக்கிறீர்கள். நீங்கள் பேசிக்கொண்டிருக்கும்வரை உங்கள் கையில் இருக்கும் சிறுகதைத் தொகுதியைப் படித்துவிட்டு தருகிறேன்” என்றேன். அவளிடமிருந்து வாங்கி புத்தகத்தின் முதல் சிறுகதையைப் படித்தேன். *Ebar Kando Kedarnath - e* என்ற கதை. சத்யஜித் ரே குழந்தைகளுக்காக எழுதிய துப்பறியும் கதைகளில் ஃபெலுடா என்ற பாத்திரம் வந்து துப்பு துலக்கும். ஃபெலுடாவின் உறவுக்காரப் பையன் எல்லாக் கதைகளிலும் வருவான். அவனுடைய கண்ணோட்டத்தில் கதைகள் புனையப்பட்டிருக்கும். கதை சுவையாக இருந்தாலும், மனம் கதையில் படியவில்லை. இன்னொரு நாள் இக்கதையை மீண்டும் வாசிக்க வேண்டும். அவர்களுடைய உரையாடலை இடைமறித்துப் புத்தகத்தை பௌலோமிக்கு திருப்பிக் கொடுத்தேன்.

ஸ்ரீ ராம் “என்ன சிறுகதைகளா ?” என்று பௌலோமியிடம் கேட்டார். பௌலோமி அதற்கு பதில் சொல்வதற்கு முன்னர் “சிறு கதைகள் எழுதுவது மிகவும் கடினம். ஒரு நாவலைச் சுலபமாக எழுதிவிடலாம். சுருக்கமாக, சுவையாக சிறுகதைகள் எழுதுவது ரொம்பக் கடினம்” என்றார். ஹ்ம்ம்... புத்தகம்கூட துணை தரவில்லை! ஸ்ரீ ராம் தன்னை ஓர் இலக்கிய விற்பன்னராகவும் காட்டிக்கொள்ள நானே ஒரு சந்தர்ப்பத்தை உருவாக்கித் தந்துவிட்டேன்.

“ஐயா நீங்கள் எத்தனை நாவல்களை எழுதியிருக்கிறீர்கள் ?” என்று அவரிடம் கேட்க வேண்டும் போல் இருந்தது. சில நிமிடங்களில் அவர்களின் உரையாடல் இலக்கியத்தை விட்டு விளையாட்டுத் துறைக்குச் சென்றுவிட்டது. ஒலிம்பிக் விளையாட்டுகளைக் கண்டுகளிக்கத் திட்டமிட்டிருந்த அவரால் கடைசி நேரத்தில் வேலைப்பளு காரணமாக லண்டன் போக முடியவில்லையாம். ஆனால் மாற்றுத் திறனாளிகளுக்கான ஒலிம்பிக்கைக் கண்டு ரசித்தாராம். அப்பயணத்தின்போது காட்விக் விமான நிலையத்தில் அவருடைய மனைவியின் கைப்பை களவுபோன கிளைக்கதை வேறு !

“யப்பா ... ராமா ... கொஞ்ச நேரம் என் காது வேலை செய்யாமல் போகக் கூடாதா?” என்று மனசுக்குள் சொல்லிக் கொண்டேன். ஸ்ரீ ராம் என்ற பேச்சு இயந்திரத்தின் முன்னால் நான் எம்மாத்திரம் என்ற உண்மையை ஒப்புக்கொள்ளும் நேரம் வந்துவிட்டது.

கண்ணை மூடித் தூங்க முயன்றேன். என் நினைவுகள் சுழன்றன. மூன்று வருடங்கள் முன்னர் என் தோழன் ராஜுவும் நானும் மும்பையில் இருந்து தில்லி திரும்பிக்கொண்டிருந்த பயண அனுபவத்தின் காட்சிகளை என் நினைவுத் திரையில் ஓட விட்டேன்.

ராஜுவுக்கு நடு சீட்டும் எனக்கு ஐய்லும் முன்பதிவு செய்யப்பட்டிருந்தது. ராஜு “நான் ஐயிலில் உட்கார்ந்துக்க றேண்டா ... எனக்கு கால் வலிக்கிறது ... ஐயிலில் காலை கொஞ்சம் நீட்டிக்கொள்ளலாம்” என்றான். அரை மனதாகத்தான் சம்மதித்தேன். ஜன்னல் இருக்கை காலியாக இருந்தால் அங்கு உட்கார்ந்துகொள்ளலாம் என்ற எண்ணம் இருந்தது. விமானத்தின் கதவுகள் மூடப்படும் முன்னர் அவள் வந்து என் பக்கத்தில் காலியாக இருந்த இருக்கை அவளது என்றாள். நானும் ராஜுவும் எழுந்து அவளுக்கு வழி தந்தோம்.

ராஜுதான் முதலில் அவளுடன் பேச்சு கொடுத்தான். ராஜுவுக்குப் பெண்கள் விஷயத்தில் அதிக ஆர்வம் இருந்தது. சதா பெண்கள் பற்றித்தான் பேசுவான். ஏதோ பெரிய கேசனோவா கணக்கில் “அவளை மடக்கினேன் ... இவளை மடக்கினேன்” என்று வாய்ச் சவடால் விடுவது அவனது வாடிக்கையாக இருந்தது.

அவள் பெயர் சுர்வீன் சாவ்லா. மும்பையில் சி ஏ படிக்கிறாள். அவள் சி ஏ என்று தெரிந்ததும், ராஜு பார்த்துக் கொண்டிருந்த நாளேட்டில் வந்திருந்த டாடா ஃபைனான்ஸ் நிறுவனத்தின் ஆண்டறிக்கை விளம்பரத்தைப் பார்த்தவாறே அவளிடம் ஏதோ கேள்வி கேட்டான். “நான் இப்போது தான் சி ஏவுக்கு ரிஜிஸ்டர் பண்ணியிருக்கிறேன் எனவே இதைப் பற்றியெல்லாம் எனக்குத் தெரியாது” என்று சொன்னாள்.

சுர்வீன், சல்வார் கமீஸ் அணிந்திருந்தாள். அவளின் துப்பட்டா அடிக்கடி விலகி மார்புகளின் பிளவை முன்னிலைப் படுத்திக் காட்சிப்படுத்தியது.

டாடா ஃபைனான்ஸ் ஆண்டறிக்கை ராஜுவுக்கு உதவாமல் போகவும் ராஜு கொஞ்சம் அமைதியானான். அடுத்து எதைக் கையாண்டு சுர்வீனிடம் பேச்சுக் கொடுக்கலாம் என்று

யோசித்துக்கொண்டிருப்பான் போலிருந்தது. சுர்வீன் ஜன்னலைப் பார்த்தவண்ணம் இருந்தாள்.

முழுநிலவு தெளிவாக வானில் தெரிந்தது. விமானம் நிலவுக்கு ஹலோ சொல்லிக்கொண்டு பறப்பது மாதிரியும் நிலவு வெகுஅருகில் நெருங்கி வந்தது மாதிரியும் இருந்தது. வெள்ளை நிலவில் இருந்த கறைகள் மிகத்தெளிவாகத் தெரிந்தன. அங்கங்கு சிவப்பு நிறம் பூசிய மாதிரியும் நிலவு காட்சி தந்தது.

"எவ்வளவு எழிலாயிருக்கிறது!" என்றாள் சுர்வீன்.

என் தோள்களைத் தட்டி என்னிடம் நிலவைப் பார்க்கச் சொன்னாள். கொஞ்சம் நெருங்கிப்போய் ஜன்னலுக்கு வெளியே நோக்கினேன். சுர்வீனின் தோள்களை என் உடல் வருடியது. நிலவைப் பார்த்தவாறு இருந்தேன். ஜன்னலை நோக்குவது நின்ற பிறகும் என் தோள்களும் அவளுடைய தோள்களும் ஒட்டியவாறே அமர்ந்திருந்தோம்.

பெயர், ஊர், பொழுதுபோக்குகள் போன்ற விஷயங்களைப் பகிர்ந்துகொண்டோம். ராஜு அடிக்கடி இருக்கையிலிருந்து எழுந்து எழுந்து போனான். விமானம் ஜெய்ப்பூர் நகரைக் கடந்துகொண்டிருக்கிறது என்று விமானி அறிவித்தபோது என் கைகள் அவள் கை விரல்களை மென்மையாக வருடிக் கொண்டிருந்தன. சுர்வீன் கண்களால் என்னுடன் பேசியபடியே இருந்தாள். அன்றைய தினம் மும்பையும் தில்லியும் மிக அண்மையில் இருந்த நகரங்களாயின. பத்து நிமிடங்களில் விமானம் தில்லி வந்தடைந்ததைப் பின்னர் எப்படி சொல்வீர்கள்?

ராஜு அவசரஅவசரமாக விமானத்தில் இருந்து இறங்கினான். நானும் சுர்வீனும் எல்லாரும் இறங்கும் வரை எங்களது இருக்கையிலேயே இருந்தோம். சுர்வீன் முகத்தில் புன்னகை வழிந்தவாறு இருந்தது. கோச்சில் ஏறி டெர்மினல் வரும்போது நாங்கள் இருவரும் எங்களின் கைத்தொலைபேசி எண்களை மாற்றிக்கொண்டோம். சுர்வீனின் லக்கேஜ் வரும் வரை அவளுடன் நின்றுகொண்டிருந்தேன். அவளைக் கூட்டிக்கொண்டு போகவந்த உறவினரிடம் என்னை அறிமுகம்கூட செய்துவைத்தாள்.

நானும் ராஜுவும் டாக்ஸியில் ஏறி எங்கள் அறைக்குத் திரும்பும்வரை ராஜு எதுவும் பேசவில்லை. சதா பெண்களின் புராணம் பாடும் ராஜு சுர்வீனைப் பற்றிப் பேசாதது எனக்கு மிகவும் அதிசயமாக இருந்தது. அவன் மௌனத்தில் கோபம் கலந்திருப்பதை என்னால் உணர முடிந்தது. "அவளுடன் அதைச் செய்தேன்... இவளுடன் இதைச் செய்தேன்" என்று இவன் சொன்னபோதெல்லாம் ஒரு சலனமும் இல்லாமல் தானே நான் கேட்டேன். இன்று

அவன் முன்னால் நான் ஒரு பெண்ணுடன் நெருங்குவதை இவனால் பொறுத்துக்கொள்ளக்கூட முடியவில்லை. அந்தப் பயணத்திற்குப் பிறகு எங்கள் நட்பு முறிந்துவிட்டது. முதலில் அறையைக் காலி செய்து வேறொரு நண்பனுடன் தங்கினான். விரைவிலேயே வேறு வேலை கிடைத்து ராஜு சென்னைக்குக் குடிபெயர்ந்து சென்றுவிட்டான்.

சுர்வீனுடனான சந்திப்பு ஒரு நல்ல நட்பின் முடிவுக்குக் காரணமாக அமைந்தது என்றே இன்றுவரை கருதுகிறேன். இதில் நகைச்சுவை என்னவென்றால் தெய்வீகக் காதலர்களின் முதல் சந்திப்பு என்பது மாதிரியாக நிகழ்ந்த அந்த முதல் சந்திப்பே கடைசிச் சந்திப்பாகவும் ஆனது. எனக்குக் கொடுக்கப்பட்ட எண் தவறான எண்ணாக இருக்கும்போது தொலைபேசியில் பேசுதல் எப்படி சாத்தியமாகும்? அவள் கொடுத்த எண்ணில் கனத்த சாரிரத்துடன் ஒருவர் "ஜவஹர்லால் பேசுகிறேன்" என்கிறார். அன்று விமான நிலையத்தில் இருந்து கிளம்பி வீடுவந்து சேரும்வரை நான் அனுப்பிய காதல் ததும்பும் குறுஞ் செய்திகளை ஜவஹர்லால்தான் படித்திருப்பார் என்று நினைத்துப் பார்த்துக் கண்ணை மூடிக்கொண்டே சிரித்தேன்.

கண் திறந்தபோது திருவாளர் ஸ்ரீ ராமும் பௌலோமியும் சிரித்துக்கொண்டிருந்தார்கள். கண் மூடி நான் புன்னகைத்ததைப் பார்த்துச் சிரிக்கிறார்களோ என்று எனக்குச் சந்தேகம் வந்தது. நல்லவேளை அப்படியில்லை. "ஸ்ரீ ராம்... யு ஆர் வெரி ஃபன்னி" என்று சொல்லி மூக்கை இருகைகளால் மூடியவாறே அழகாகச் சிரித்தாள் பௌலோமி.

விமானம் ரன்வேயில் இறங்கியவுடன் ஸ்ரீ ராம் தன் மொபைல் நம்பரை பௌலோமிக்குக் கொடுத்தார். தொடர்பில் இருக்குமாறு கேட்டுக்கொண்டார். பயணிகள் இறங்கத் துவங்கியவுடனேயே பௌலோமி "ஓக்கே... நைஸ் மீட்டிங் யூ ஸ்ரீ ராம்" என்று சொல்லி விட்டுச் சென்றுவிட்டாள். காலுக்கடியில் வைத்த பைக்குள் உணவுப் பொட்டலம், நாவல் இவற்றையெல்லாம் அடைத்துவிட்டு ஸ்ரீ ராம் எழும் வரை பொறுமையின்றிக் காத்துக்கொண்டிருந்தேன். பின்னர் அவரைத் தாண்டி நகர்ந்து அவருக்கு முன்னால் விமானத்திலிருந்து இறங்கிக் கோச்சில் ஏறினேன்.

லக்கேஜ் வர நேரமானது. கிட்டத்தட்ட எல்லாப் பயணிகளும் தத்தம் லக்கேஜ்களை எடுத்துக்கொண்டு கிளம்பிவிட்டார்கள். என்னுடைய லக்கேஜை எடுத்துக்கொண்டபோது, "எக்ஸ்க்யூஸ் மீ" என்று யாரோ சொன்னார்கள். பௌலோமி. இதழில் குறுநகை.

"நீங்கள் இந்தப் புத்தகத்தில் படித்த கதை பிடித்திருந்ததா? என்று கேட்டாள்.

“ரொம்ப” என்றேன்.

“அப்படியென்றால், புத்தகத்தை நீங்கள் முழுக்கப் படித்து விட்டு தாருங்களேன்” என்று சொன்னாள்.

“ஆர் யூ ஷ்யூர்?” என்றேன் வியப்புடன்.

“யெஸ்.”

நான் புத்தகத்தை வாங்கியவுடன் அவள் வேகமாக நடக்கத் தொடங்கினாள்.

“இந்தப் புத்தகத்தை நான் எப்படி உங்களுக்குத் திருப்பிக் கொடுப்பது?”

“அது அப்படியொன்றும் எக்ஸ்பென்சிவ் புத்தகமில்லை… டேக் இட் ஈஸி… பை” என்று சொல்லி மறைந்துவிட்டாள்.

அறைக்குத் திரும்பினேன். மிகவும் களைப்பாக இருந்தது. இரவு உணவு தயார்செய்யும் மனநிலை இல்லை. அறை நண்பர்கள் யாராவது இருந்தால் சமைத்து வைப்பார்கள். சேர்ந்து தங்கும் அளவுக்கு ராஜுவுக்குப் பிறகு எந்த ஒரு நண்பனும் அமையவில்லை.

பையில் வைத்திருந்த “Selected Short Stories of Satyajit Ray” புத்தகத்தை எடுத்தேன். அது புதிதாக வாங்கிய புத்தகம். பெங்களூரு விமான நிலையத்தில் அன்று மாலை விமானத்துக்காகக் காத்திருந்தபோது பௌலோமி வாங்கியிருக்கலாம். புத்தகத்தின் வாசனையை முகர்ந்தவாறு சில கணங்கள் இருந்தேன், பௌலோமியின் அழகான நாசி என் நெஞ்சில் நிழலாடியது.

புத்தகத்தைப் படிக்கத் திறந்தபோது ஒரு துண்டுக் காகிதம் அதற்குள்ளிருந்து கீழே விழுந்தது. அந்தத் துண்டுக் காகிதத்தில் பௌலோமியின் பெயர், அலுவலக முகவரி, கைத்தொலைபேசி எண், மின்னஞ்சல் முகவரி – இவையெல்லாம் மணியான எழுத்தில் எழுதப்பட்டிருந்தன.

பிரான்ஸில் ஒரு கிறிஸ்துமஸ்

வருடம் தவறாமல் கிறிஸ்துமஸ்ஸுக்கும் புத்தாண்டுக்கும் இடைப்பட்ட தினமொன்றில் மின்னஞ்சல் அனுப்புவது என் ஃபிரெஞ்சு நண்பன் ஃபிரெடெரிக்கின் வழக்கம். இந்த வருடமும் அவன் அஞ்சல் வந்தது. அதிலிருந்து ஒரு பகுதி:

"கிறிஸ்துமஸ் இப்போதுதான் கடந்து சென்றது; புத்தாண்டு கொண்டாட நாங்கள் தயாராகிக் கொண்டிருக்கிறோம். இரண்டு பண்டிகைகளுமே குடிப்பதற்கும் தின்பதற்கும் இரு சந்தர்ப்பங்கள்! எங்கள் டாக்ஸி ஓட்டுனர்கள் ஹலோ சொல்வதில்லை; எங்கள் பார்களின் வேலையாட்கள் மருந்துக்குக்கூட சிரிப்பதில்லை. ஆனால் நாங்கள் சாப்பாட்டுப் பிரியர்கள்; சமைப்பதிலும் எங்களுக்கு ஆர்வம்; சிறந்த உணவுவகைகளில் நாங்கள் சீனர்களோடு போட்டியிடுகிறோம்.

ஃப்ரெஞ்சு ருசிப்பண்டங்களில் ஃப்வ க்ஹா *(Foie Gras)* மிகவும் சிறப்பானது. இதை நீ எப்போதாவது சுவைத்திருப்பாய் என்று நினைக்கிறேன். உலகெங்கிலுமுள்ள மக்கள் இதைச் சுவைத்துச் சாப்பிடுகிறார்கள்; இப்பண்டம் எப்படி தயாரிக்கப்படுகிறது என்பதை அவர்கள் அறியும்வரை! இந்த அற்புதமான உணவு வகையின் பின்னர் இருக்கும் கதையைக் கேள். பெண் வாத்து அல்லது ஆண் வாத்து – இரண்டில் ஒன்றை எடுத்துக்கொள். வீட்டுக்கு வெளிப்புறமாக அது வளரட்டும்; புழு, பூச்சி போன்ற சத்தான ஆகாரத்தைத் தின்று வளரட்டும். அப்போதுதான் அதன் சதையில் நல்ல சுவை சேரும். கிறிஸ்துமஸ்ஸுக்கு சில வாரங்கள்

முன்னர் அந்த வாத்திற்கு சோள மாவும் எண்ணெயும் (பன்றி இறைச்சி எண்ணெயாக இருந்தால் கூடுதல் விசேஷம்!) சேர்ந்த ஒரு கலவையை வலுக்கட்டாயமாக ஊட்டத் துவங்கு. நீ ஊட்டும் அளவுக்கு அதைத் தின்பதில் வாத்து கொஞ்சமும் விருப்பம் காட்டாது. அப்போது, அதன் காலடியில் கலவையை வைத்து மருத்துவர்கள் பயன்படுத்தும் குழாய்கள் மூலமாக வாத்தின் வாயில் புகட்டப்பட வேண்டும். வாத்துக்கு அதீதமாக தின்னக் கொடுத்து அதன் குடலைப் பூதாகரமாக வளரவைத்து, கொழுத்த குடலாக்குவதே நோக்கம். வாத்தைக் கொன்றபின் உள்ளே கவனித்தால், குடலின் எடை அதன் மொத்த எடையின் பங்கில் கணிசமானதாக இருக்கும். மேலும் அதன் குடலைச் சுற்றி நல்ல கொழுப்பும் சேர்ந்திருக்கும்; இது அக்குடலை நன்கு சமைப்பதில் உதவிகரமாக இருக்கும். ஃப்வ–க்ஹா சுட்ட ரொட்டிக்கு மேல் பரிமாறப்படும்–இறைச்சிப் பசை பரிமாறப்படுவதைப் போல! ஆனால் இது இறைச்சிப் பசையல்ல. ஓர் அமெரிக்க நண்பன் ஒரு பெரும் துண்டைச் சாப்பிட்ட பிறகு "இறைச்சிப் பசை போன்று இருக்கிறது" என்று என்னிடம் சொன்னான். என் கையிலிருந்த கத்தி கூராக இல்லாததாலும், சுலபமாகக் கொல்வதற்கேற்ற மாதிரி பெரிதாக இல்லாததாலும் அவ்விடத்தில் அவனைக் கொல்லாமல் விட்டுவிட்டேன். இது சூடாக, துண்டங்களாக வெட்டப்பட்டு, இரு புறங்களிலும் பொறித்துப் பரிமாறப்படலாம். அதை உறையவைத்துச் சாப்பிடுதல் இன்னொரு வழி; வெளிப்புறம் சுடப் பட்டுத் தெரிந்தாலும், உள் புறத்தில் சமைக்கப்படாததைப் போன்று பச்சையானதாக இருக்கும். சிலர் பெண் வாத்து ஃபவ க்ஹாவை விரும்புகிறார்கள்; சுவை மிக்கது. மற்றவர்கள் ஆண் வாத்து ஃப்வ க்ஹாவை விரும்புகிறார்கள். மென்மையானது, ஆனால் விலையுயர்ந்தது. ஃப்வ க்ஹா சிறு அளவுகளில் உண்ணப்படுகிறது. ஏனெனில் இது மிகவும் வளநிறைவானது, ஆனால் உடலுக்கேற்ற செறிவேற்றப்படாத நல்ல கொழுப்பு மிக்கது.

இன்று பிரான்ஸில் உண்ணப்படும் பெரும்பாலான ஃப்வ க்ஹாக்கள் ஹங்கேரியிலிருந்து இறக்குமதி செய்யப்பட்டவை. வலுக்கட்டாயத் தீனிப் புகட்டலுக்கு நிறைய மனித உழைப்பு தேவைப்படுகிறது. ஏற்கத்தக்க விலைக்குள் ஃப்வ க்ஹாக்கள் தயாரிக்கப்பட மிக அதிக ஃபிரெஞ்சு கூலி நிலை தடையாக உள்ளது. மிக உயர்தர ஃப்வ க்ஹாக்கள் மட்டும் தென்மேற்கு பிரான்ஸில் உற்பத்தி செய்யப்படுகின்றன, ரோமானிய காலத்தி லிருந்து இம்மரபு அங்கு தொடர்ந்து வருகிறது.

அடுத்து வருவது ஆயிஸ்டர்கள். ஒரு தட்டையான சிப்பிக்குள் பச்சை நிற, சாம்பல் நிறச் சதையிருக்கும்; திண்மையான கடல் நீர்

சுவை கொண்டதாயிருக்கும். பலவகை ஆயிஸ்டர்கள் (சிப்பிகள்) இருக்கின்றன. முக்கால்வாசி இறக்குமதி செய்யப்பட்டவையே. முப்பது வருடங்கள் முன்னர் ஒருவித நோயின் காரணமாக உள்ளூர் இனங்கள் நசிந்துவிட்டன. வட்டமான ஜப்பானிய ஆயிஸ்டர்களும் தட்டையான போர்ச்சுகீசிய ஆயிஸ்டர்களும் மிகப் பிரசித்த மானவை. இப்போது கிடைக்கும் உள்ளூர் ஆயிஸ்டர்கள் மிகவும் தட்டையானதாகவும் சிறு உடல் பாகமுள்ளவையாகவும் இருக்கும். ஒவ்வொரு ஆயிஸ்டரின் சுவையும் வேறுபடும். நுண்ணிய சுவை வேறுபாடுகளை உணர்ந்தறிய ஒருவன் கை தேர்ந்த சுவைஞனாக இருத்தல் அவசியம். தென் – மேற்கு பிரான்ஸில் ஆயிஸ்டர்கள் ரொட்டிகளுடனும், தொத்திறைச்சிகளுடனும் சேர்த்து உண்ணப் படுகின்றன; வடக்கில் எண்ணெய், வினிகர் மற்றும் வெங்காயத் தாளுடன் சேர்த்தும், பிரிட்டனியில் கம்பு ரொட்டி மற்றும் வெண்ணெயுடன் சேர்த்தும் ஆயிஸ்டர்கள் உண்ணப்படுகின்றன. பாரிஸில் ஆயிஸ்டர்கள் ஓவனில் ஷாம்பெய்ன் பெஷமல் சாஸுடன் சேர்த்துச் சமைக்கப்படுவதுண்டு.

சில மூடர்கள் ஆயிஸ்டரை மூக்கிலிருந்து வழியும் சளியுடன் ஒப்பிடுகின்றனர். முட்டாள்தனமான பேச்சு. ஆயிஸ்டர் உயிருடன் சாப்பிடப்படுகிறது என்பதை நீ புரிந்துகொண்டிருப்பாய். வாயில் இட்டவுடன் அதைச் சவைக்கக் கூடாது; விழுங்கிவிட வேண்டும். ஆயிஸ்டரின் புதுத்தன்மையை அறியும் சோதனைகளில் சிறந்தது அதன்மேல் சில எலுமிச்சைத் துளிகளை ஊற்றுவது. அப்படி ஊற்றுகையில் ஆயிஸ்டர் அசையாமல் இருக்குமானால் அதைத் தின்னக் கூடாது. ஏனென்றால் அந்த ஆயிஸ்டர் செத்துவிட்டது.

ரோமானியர்களின் காலத்திலிருந்தே ஆயிஸ்டர் அருஞ்சுவை உணவாக இருந்திருக்கிறது. இப்போதைக்கு பிரான்ஸில் ஒரே ஒரு ஆயிஸ்டர் இனம்தான் எஞ்சியிருக்கிறது. அது பிரிட்டனி யில் இருக்கும் கன்கேல் *(Cancale)* என்ற சிற்றூரில் பண்ணை முறையில் பயிர் செய்யப்படுகிறது.

வாத்துகளையும் ஆயிஸ்டர்களையும் தியாகிகளாக்கும் முயற்சிகளாக மேற்சொன்னவை தோன்றலாம். அவ்வளவெளிதில் விட்டுக்கொடுக்கத்தக்க உணவு மரபல்ல இது. கலிபோர்னியாவில் விலங்குகள் சித்திரவதைக்கெதிராக விலங்கு ஆர்வலர்கள் நடத்திய பொதுஜன வாக்கெடுப்பின் காரணமாக ஃப்வ க்ஹா தடை செய்யப்பட்டுள்ளது; அமெரிக்காவின் மற்ற மாநிலங்களிலும் இத்தடை பிறப்பிக்கப்படும் என்று எதிர்பார்க்கப்படுகிறது. சைவ ஃப்வ க்ஹாவை நான் முயன்றிருக்கிறேன். அசலின் சுவை அதற்கில்லை. அதனுடைய திசுக்கட்டமைப்பும் மென்மையுடைய தாக இல்லை.

முறையாகப் பரிமாறப்பட்ட துணையுணவுக்குப் பிறகு, முக்கிய உணவு பரிமாறப்படும்; செஸ்ட்நட்டுகளுடன் வான்கோழிக் கறி. இன்றைய சிறு குடும்பங்களில் வான்கோழி சமைக்கப்படுவதில்லை என்பதுதான் உண்மை. சமீப காலங்களில் நாங்கள் வாத்தையோ அல்லது ஆண்மை நீக்கப்பட்டுக் கொழுக்க வைக்கப்பட்ட சேவலையோதான் சமைக்கிறோம். சிலர் கினிக் கோழியையும் சமைப்பார்கள்; ஆனால் அது சிரத்தை பூர்வமானதில்லை; வெறும் பாவனை மட்டுமே. பன்றி இறைச்சி, ரொட்டி, வெண்ணெய், முட்டைகள் மற்றும் நறுமணப் பொருட்கள் – இவை கலந்த பூரணம் பறவைக்குள் அடைத்து வைக்கப்பட்டு ஓவனில் சுடப்படும். இறைச்சியின் சாற்றில் வேகும்படியாக செஸ்ட்நட்கள் பறவையைச் சுற்றி வைக்கப்படும். குறைந்த வெப்பத்தில் (120 டிகிரி) பலமணி நேரங்கள் நீரைச் சேர்த்துச் சமைத்தால் இறைச்சி சாற்றின்தன்மையுடன் இருக்கும்.

இறைச்சியுடன் பக்க உணவாக போம் துஃபின் (*Pommes Dauphine*) பரிமாறப்படலாம். மாவையும் அடித்த முட்டையையும் பிசைந்த உருளைக்கிழங்குடன் சேர்த்துப் பொரித்தெடுக்க வேண்டும். உருளைக் கிழங்கு ஃப்ரை போல இதன் ருசி இருக்கும்; ஆனால் மென்மையானதாகவும் அதேசமயத்தில் முறுமுறுப்பாகவும் இருக்கும். சில பெல்ஜிய நாட்டவர்கள் பெல்ஜியத்தில்தான் முதன் முதலில் இந்த அயிட்டம் சமைக்கப்பட்டது என்று சொல்வதைக் கேட்டிருக்கிறேன். அதெல்லாம் முழுப்பொய். அவர்கள் சொல்வதை நீ நம்பாதே, ஃபிரெஞ்ச் ஃப்ரை கதைதான் இதுவும். பெல்ஜிய மக்கள் ஃபிரெஞ்ச் ஃப்ரை ஆன்ட்வெர்ப் நகரில்தான் கண்டு பிடிக்கப்பட்டது என்று சொல்வார்கள். புயல் காரணமாக மீனவர்கள் கடலுக்குள் சென்று மீன் பிடிக்க முடியாமல்போன காரணத்தால் ஓர் உணவு விடுதியில் மீனுக்குப் பதிலாக உருளைக் கிழங்கைச் சிறு விரல்கள் போன்று வெட்டி எண்ணெயில் பொரித்துத் தந்ததாகவும் சொல்லப்படும் கதை ஒன்று இருக்கிறது. ஃபிரெஞ்சு ஃப்ரையின் உண்மையான துவக்கம் ஒரு ஃபிரெஞ்சு சமையல்காரனிடமிருந்துதான். தாமஸ் ஜெஃபர்ஸன் அமெரிக்க ஜனாதிபதியாக இருந்தபோது வெள்ளை மாளிகையில் அவருக்கு எண்ணெயில் பொரித்த உருளைக்கிழங்குத் துண்டுகள் முதன்முதலாகப் பரிமாறப்பட்டன. நான் சொல்கிறேன்! சந்தேகத்துக்கிடமின்றி, ஃபிரெஞ்சு ஃப்ரை 100% ஃபிரெஞ்சுதான்!

பாலாடைக் கட்டிகள் கண்டிப்பாக இருக்க வேண்டும். ஒரு மரபார்ந்த பாலாடைக்கட்டி தட்டில் ஒரு நீல பாலாடைக்கட்டி – ருஹ்க்ஃபர் (*Roquefort*) அல்லது ப்ளூ தெ கோஸ்ஸ¬ (*Bleu des Causses*), ஒரு மென்மையான பாலாடைப் பசை (பச்சைப் பாலில்

கை வடிவத்தில் நார்மன்டி பிரதேசத்தில் செய்யப்பட்ட கெமம்பேர் *(Camembert)* அல்லது ப்ரீ த மூ *(Brie de Meaux)* கடிக்கச் சிரமமாக இருக்கும் ஒரு பாலாடைப் பசை (ஆல்ப்ஸ் மலைப் பாலாடை – கூந்த் *(Comte)* அல்லது பாஸ்குகளின் பாலாடை – ஒஸ்ஸு இறத்தி *(Ossau Irraty)* மற்றும் ஒரு ஆட்டுப் பாலாடைக் கட்டி (சீராக வெட்டி எடுக்கவியலாமல் துண்டுகளாக உடைத்துச் சாப்பிட வேண்டிய குத்தோன் *(Crottin)* ஆகியவை இருக்கும். காட்டு வகைப் பாலாடைக்கட்டிகளில் நான் விரும்புவது புலேத் த'வெண் *(Bouletted'Avennes)*; மிஞ்சிய மற்ற பாலாடைக் கட்டி வகைகளிலிருந்து இந்தப் பாலாடை வடக்கு பிரான்ஸில் உருவாக்கப்படுகிறது. கடுமையான வாசம் வீசும் இப்பாலாடை, அதன் தீவிரமான வாசத்திற்கேற்ற கடுமையான சுவையையும் தரும். (கடுமையான வாசம் தரும் மற்றவகை பாலாடைக் கட்டிகளை இத்தகைய நல்ல சுவை தரும் என்று சொல்ல முடியாது.) இந்தப் பட்டியலில் குறைந்தபட்ச பாலாடைக் கட்டி வகைகளைப் பற்றிதான் சொல்லியிருக்கிறேன். ஒரு நல்ல உணவு விடுதியில் குறைந்தபட்சம் இருபது அல்லது முப்பதுவகை பாலாடைக் கட்டிகள் தின்னக் கிடைக்கும்.

பிரான்ஸின் மிகப் புகழ்பெற்ற ஜனாதிபதிகளுள் ஒருவரான டி கால் ஒருமுறை சொன்னார்: "ஒரு வருடத்தின் நாட்களின் எண்ணிக்கையைவிட அதிகமான பாலாடைக்கட்டி வகைகள் இருக்கும் ஒரு நாட்டை எப்படி நிர்வகிப்பது?" நூற்றுக்கும் மேலான வெவ்வேறுவகை பாலாடைக்கட்டிகள் – பசுவின் பாலிலிருந்து செய்யப்பட்டவை, ஆடுகளிலிருந்து செம்மறியாட்டிலிருந்து என. மெலிதானது, கெட்டியானது என. ருஹ்க்ஃபர் எனும் கடும் வாடைமிகு பாலாடைக் கட்டி கண்டுபிடிக்கப்பட்ட கதை சுவாரசியமானது. ஓர் இடையன் தவறுதலாக செம்மறி ஆட்டுப் பால் இருந்த கிண்ணத்தையும் பாதி தின்ற பாலாடைக் கட்டியையும் ஒரு குகைக்குள் வைத்து மறந்து சென்றுவிட்டான். சில வாரங்களுக்கப்புறம் அவன் அதே குகைக்கு வந்து பார்த்தபோது பாலும் பாலாடைக் கட்டியும் கலவையாகி பச்சை படிந்த வெண்மை நிறப் பசையாகியிருந்தது (பூஞ்சைக் காளான் பிடித்துப் போயிருந்தது!). அதை அவன் தின்று பார்த்தான். (ஒரு ஃபிரெஞ்சுக் காரனுக்கு மட்டுமே கெட்டுப்போன ஒன்றைத் தின்றுபார்க்கும் பைத்தியக்காரத்தனமான யோசனை வந்திருக்கக் கூடும்!) அதன் சுவை அவனுக்குப் பிடித்திருந்தது. அதைத் தயாரிக்கும் முறையைச் சிறிது மாற்றியமைத்து அதன் சுவையை இன்னும் சீரமைத்தான். நம்பகமான ருஹ்க்ஃபர் பாலாடைக் கட்டிகள் இன்னமும் ருஹ்க்ஃபர் நகருக்கருகிலுள்ள குகைகளுக்குள்தான் தயாரிக்கப்படுகின்றன.

அடுத்ததாக, இனிப்பில் 'மரத்துண்டு' கேக் சாப்பிடுவோம். பஞ்சு போன்ற இழைநயத்துடன் அடுக்குகளாக, வெண்ணெய் – கிரீமை இழைத்து செய்யப்பட்ட கேக்; சாக்லேட்டினால் மூடப் பட்டிருக்கும்; அந்த கேக் மரத்துண்டின் வடிவிலேயே இருக்கும்; சர்க்கரைப் பாகில் செய்யப்பட்ட தேவதை, மரங்கள் மற்றும் காளான்களால் அலங்கரிக்கப்பட்டிருக்கும்.

வயிறு நிறைய சாப்பிட்டபிறகு, சாக்கலேட் போர்த்திய கேக் சாப்பிடுவது கடினமாக இருக்கலாம்; எனவே இப்போதெல்லாம் நாங்கள் லேசான 'மரக்கட்டைகளை'ச் சாப்பிடுகிறோம். லேசான 'மரக்கட்டைகள்' பழச்சாறுகளினால் செய்யப்பட்டிருக்கும். பாரீஸில் வேலை பார்க்கும் ஜப்பானைச் சேர்ந்த ஒரு மாவுப்பண்ட சமையல் வித்தகர் பச்சைத் தேயிலையில் செய்யப்பட்ட கிரீமைக் கண்டுபிடித்திருக்கிறாராம்!

மேலே சொன்ன ஒவ்வொரு பதார்த்தத்தோடும் அதற்கேற்ற பொருத்தமான வைன் அருந்தப்படும். வைன் சரியான பிரதேசத்தினதாகவும் தக்க தரமுடையதாகவும் இருத்தல் சிறப்பு. மிகக்குறைந்த தரமுள்ள வைன் பரிமாறப்பட்டால் கேவலமாகக் கருதப்படலாம்; மிக உயர்தர வைன் பரிமாறப்பட்டால் ஆடம்பரத்தின் அடையாளமாகக் கருதப்படலாம். மேல் சொன்ன அயிட்டங்களுக்குத் திரும்பச் செல்வோமானால், ஃப்வ க்ஹா – வுடன் ஸுதெர்ன் *(Sauternes)* (தெற்கு போர்டௌ பிராந்தியத்தின் வெண்ணிற இனிப்பு வைன்), அல்லது வுந்தோன்ஷ் தரதீவ் *(Vendanges Tardives)* (முதற் பனிக்குப் பிறகு வட – கிழக்கு பிரான்சில் அறுவடை செய்யப்பட்ட திராட்சையிலிருந்து தயாரான வைன்). ளுவா *(Loire)* பிராந்திய வெண்ணிற வைன் குளிர்ச்சியுடன் ஆயிஸ்டருடன் சேர்ந்து பருகப்படலாம் அல்லது போர்டௌ அந்த்ர் – ட மெர்ஸ் *(Bordeaux Entre - deux mers)* (அட்லாண்டிக் கடலுக்கும் கெரோன் நதிக்கும் நடுவில், போர்டௌ பிராந்தியத்தின் வடக்குப் பகுதியில் தயாரிக்கப்படும் வெண்ணிற வைன்). வாத்துக்குச் சிகப்பு வைன் ஏற்றது (சிகப்பு போர்டௌ – இந்த ரகத்தில் பலவகைகள் உண்டு – அல்லது மண்ணின் வாசம் தூக்கலாக இருக்கும் கெஹோஹ் *(Cahors)*. சிகப்பு வைன் அறை வெப்பநிலையில் பரிமாறப்படுதல் விசேஷம்; விருந்துக்குப் பல மணி நேரம் முன்னதாக மூடிகள் திறக்கப் பட்டு, பாட்டிலில் வைன் நன்கு சுவாசிக்கும் வகையில் வைக்கப் பட்டிருக்க வேண்டும். பாலாடைக் கட்டிகளோடும் சிகப்பு வைன் அருந்தப்படலாம் (போர்டௌ அல்லது பர்கன்டி). இனிப்புடன் சேர்ந்து ஓர் இனிப்பு வைன் (உதாரணத்திற்கு ஸுதெர்ன்); இனிப்போடு ஷாம்பெய்னும் அருந்தலாம்.

மேற்சொன்ன வர்ணனைக்குப் பிறகு உனக்குப் பசியெடுக்கிறதா? சிறிய அளவிலான மரபுரீதியான ஃபிரெஞ்சு விருந்தைப் பற்றிய ஓர் அறிமுகம் மட்டுமே இது! எனக்கு ஞாபகமிருக்கிறது, நான் சிறுவனாக இருந்தபோது, குடும்ப விருந்துகள் மதியம் பன்னிரண்டு மணிக்குப் பானங்களுடனும் பசியை அதிகப்படுத்தும் நொறுக்குத் தீனிகளுடனும் (அப்பேரிடிஃப்) துவங்கும்; பலவித துணையுணவுகள், ஒரு மீன், ஒன்று அல்லது இரண்டு இறைச்சி அயிட்டங்கள், பாலாடைக் கட்டிகள், பலவித இனிப்புகள், காஃபி மற்றும் பூஸ்-கஃபெ *(Pousse-café* – காஃபிக்குப் பிறகு பரிமாறப்படும் குடிபானங்கள்) என்று தொடர்ந்து மாலை ஐந்து அல்லது ஆறு மணிவரை விருந்து தொடரும். இன்றோ, யாரும் இத்தனை உணவு உண்பதில் ஆர்வம் காட்டுவதில்லை; எடை கூடும் என்கிற பிரக்ஞை மட்டும் அதற்குக் காரணமில்லை; அத்தனை நேரம் விருந்து மேசையில் இருப்பவர்களிடம் சிரித்துப் பேசியாக வேண்டிய கட்டாயமும் ஒரு காரணமாக இருக்கலாம்!

முதல் நாள்

விஷால் ஒரு தொழிலதிபரைப் பற்றிய புத்தகமொன்றைப் படித்துக்கொண்டிருந்தான். அவன் படிக்கும் மேனேஜ்மென்ட் பள்ளியில் நடைபெறும் ஒரு செமினாரில் சிறப்புரை ஆற்ற அந்தத் தொழிலதிபர் வருவதாகத் திட்டம் இருந்தது. க்ரக்ஸ் திரிவேதி என்று பரவலாக அறியப்படுகிற தொழிலதிபர் அவர். பிளாஸ்டிக் பைகள் மற்றும் குட்கா போன்றவற்றை உற்பத்தி செய்யும் நிறுவனத்தின் உரிமையாளர். மீரட்டில் சாதாரண அச்சக மொன்றில் ஆபரேட்டராக இருந்த திரிவேதி, இருபது ஆண்டுகளில் இந்தியாவின் முக்கியமான தொழிலதிபர் என்ற ஸ்தானத்தை எட்டியவர். மத்தியிலும் உத்திரப் பிரதேச மாநிலத்திலும் ஆளுங்கட்சி எதிர்க்கட்சி என்ற பாகுபாடில்லாமல் எல்லா அரசியல்வாதிகளுடனும் உறவு பேணி தன் நிறுவனத்துக்கும் தன் தொழில் துறைக்கும் சாதகமான கொள்கைகளை அமல்படுத்த வைப்பதன் வாயிலாக அசாதாரண முன்னேற்றத்தைப் பதிவுசெய்தவர். இந்தியாவெங்கும் பத்துக்கும் மேலான தொழிற்சாலைகள், கூட்டு முதலீடுகள் மற்றும் துணை நிறுவனங்கள் மூலம் போலந்து, அமெரிக்கா, மெக்ஸிகோ மற்றும் தென் கொரியா ஆகிய நாடுகளில் எல்லாம் கிளை பரப்பியிருந்தது அவருடைய 'க்ரக்ஸ்' நிறுவனம். அவர் வந்து தலைமை யுரை ஆற்றப் போகும் கருத்தரங்கைத் தொகுத்தளிக்கும் பொறுப்பு விஷாலுக்குத் தரப்பட்டிருந்தது. விஷால் மிகவும் உற்சாகமான மனநிலையில் இருந்தான். அவருடன் தனியாகப் பேசும் சந்தர்ப்பம் அமைந்தால் எதைப் பற்றிப் பேசுவது என்று ஒத்திகையெல்லாம்

பார்த்துவைத்திருந்தான். ஆனால் துரதிர்ஷ்டவசமாக திரிவேதி கடைசி நிமிடத்தில் நிகழ்ச்சியில் கலந்துகொள்ள முடியாத சூழ்நிலையென்று சொல்லி விலகிக்கொண்டார்.

இதற்கெல்லாம் நடுவில் ஒருநாள் திரிவேதியைச் சந்தித்துப் பேசியதாக ஆர்த்தி வந்து சொன்னபோது அவனால் துளிகூட நம்ப முடியவில்லை.

"அவ்வளவு பெரிய ஆளை எப்படி நீ சந்திக்க முடியும்... சும்மா கதை அடிக்காதே" என்றான்.

ஆர்த்தி தன் கல்லூரிப் படிப்பைப் பாதியில் நிறுத்திவிட்டு தில்லி வந்து விஷாலுடன் வசிக்கிறாள். புலந்த்ஷஹரில் வசிக்கும் அவளுடைய பெற்றோரைப் பொறுத்தவரை அவள் நொய்டாவில் ஒரு கால் – சென்டரில் வேலை செய்கிறாள் என்றும், தன் நண்பிகளுடன் காஜியாபாதில் தங்கியிருக்கிறாள் என்றும் நினைத்துக்கொண்டிருக்கிறார்கள். ஒரு ஹவுஸ் – கீப்பிங் கம்பெனியில் ஒரு சாதாரண வேலை அவளுக்குக் கிடைத்திருந்தது.

"இல்லை, நிஜமா அவரைப் பார்த்தேன்... இன்னிக்கு கன்னாட்பிளேஸில் இருக்கிற ஸ்டார் பிளாசா ஓட்டலில் வேலை செய்ய என்னை அனுப்பியிருந்தாங்க... அங்க இருந்த பாரின் நாற்காலிகளை நான் துடைத்துக்கொண்டிருக்கும்போது அவர் பாரில் தனியாக உட்கார்ந்துகொண்டு குடிச்சிட்டிருந்தார்."

"அப்புறம்"

"அவரே என்னிடம் பேச ஆரம்பிச்சார்... அவருடைய அம்மாவின் சொந்த ஊரும் நம்ம ஊர் தான்... நம்ம ஊர்ப் பெண் என்று சொன்னார்... எங்க வேலை செய்றேன்னு கேட்டார்... சொன்னேன்... ஆசையிருந்தா என் கம்பெனியில் என்னுடைய பெர்சனல் அசிஸ்டெண்டாக சேர்கிறாயான்னு கேட்டார்... என்ன சொல்றதுன்னு தெரியாம நின்னேன்... ஒரு கார்டில் அவருடைய எக்ஸிக்யூடிவ் ஒருத்தர காண்டாக்ட் பண்ணச் சொன்னார்."

நோய்டாவில் செக்டர் 62இல் க்ரக்ஸ் நிறுவனத்தின் தலைமையகம் இருந்தது. கார்ப்பரேட் ஆஃபீஸ் பத்து மாடிக் கட்டிடம். கார்ப்பரேட் ஆஃபீஸின் பின்புறம் சேர்மன் ஆஃபீஸ் இருக்கும் கட்டிடம் இருந்தது. மூன்று மாடிக் கட்டிடம். இக் கட்டிடத்தில் திரிவேதியும் அவருடைய பர்சனல் ஸ்டாஃபும் மட்டும் வேலை செய்தார்கள்.

ஆர்த்தியின் நேர்முகத்தை ஜோஷி மேடம் என்று அழைக்கப் பட்ட ஒருத்தி எடுத்தாள். ஜோஷி மேடத்துக்கு நாற்பது

வயது இருக்கலாம். மிகக் கவர்ச்சியான பாணியில் புடவை அணிந்திருந்தாள். தலையைக் குட்டையாக வெட்டியிருந்தாள். ஆர்த்தி தேர்வு செய்யப்பட்டாள். அன்றே வேலை நியமனக் கடிதம் வழங்கப்பட்டது. தற்போதைய வருவாயைவிட மூன்று மடங்கு அவளுடைய சம்பளம் நிர்ணயிக்கப்பட்டிருந்தது.

அவளுடைய சிறு வருவாய் மற்றும் விஷாலின் தந்தை அனுப்பிவைக்கும் பணம் – இவற்றினால் அவர்களிருவரின் வாழ்க்கை ஓடிக்கொண்டிருந்தது. இச்சூழ்நிலையில் 'க்ரக்ஸ்' தரும் சம்பளம் கூரையைப் பொத்துக்கொண்டு விழும் தங்கம்!

அன்றைய தினம் ஆர்த்தியின் ஆச்சரியம் நிற்பதாகத் தெரியவில்லை. ஜோஷி மேடம் "சேர்மனைப் பார்க்க பல்வேறு உயர்பதவியாளர்கள் மற்றும் பெரும்புள்ளிகள் வந்துபோகும் இடம் இது. வேலை செய்பவர்கள் எல்லாம் அழகாக உடை அணிய வேண்டும் என்று சேர்மன் விரும்புவார். கூந்தலை அழகாக வைத்துக்கொள்ளுதல் அவசியம். புதிதாக நாகரிகமாக உடை வாங்கிக்கொள்ள உனக்கு இருபதாயிரம் ரூபாய் வழங்கப் படும். நாகரிக ஆடைகளில் எதை வேண்டுமானாலும் அணியலாம். கர்நாடகமான உடைகள் தவிர்க்கப்படல் வேண்டும்" என்றாள். இருபதாயிரம் ரொக்கமும் உடன் கிடைத்தது. கம்பெனி விதி களின்படி எல்லா ஊழியர்களும் மருத்துவப் பரிசோதனை செய்து கொள்ள வேண்டும். ஆர்த்திக்கு ஒரு தனியார் மருத்துவமனையின் முகவரி தரப்பட்டது.

அடுத்த நாள் மாலை ஆர்த்தியும் விஷாலும் ஒரு ஷாப்பிங் மாலுக்குச் சென்று நவநாகரிக உடைகள் வாங்கினார்கள். ஆர்த்திக்கான உடைகள் வாங்கிய பின் மிச்சமான பணத்தில் விஷாலுக்கும் உடை வாங்கிப் பரிசளித்தாள்.

புதிதாக வாங்கிய உடை இறுக்கமாக இருந்தது. தோள்கள் தெரியும் உடை அணிவது அவளுக்கு இதுவே முதல்முறை. புலந்த்ஷஹரில் இருந்த நாட்களில் சல்வார்–கமீஸ்தான் அணிவது வழக்கம். தில்லி வந்த பிறகு ஜீன்ஸ்–டாப்ஸ் என்று ஆகிவிட்டது. ஊரிலிருந்து கொண்டுவந்த உடைகளையெல்லாம் வீட்டைச் சுத்தம்செய்ய வரும் வேலைக்காரிக்குக் கொடுத்துவிட்டாள். விஷாலுக்கு அன்று கல்லூரி இல்லை. அவள் உடை அணிந்து காட்டியபோது, அவன் வாய் விரியப் பார்த்துக்கொண்டிருந்தான். "ஏய்... ஏய்" என்று கண்ணடித்தவாறு நெருங்கினான். அவள் "போடா" என்று சொன்னவாறு பையை எடுத்துக்கொண்டு வாசலுக்கு வந்தாள். அவன் அவள் கையைப் பிடித்து அவளை வீட்டுக்குள் இழுத்தான். இருவரும் முத்தமிட்டுக்கொண்டார்கள். "சரி... நான் போகணும்" என்று விலகினாள். "சாயந்திரம்

எத்தனை மணிக்கு வருவேன் என்று தெரியவில்லை. உனக்கு போன் பண்ணுகிறேன்" என்று சொல்லிவிட்டுக் கிளம்பினாள்.

காலையில் நடந்ததை நினைத்ததும் அவள் இதழில் புன்னகை ததும்பியது. உதட்டை மடித்து புன்னகையை அடக்கிக்கொண்டாள். மார்புப் பகுதியை அடிக்கடி தொடும்படியாக இருந்தது. பிரா அணியாமல் இருப்பதும் முதல் தடவை. ரொம்ப சின்ன வயதிலிருந்தே அவளுக்கு பிரா அணியும் பழக்கம். பருவமெய்து வதற்குச் சில வருடங்கள் முன்னரே அவளுடைய அம்மா அவளை பிரா அணிய வலியுறுத்தினாள். தோள் தெரியும் உடையை வாங்குவதற்கு முன்னர் ட்ரயல் ரூமில் பிராவைக் கழற்றாமலேயே போட்டுப்பார்த்தாள்.

சேர்மனின் இரண்டு சீனியர் காரியதரிசிகளில் ஒருத்தியான அஞ்சலி மேடம் (இன்னொருத்தி ஜோஷி மேடம்!) "என்ன அடிக்கடி தொட்டுப் பார்த்துக்கறே? எல்லாம் பத்திரமாத்தான் இருக்கு" என்று கேலி பண்ணினாள். "ஒண்ணும் இல்லக்கா..." என்று வெட்கத்துடன் புன்முறுவலித்தாள் ஆர்த்தி.

ஜோஷி மேடம் ரொம்ப நேரம் கழித்து திரிவேதி சாரின் அறையிலிருந்து வெளியே வந்தாள். "அஞ்சலி! எனக்குத் தலை வலிக்கிறது. டாக்டர் பிரசாத்திடமிருந்து மாத்திரை வாங்கிவரப் போகிறேன்" என்று சொல்லிவிட்டு எங்கோ கிளம்பிச் சென்றாள். அஞ்சலி தனக்குள்ளேயே சிரித்துக் கொண்டதை ஆர்த்தி பார்த்தும் பார்க்காதது மாதிரி இருந்துவிட்டாள். அஞ்சலி மேடமும் மற்ற பெண்களும் வேலையெதுவும் செய்வதாகத் தெரியவில்லை. மேக்-அப்பை சரி பார்ப்பதும், கம்ப்யூட்டரில் சாட் செய்வதுமாக இருந்தார்கள்.

"சிகரெட் குடிப்பியா?" என்று அஞ்சலி மேடம் கேட்டாள்.

"பழக்கம் இல்லக்கா" என்றாள் ஆர்த்தி.

"வாயேன் உலாத்திவிட்டு வருவோம்" என்று அஞ்சலி அழைக்கவும் ஆர்த்தி அவளுடன் சென்றாள். மொட்டைமாடிக்கு வந்ததும் அஞ்சலி சிகரெட்டைப் பற்ற வைத்துக்கொண்டாள்.

"ஹ்ம்ம் என்ன பாக்கேஜ்ல வந்திருக்க" என்று ஒரு தோரணை யாகக் கேட்டாள்.

தயக்கத்துடன் தன் சம்பளம் எவ்வளவு என்ற தகவலைச் சொன்னாள்.

"ஹ்ம்ம்...இதுக்கு முன்னாடி எவ்வளவு சம்பாதிச்சிட்டிருந்தே."

"...அக்கா!"

"லேட் நைட் வொர்க் இருக்கும்னு ஜோஷி மேடம் சொன்னாங்களா?"

முதல் நாள்

ஏதோ ஆஃபீஸர் மாதிரி அஞ்சலி மேடம் கேள்வி கேட்டுக் கொண்டிருந்தது ஆர்த்திக்குப் பிடிக்கவில்லை. ஆர்வமில்லாமல் பதில் சொல்லிக்கொண்டிருந்தாள்.

“என்ன சைஸ்?” என்று அஞ்சலி மேடம் கேட்டதும் அதிர்ச்சி யானாள்.

“என்ன மேடம் இப்படியெல்லாம் கேட்குறீங்க?”

“ஏன் ... ஜோஷி மேடம் கேட்கலியா?”

“இல்ல மேடம்... அப்படி கேட்டாலும் பதில் சொல்லணுமா என்ன?”

அஞ்சலி வாயை மூடிக்கொண்டாள். மேலே எதுவும் பேசவில்லை. சிகரெட் புகைத்து முடித்ததும் தன் சேலையைச் சரி செய்துகொண்டாள். பிரக்ஞையின்றிச் சேலைக் கொசுவத்தைப் பிரித்துக் கட்டிக்கொண்டாள். ஆர்த்திக்கு வெட்கமாக இருந்தது. வேறு திசையில் பார்த்தாள்.

காரியதரிசிகளின் அறைக்குத் திரும்பியவுடன், ஜோஷி மேடம் இண்டர்காமில் போன்செய்து ஆர்த்தியை முதல் ஃப்ளோரில் இருக்கும் மெடிக்கல் ஆஃபீஸரின் அறைக்கு வருமாறு அழைத்தாள். அறைக்கு வெளியே டாக்டர் பிரசாத் என்று எழுதியிருந்தது. கதவை லேசாகத் தட்டிவிட்டு உள்ளே சென்றாள். டாக்டர் பிரசாத்திற்கு ஐம்பது வயது இருக்கலாம். தலைமுடி யெல்லாம் நரைத்திருந்தது, “வெல்கம் டு க்ரக்ஸ் க்ரூப்” என்று கை குலுக்கினார் பிரசாத். ஜோஷி மேடம் “பிரசாத் டியர், ப்ரோசிஜர்படி ஆர்த்திக்கு மருத்துவப் பரிசோதனை செய்யணும்... நேத்து பிளட் சாம்பிள் கொடுத்துட்டு வந்துட்டா” என்றாள்.

டாக்டர் பல்ஸ் செக் செய்தார். ரத்த அழுத்தத்தை மெஷர் செய்தார்.

“லேப்பில் இருந்து ரத்த டெஸ்ட் ரிப்போர்ட் வந்திடுச்சி... எல்லாம் நார்மல்” என்று சொன்னார். ரிப்போர்ட் இருந்த உறையை ஜோஷி மேடத்திடம் தந்தார்.

மூன்று மணியளவில் திரிவேதி ஆர்த்தியைக் கூப்பிட்டனுப்பி னார். அவருடன் ஆங்கிலேயர் ஒருவர் அமர்ந்திருந்தார். திரிவேதி ஆர்த்தியைச் கூர்ந்து பார்த்தார். பின்னர், “உட்கார்” என்றார். ஆங்கிலேயர் உட்கார்ந்திருந்த இருக்கைக்குப் பக்கத்து இருக்கையில் மெள்ள உட்கார்ந்தாள். ஆங்கிலேயருக்கு ஆர்த்தியை அறிமுகம் செய்துவைத்தார். திரிவேதியும் ஆங்கிலேயரும் ஆங்கிலத்தில் பேசிக்கொண்டார்கள். ஆர்த்திக்கு அவ்வளவாகப் புரியவில்லை. பசையெடுத்து ஒட்டிக்கொண்ட புன்னகையை வீசியவாறே

உட்கார்ந்திருந்தாள். திரிவேதி டீ பாட்டில் இருந்த டீயை சர்வ் செய்யச் சொன்னார். கோப்பைகளில் டீயை பதவிசாக ஊற்றி இருவருக்கும் தந்தாள். சந்திப்பு முடிந்து ஆங்கிலேயர் கிளம்புமுன் கோட் ஸ்டாண்டில் இருந்த கோட்டை எடுத்து வருமாறு பணிக்கப்பட்டாள். அந்த ஆங்கிலேயரை லிஃப்ட் வரை வந்து திரிவேதி வழியனுப்பிவிட்டார். "அவரை கேட்வரை விட்டுவிட்டு வா!" என்று ஆர்த்தியிடம் சொல்லப்பட்டது, "ஓக்கே சார்" என்று புன்னகை மாறாமல் சொன்னாள். ஆங்கிலேயர் லிஃப்ட்டுக்குள் புன்னகைக்கவும், அவளும் பதிலுக்குப் புன்னகைத்தாள். காரில் ஏற்றிவிடும்போது "தேங்ஸ் ப்ரெட்டி கேர்ள்" என்று சொல்லிவிட்டுக் கை குலுக்கினார் ஆங்கிலேயர்.

ஐந்துமணி வாக்கில் ஜோஷி மேடம் ஆர்த்தியிடம் வந்து "ஏற்கெனவே சொன்ன மாதிரி, பத்துப் பதினைந்து நாட்களுக்கு ஒருதடவை லேட் சிட்டிங் இருக்கும். நாளைக்கு பாஸ் நியூயார்க் போறதாலே அவரு இன்னிக்கு லேட் நைட் உட்காருவாரு... இன்னிக்கு உன்னை லேட் சிட்டிங் பண்ணச் சொல்லியிருக்காரு... உனக்கு ஒரு பிரச்னையும் இல்லைதானே!"

"இல்லை மேடம்."

ஆறு – ஆறரை மணிக்கு எல்லாக் காரியதரிசிகளும் சென்று விட்டார்கள். சேர்மன் ஃப்ளோரில் ஒரு ஈ காக்கை இல்லை. அவ்வப்போது பட்லர் ஒருவன் பானங்களை சேர்மனின் அறைக்குக் கொண்டு சென்றுகொண்டிருந்தான். சேர்மன் அறையிலிருந்து ஆங்கில இசை சத்தமாக ஒலித்துக்கொண்டிருந்தது. ஆர்த்தி தனியே உட்கார்ந்திருந்தாள். ஃபெமினா பத்திரிகையின் பழைய இதழ்கள் அஞ்சலி மேடத்தின் மேஜையில் இருந்தன. அவற்றைப் புரட்டி அதனுள்ளே இருந்த புகைப்படங்களில் மாடல்கள் அணிந்துகொண்டிருந்த உடைகளை ரசித்துக்கொண்டிருந்தாள். அதே நேரத்தில் விஷாலுடன் எஸ்எம்எஸ்ஸில் உரையாடலும் நடத்தினாள். அன்று காலைமுதல் அவளுக்குப் பல தடவை 'ஐ லவ் யூ' சொல்லிவிட்டான். போனில் முத்தமழை வேறு. சேர்மனின் அழைப்புக்காகக் காத்திருக்கையில் வந்த விஷாலின் குறுஞ் செய்திகள் ஆர்த்தியை அன்றிரவு கோடு தாண்டும் ஆசையை பிரகடனப்படுத்தின. விஷால் ஆர்த்தியின் காதல் தொடங்கி, கிட்டத்தட்ட இரண்டு வருடங்கள் ஆகிவிட்டன. ஒரு வருடமாக இருவரும் சேர்ந்து வேறு வசிக்கின்றனர். ஆர்த்தியின் அன்புக் கட்டளைக்கு இதுவரை கீழ்ப்படிந்து வந்திருக்கிறான் விஷால். இன்றைய நாள்வரை அவர்களுடைய காதலின் உடலியல் பரிமாணங்கள் ஓர் எல்லைக்கோட்டுக்குள் அடங்கியிருக்கின்றன. ஆர்த்திக்கு எல்லை மீறும் ஆசை வந்ததில்லை. அவனின்

கோரிக்கையை "அப்புறம் பார்க்கலாம்", "உன் படிப்பு முடியட்டும்", "பொறுமை காத்தோரின் கையில் அவனியே வந்தமரும்" என்றெல் லாம் கூறி அன்புடன் மறுதலிப்பாள் ஆர்த்தி.

பட்லர் வந்து திரிவேதி சார் கூப்பிடுகிறார் என்று கூறவும், விஷாலுக்கு "சார் கூப்பிடுகிறார்" என்ற குறுஞ்செய்தி அனுப்பி விட்டு சேர்மன் அறைக்குள் நுழைந்தாள். திரிவேதி குர்த்தா – பைஜாமா அணிந்திருந்தார். அமருமாறு ஜாடை செய்தார். போனில் யாருடனோ ஆங்கிலத்தில் பேசிக்கொண்டிருந்தார். டாக்டர் பிரசாத், ஜோஷி மேடத்திடம் கொடுத்த மெடிக்கல் ரிப்போர்ட் இருந்த என்வலப் திரிவேதியின் மேஜையில் கிடந்தது. போனை கீழே வைத்ததும், ஐஸ் பாக்ஸிலிருந்து ஓர் ஐஸ் துண்டத்தைப் பானம் நிரம்பியிருந்த கோப்பையில் போட்டார்.

புலந்த்ஷஹர், ஆர்த்தியின் குடும்பம் –இவை பற்றியெல்லாம் பேசிக்கொண்டிருந்தவர் "பத்துப்பதினைந்து நாட்களுக்கு ஒரு முறை லேட் சிட்டிங் செய்யணும் என்று ஜோஷி மேடம் சொன் னார்களா?" என்று கேட்டு உறுதிப்படுத்திக்கொண்டார்.

"சார், நான் என்ன பண்ணனும்னு நீங்க சொல்லவே யில்லையே?" என்று கேட்டாள்.

"கான்பரன்ஸ் ரூமுக்குப் போவோம்."

வராண்டாவின் கடைசியில் இருந்த கான்பரன்ஸ் ரூமுக்கு சென்றார்கள். கான்பரன்ஸ் ரூமுக்குள் ஒரு கதவு இருந்தது. அதைத் திறந்தால் உள்ளே படுக்கையறை. ஆர்த்திக்கு ஆச்சரியமாக இருந்தது.

"வேலை அதிகமாக இருந்தால், வீட்டுக்குப் போகாமல் ரெஸ்ட் எடுத்துக்கொள்ளத்தான் இந்த அறை."

கட்டிலில் திரிவேதி உட்கார்ந்தார். "ஹ்ம் உட்கார்" என்று சொன்னார். "இல்லை சார் பரவாயில்லை" என்று நின்றுகொண் டிருந்தவளை, அவள் எதிர்பார்க்காத ஒரு விஷயத்தை செய்தார்; ஆர்த்தியின் கையைப் பிடித்து இழுத்துக் கட்டிலின் மேல் விழும் படிச் செய்தார். அவள் அந்த அதிர்ச்சியிலிருந்து மீளுமுன் லாவகமாக ஆர்த்தி அணிந்திருந்த உடையின் பின்புற ஜிப்பைத் திறந்து இழுத்துவிட்டார். உடையை இடுப்புக்குக் கீழ் இறக்கிவிட்டு, மேலாடையில்லாத ஆர்த்தியின் உடம்பை வேட்கையுடன் பார்த்தார்.

"வேண்டாம் சார்" என்று எழ எத்தனித்தவளை, திரும்பக் கட்டிலில் இழுத்து தன் மடியில் கிடத்திக்கொண்டார். தலைகீழாக அவள் மேல் படுத்து, அவளின் உடையை முழுக்க உருவித் தரையில்

எறிந்தார். சில வினாடிகளில் அவளை வெறியுடன் அனுபவிக்க ஆரம்பித்தார். ஆர்த்தி கண்ணை மூடி ஓர் இயந்திரம் போல கிடந்தாள். வெண்ணிற மீசை அவளின் மூக்கில் உரசும்படி, தன் வாயால் ஆர்த்தியின் வாயை மூடி, மூர்க்கமான விசையுடன் இயங்கினார். இச்சை தீர்ந்ததும் களைத்து விழுந்தார். தஸ்புஸ் ஸென்று மூச்சை வெளியேற்றினார். ஆர்த்தி கண்ணைத் திறக்காமல் சில நிமிடங்கள் படுத்திருந்தாள். சத்தம் ஓய்ந்தது மாதிரி இருந்த போது, கண்ணைத் திறந்தவள், திரிவேதியின் கண்கள் அவளையே மறு உயிர்பெற்ற இச்சையோடு நோக்கிக்கொண்டிருப்பதைக் கவனித்தாள். உடையை எடுக்க எழுந்தவளை அவரின் கரங்கள் மீண்டும் இழுத்தன. “கொஞ்ச நேரம் இரு... இன்னும் வேலை இருக்கு” என்றவர் ஆர்த்தியின் உடலைப் படுக்கப் போட்டு இறுக்கிக் கட்டிக்கொண்டார். அடுத்த நிமிடம் அவளின் மேல் படுத்துக் கொண்டு இன்னொரு முறை அனுபவித்தார்.

திருப்தியுடன் பக்கவாட்டில் படுத்து திரிவேதி கண்ணை மூடிய அடுத்த கணம், ஆர்த்தி அவசர அவசரமாக உடையால் தன் உடலை மறைத்துக்கொண்டு வராண்டாவில் ஓடினாள். வராண்டாவில் ஒருவரும் இல்லை. அவளுடைய இருக்கையை அடைந்து கைப்பையை எடுத்துக்கொண்டு வாஷ்–ரூமுக்கு சென்றாள். வாஷ்–ரூமில் இருந்த முகம் பார்க்கும் கண்ணாடியில் தன் முகத்தை வெறித்துப் பார்த்தவாறே நின்றிருந்தாள். முகம் அலம்பி, உடைகளை அணிந்து, கூந்தலைச் சரி செய்துகொண்டு கிளம்பினாள். வராண்டாவில் திரிவேதி சுருட்டு பிடித்துக்கொண்டு நின்றிருந்தார்.

“கிளம்பிவிட்டாயா?”

ஆர்த்தி மவுனமாக இருந்தாள்.

“ஜோஷி மேடம் இண்டர்வியு அன்னிக்கு கொடுத்த பணத்துல எத்தனை ட்ரெஸ் வாங்கிக்கிட்டே.”

“இரண்டு.”

“இப்போ போட்டுட்டிருக்கிறது அதுல ஒண்ணா?”

“ஹ்ம்.”

பைஜாமாவுக்குள் கைவிட்டு ஆயிரம் ரூபாய் நோட்டுகள் சிலவற்றை அவளுக்குக் கொடுத்தார்.

“இதே மாதிரி இன்னும் ரெண்டு–மூணு ட்ரெஸ் வாங்கிக்க... என் ட்ரைவர்ல யாராவது ஒருத்தர் உன்னை வீட்டுல விட்டுடுவாங்க... நீ காஜியாபாதிலதானே இருக்க?”

ஆர்த்தி தலையாட்டினாள்.

"சார் நான் நாளைக்கு..." என்று இழுத்தாள்.

"பரவாயில்லை... லீவு எடுத்துக்கோ... நாளை மறுநாள் வந்தா போதும்... ஜோஷி மேடத்துக்கு நான் சொல்லிடறேன்."

வீடு திரும்பியபோது விஷால் அவளை அணைத்துக் கொண்டான். "யோசிச்சியா?" என்று கேட்டவனின் கண்களில் எதிர்பார்ப்பு நிறைந்திருந்தது. ஆர்த்தி பதில் சொல்லவில்லை.

பேச்சை மாற்றி "முதல் நாள் எப்படி இருந்தது?" என்று கேட்டான்.

"முப்பதாயிரம் இலாபம்... இன்னும் ரெண்டு மூணு டீசெண்டான ட்ரெஸ் வாங்கிக்க சொல்றாங்க..."

தன் அறைக்குச் சென்று உடை மாற்றிக்கொண்டு சிறிதுநேரம் கழித்து ஹாலுக்கு வந்தாள். அதற்குள் அவளுடைய கைப்பையில் இருந்து கொஞ்சம் பணம் எடுத்துக்கொண்டான் விஷால்.

டிபன் காரியரை எடுத்து அவள் சாப்பிடத்தொடங்கியதும் பேண்ட் மாட்டிக்கொண்டு எங்கோ கிளம்பினான்.

"எங்க போறே?"

"கொஞ்சம் வேலையிருக்கு."

"பார் மூடியிருக்குமே."

"பாருக்கு போகலை."

"பொய்."

"நான் என்ன பண்ணினா உனக்கு என்ன?" – அவன் குரலில் கோபம் தெறித்தது.

"எதுக்குக் கோபம்?"

"அதைப்பத்தி உனக்கென்ன?"

"என் ராசாவுக்கு என்ன கோபம்னு எனக்குத் தெரியாதா?"

பாதி சாப்பாட்டில் எழுந்து அவனருகில் ஓடி வந்து அவன் இதழில் அழுத்தி முத்தமிட்டாள். சாப்பாடு முழுக்கச் சாப்பிடப் படாமல் மிச்சம் வைக்கப்பட்டு டிபன் கேரியரிலேயே அடைத்து வைக்கப்பட்டது. நாளைக்குச் சூடுபண்ணிச் சாப்பிட்டுக் கொள்ளலாம்! விஷாலின் கோபம் அன்றிரவே தணிந்தது. அன்றைக்குப் பிறகு விஷால் மாலை நேரங்களில் கோபம்கொள்வது நிரந்தரமாக நின்றுபோனது.

ரயில் பெருச்சாளிகள்

சென்னை செல்லும் மனைவி குழந்தைகளை ரயிலேற்றி விடுவதற்காக நிஜாமுத்தின் ரயில் நிலையம் சென்றிருந்தேன். ஆன்-லைன் வழி முன்பதிவு செய்த ஈ-டிக்கெட் சகிதம் வண்டிக்காகக் காத்திருந்தோம்.

தண்டவாளத்தில் தடித்த பெருச்சாளிகள் ஓடி விளையாடிக்கொண்டிருந்தன. தண்டவாளத்துக்கடியில் சிறுசிறு பொந்துகளுக்குள் நுழைந்தவாறும் வெளிவந்தவாறும் இயங்கிக்கொண்டிருந்தன. ரயில் நிலையங்களில் ஒரு சுண்டெலிகூட ஏன் தென்படுவதில்லை? வெறும் பெருச்சாளிகளைத்தான் காண முடிகிறது. இவ்விதமாக என் சிந்தனை ஓடிக் கொண்டிருந்தது.

என் மொபைல் போனில் கீழ்க்கண்ட வரிகளை டைப் செய்தேன்:

இரயில் நிலையங்களில்
சுண்டெலிகள் காணப்படுவதில்லை
வெறும் பெருச்சாளிகள்தாம்
சீருடையிட்டவர்களைச் சொல்லவில்லை.

பெருச்சாளிகளைக் கண்டதும் உயிர் பெற்ற என் கற்பனையிலிருந்து உதித்த வரிகள் இவை. இவ்வரிகள் கவிதையாகுமா? பல முறை கவிதைபோல ஏதோவொன்றை எழுதிவிட்டு இது கவிதையா இல்லையா என்று யோசித்து மண்டையைப் பிய்த்துக் கொள்வது என் வழக்கமாகிவிட்டது. வெறும் நான்கு வரிகளை எழுதியபிறகு என் கற்பனை தடைபட்டு விட்டது.

குடும்பத்தை ரயிலேற்றிவிட்டு வீடு திரும்பியதும், மேற்கண்ட 'பெருச்சாளிக் கவிதை'யைத் தொடரும் முயற்சியில் ஈடுபட்டு முழுத் தோல்வி கண்டேன்.

பல வருடங்களுக்கு முன்னர் நிகழ்ந்த சம்பவம் ஒன்று என் ஞாபகத்துக்கு வந்தது. நான் தில்லிவந்த புதிதில் ஒரு சிறு நிறுவனத்தில் பணிபுரிந்துகொண்டிருந்தேன். ஒரு வட இந்திய நகருக்கு அலுவலக வேலை தொடர்பாக பயணம் சென்றிருந்தேன். மூன்று நாள் அங்கே தங்கியிருந்து நிறுவனத்தின் சில விநியோகஸ்தர் களையும் வாடிக்கையாளர்களையும் சந்திக்கும் வேலை எனக்கு அளிக்கப்பட்டிருந்தது. இரண்டாவது நாளே என் அதிகாரி எனக்கு போன்செய்து என்னை அன்று இரவே தில்லி திரும்பச் சொன்னார். அடுத்தநாள் ஏதோ அவசர வேலையாம். அதனால், மாலையில் கிளம்பும் ரயிலில் டிக்கட் எடுக்க காலை பத்து மணிக்கு ரயில் நிலையம் வந்தேன்.

இரண்டே இரண்டு கவுன்டர்கள். க்யூ ரயில் நிலையத்தின் பிரதான வாசல்வரை நீண்டிருந்தது. கவுன்டர்வரை வந்தடைய பல மணி நேரம் பிடிக்கும் போலிருந்தது.

ஒரு ஆள் என்னை அணுகினான். அவன் வேகமாகப் பேசின ஹிந்தியை என்னால் ஆரம்பத்தில் தெளிவாகப் பின்பற்ற முடிய வில்லை. ஊரிலிருந்து புக் செய்துகொண்டு வந்திருந்த டிக்கட் என் கையில் இருந்ததைப் பார்த்திருப்பான் போலிருந்தது. "என்னிக்கான டிக்கட் உங்ககிட்ட இருக்கு?" என்று கேட்டான். முதலில் நான் பதில் சொல்லவில்லை. "டிக்கட்டை கேன்சல் செய்யாதீங்க சார்... நான் வாங்கிக்கறேன்" என்றான்.

"என் டிக்கட்டை வாங்கி நீ என்ன செய்யப் போகிறாய்? இது நாளை மாலை கிளம்பும் ட்ரெயினின் டிக்கட்."

"இந்த டிக்கட்டை கேன்சல் செஞ்சீங்கன்னா... 30% சார்ஜைக் கழிச்சிருவாங்க. நான் 10% மட்டும் கழிச்சிட்டு உங்களுக்குப் பணம் தந்துடுவேன். இல்லைன்னா உங்களுக்கு வேற டிக்கட் வேணும்னா அதை அரேஞ்ச் பண்ணித் தருவேன்."

அவனிடம் கூடுதல் விசாரித்ததில் விஷயம் இதுதான். என்னுடைய டிக்கட்டை வேறு யாருக்கோ 'ப்ரிமியத்தில்' விற்றுவிடுவான். வேறு யாரோ கேன்சல் செய்ய வந்த டிக்கட்டை எனக்குக் கொடுத்துவிடுவான். அதற்காக ஒரு 'சர்வீஸ் சார்ஜ்' மட்டும் பெற்றுக்கொள்வான். 'ஆண் பயணி' என்று குறிப்பிடப் பட்டுள்ள டிக்கட்டை சில சமயம் பெண் பயணிகளுக்குக்கூட விற்றிருக்கிறானாம். "அது எப்படி சாத்தியம்? டிக்கட் பரிசோதகர் கண்டிபிடித்தால் பயணிக்கு பிரச்னையாகுமே?" எனக் கேட்டதில் "எல்லாம் பெரிய மனிதர்களின் ஆசீர்வாதம். ஆண்பால் –

பெண்பால் வேற்றுமைகள் பாராட்ட மாட்டார்கள்" என்று நக்கலடித்தான். அவனுடைய பெயர் சந்து என்று தெரிவித்தான்.

அன்று மாலை ரயிலுக்கான டிக்கட்டை ரயில் கிளம்புவதற்கு அரை மணி நேரம் முன்னதாக தருகிறேன் என்றான். அடுத்த நாள் பயணத்திற்கான என் டிக்கட்டையும் நான் அப்போதுதான் தருவேன் என்று சொல்லிவிட்டேன்.

நான்கு மணிக்கு ரயில் நிலையம் வந்துவிட்டேன். ஒரு சிறு தோல் பை மட்டும்தான். பால் இனிப்புகள் விற்கும் ஒரு கடை முன், இரண்டாம் பிளாட்ஃபார்மில் நிற்குமாறு சந்து சொல்லி யிருந்தான். ஏற வேண்டிய ரயில் இரண்டாம் பிளாட்ஃபார்மிற்கு வந்துவிட்டது. நகத்தைக் கடித்தவாறு நின்றிருந்தேன். சந்து ஒரு வழியாக வந்து சேர்ந்தான்.

"இன்னும் ஐந்து நிமிடத்தில் உங்க டிக்கட் என் கைக்கு வந்துடும்... உங்களோட நாளைய டிக்கட்டை குடுங்க" என்றான்.

"குடுக்கறேன்... அதுக்கு முன்னாடி இங்க நிக்கற ரயிலுக்கான கன்ஃபர்ம் டிக்கட் என் கைக்கு வந்தா மட்டும்தான் குடுப்பேன்."

"அப்ப டிக்கட்டை நீங்களே வச்சுக்குங்க... எனக்கு ஒண்ணும் வேணாம்..."

"என்னப்பா சொல்ற... நீதானே எனக்கு டிக்கட் தரேன்னு சொன்னே?"

"நான் இல்லேன்னா சொன்னேன்... இருங்க ஒரு நிமிஷத்துல வரேன்" என்று சொல்லி நகர்ந்தான் சந்து.

எனக்கு ஒரே டென்ஷன். பேசாமல் இன்று இரவு இந்த ஊரிலேயே தங்கிவிட்டு கன்ஃபர்ம் டிக்கெட்டில் அடுத்த நாள் பயணப்படலாமா என்று யோசித்தேன். ஆஃபீசில் டிஏ தர மாட்டார்களே? அதிகாரி "ஒன்ன யாரு எக்ஸ்ட்ராவா ஒருநாள் அந்த ஊரில் இருக்க சொன்னாங்க... நீ ஊரு சுத்திப் பார்க்கறதுக் கெல்லாம் கம்பெனி பணம் குடுக்காது" என்று திட்டவட்டமாகப் பேசுவாரே? ஹோட்டல் அறை நானூறு ரூபாய் ஆகிறது. அத்தனை செலவு செய்யும் நிதி நிலைமை இச்சம்பவம் நடந்த காலத்தில் என்னிடம் இருந்திருக்கவில்லை.

ரயில் கிளம்ப இன்னும் இருபது நிமிடங்கள் இருந்தன. கோச்சுகள் நிரம்பத் துவங்கின. ரயில் பிளாட்ஃபார்முக்குள் நுழையும்போது ஜெனரல் டப்பாவுக்குள் நிறையபேர் உட்கார்ந் திருந்ததை நான் பார்த்திருந்தேன். அவர்களெல்லாரும் யார்டில் ஒளிந்திருந்து பின்னர் ஜெனரல் டப்பாவில் ஏறியிருப்பார்களோ? ஒரு முறை மும்பை சென்ட்ரல் (அப்போது பம்பாய் சென்ட்ரல்) ஸ்டேஷனில் பொது டப்பாவில் இடம் இருக்கிறதே என்று

அமரப்போனால் ஒரு முரட்டு ஆள் "ஹ்ம் எடுங்க பதினைந்து ரூபாய்" என்றான். நான் எடுத்திருந்த அன்ரிசர்வ்டு டிக்கட்டை அவனிடம் காண்பித்தேன். ஏளனமாய்ச் சிரித்துவிட்டு, "இந்த இடத்தில் உட்கார வேண்டுமென்றால் எனக்குப் பைசா கொடுக்க வேண்டும். இல்லாவிட்டால் நின்றுகொண்டே வா" என்றான். அவன் பேசிக்கொண்டிருக்கும்போதே இன்னொரு பயணி பதினைந்து ரூபாய் கொடுத்து காலியாக இருந்த இன்னொரு இருக்கையில் அமர்ந்துகொண்டான். "எழுந்திரு" என்றான் முரடன். நான் கோச்சிலிருந்து இறங்கிப் பொது கோச்சிற்கு அருகே நின்றிருந்த சீருடையிட்ட ரயில் அதிகாரியிடம் போய் முறை யிட்டேன். "அதுக்கு நான் எதுவும் செய்ய முடியாது. நீ கொஞ்ச நேரம் நின்னுக்கிட்டிரு... ட்ரெய்ன் கிளம்பினவுடன் அவர்கள் இறங்கிவிடுவார்கள்... அப்புறம் நீ காலியா இருக்கிற சீட்டில் உட்கார்ந்துக்கலாம்" என்று ஆறுதல் சொன்னார். அப்போது முரடன் அவரை நெருங்கி "சலாம் யாதவ் சாப்" என்றான். எனக்கு முதுகு காண்பித்துக்கொண்டு முரடன் தோளில் கை போட்டு கலகலப்பாகப் பேச ஆரம்பித்த யாதவ் என்கிற ரயில் அதிகாரிக்குப் பின்னால் நான் ஒருவன் நின்றுகொண்டிருக்கிறேன் என்கிற பிரக்ஞையே இல்லை.

சந்து ஒரு வெய்ட்டிங் லிஸ்ட் டிக்கெட் கொண்டுவந்து என்னிடம் நீட்டினான். பால், வயது எல்லாம் சரியாக குறிப்பிடப்பட்டிருந்தன.

"இது கன்ஃபர்ம் ஆயிருச்சா" என்று கேட்டேன்

"சார்ட்டில் பேரு இருக்காது... ஆனா S – 9 கோச்சில் ஏறி நில்லுங்க. யோகேஷ் என்று ஒரு டிடி டிக்கட் செக் பண்ண வருவார். அவர்கிட்ட பேசியாச்சு. உங்களுக்கு சீட் அலாட் பண்ணுவார். அவருக்கு டீ காபிக்கு காசு குடுங்க போதும்."

தயக்கத்துடன் அந்த டிக்கட்டை பெற்றுக்கொண்டேன். அடுத்த நாளுக்கான என் டிக்கட்டை அவனிடம் கொடுத்தேன்.

"டிக்கட் மட்டும் போதாது சார்... என் சர்வீஸ் சார்ஜ் யாரு தருவாங்க... ஏற்கெனவே சொன்னேனே... இருநூறு ரூபாய் குடுங்க."

டிக்கட் விலையே நூற்றி இருபது ரூபாய்தான். என் பர்ஸை எடுக்கும்போதுதான் அவரைப் பார்த்தேன். "யோகேஷ்" என்ற பேட்ஜ் அணிந்திருந்தார்.

"சலாம் யோகேஷ் சாப்" என்றான் சந்து.

யோகேஷ் முகத்தை கடுமையாக வைத்துக்கொண்டு "என்னடா உங்களுக்கெல்லாம் எத்தனை முறை சொன்னாலும்

அறிவு வராதா? சந்து இந்தத் தடவை கண்டிப்பா ஜெயில்தான் உனக்கு" என்று என் கையிலும் அவன் கையிலும் இருந்த டிக்கட்டு களை வாங்கிக்கொண்டார்.

"என்ன சார்... உங்களைப் பார்த்தா படிச்சவர் மாதிரி தெரியுது... இந்த மாதிரி ஆளுங்ககிட்டேர்ந்து ப்ளாக் டிக்கட் வாங்கறீங்களே?"

நான் பதற்றமும் வெட்கமும் கலந்த தொனியில் "இல்லை சார்... அவசரமாக ஊருக்குப் போக வேண்டியிருந்தது" என்றேன்.

"ஹ்ம்ம்... போங்க... இந்த வெய்ட் லிஸ்ட் டிக்கட்டை வச்சுகிட்டு நீங்க ஜெனரல் டப்பாவில் தான் ஏற முடியும்... போங்க" என்றார்.

நான் அவரைப் பார்த்து "சார்... சார்... உதவி பண்ணுங்க சார்" என்று சொல்லிக்கொண்டிருந்தேன். அந்நேரத்தில் சடக்கென சந்து ஓடிவிட்டான். யோகேஷ் "புடிங்க அவனை" என்றார். அவர் சொன்னதை யாரும் பொருட்படுத்தியதாகத் தெரியவில்லை. "திருட்டுப் பசங்க" என்று என் காதுபடச் சொன்னார். பிறகு என்னைப் பார்த்து "போங்க சார்... சிக்னல் போட்டுட்டாங்க... அன்ரிசர்வ்டு பொட்டில ஏறிக்கங்க" என்று சொன்னார்.

ரயிலின் ஹார்ன் ஒலித்தது. நான் வேகமாக எஞ்சின் பக்கத்தில் இருக்கும் ஜெனரல் டப்பாவை நோக்கி ஓடினேன். ஜெனரல் டப்பாவை அடையவும் ரயில் நகரத் துவங்கியது. டப்பாவுக்குள் ஏற முடியவில்லை. மக்கள் வெள்ளம். படிக்கட்டிலும் பயணிகள். அவர்கள் உள்ளே என்னை நுழைய விடவில்லை. ரயிலின் வேகம் அதிகரிக்கவும், என் வேகம் குறைந்தது. ஏமாற்றவுணர்வு விரக்தியாக மாறி "ரயிலே... போய்க்கொள்" என்று மனதுக்குள் சொல்லியவாறே பிளாட்ஃபார்மில் நின்றேன். ஒரு பெஞ்சில் கொஞ்ச நேரம் உட்கார்ந்தேன்,

தில்லிக்குத் திரும்பப் பேருந்து கிடைக்குமா என்று பார்க்க ரயில் நிலையத்தைவிட்டு வெளியே வந்தபோது சந்துவும் யோகேஷும் ஒரு டீக்கடை வாசலில் ஒன்றாக நின்று சிகரெட் புகைப்பதைப் பார்த்தேன். அவர்களை அணுகி நீங்கள் என்னிடம் எடுத்துக்கொண்ட டிக்கட்டை திருப்பித் தாருங்கள் என்று கேட்கலாமா என்று ஒரு கணம் யோசித்தேன். நான் சாலையை க்ராஸ் செய்யக் காத்திருக்கும்போது தில்லி செல்லும் பேருந்து ஒன்று பச்சை விளக்குக்காக காத்துக்கொண்டிருப்பதை பார்த்தேன். அதில் ஏறிக்கொண்டேன்.

திரு எழுத்தாளர் அவர்களே,

நீங்கள் அனுப்பிய படைப்பை படித்த பிறகு அதை எதில் பகுப்பது என்பது புரிபடவில்லை? என்ன Genre இது? கவித்துவமான பாவனையோடு தொடங்கினீர்கள். பின்னர் அனுபவப் பகிரல் தொனியோடு புனைவு மாதிரி எழுதி யிருக்கிறீர்கள். அனுபவம் ஒரு ஃப்ளேஷ் பேக் மாதிரி வருகிறது. அந்த ஃப்ளேஷ் பேக்கிற்குள் ஒரு ஃப்ளேஷ் பேக் என்று இன்னொரு கதை (அல்லது அனுபவப் பகிரல்). தமிழ்த் திரைக்கதை ஆசிரியர்களின் பாதிப்பு உங்கள் கற்பனையில் தெரிகிறது.

பெருச்சாளிகள் என்ற ஒரு உருவகம் எதைக் குறிக்கிறது என்று புரிந்துகொள்ளப் பெரிதாக அலட்டிக்கொள்ள வேண்டியதில்லை. இரயில் நிலையத்தைக் கதைக்களமாக வைத்து எழுத வேண்டும் என்ற உத்வேகத்தில் காட்டாற்று வெள்ளமாக உங்கள் எழுத்து ஆழமின்றி அலைகிறது. உள்ளடக்கத்தில் செறிவு இல்லை. இறுக்கமான வடிவமின்றிப் பஞ்சுமாதிரி சொல்லவந்த விஷயம் நாலா திசைகளிலும் பறக்கிறது.

இரயில் நிலையத்தைக் களமாக வைத்து பல முக்கியமான இலக்கிய படைப்புகளைப் படைப்பாளிகள் படைத்திருக் கின்றனர் என்பது உண்மைதான். ரபீந்திரநாத் டாகோர் எழுதிய 'Hungry Stones' சிறுகதை படித்திருக்கிறீர்களா? எனக்கு மிகவும் பிடித்த சிறுகதைகளில் அதுவும் ஒன்று.

ரஸ்கின் பாண்ட் எழுதிய 'Do you believe in Ghosts?' என்ற கவிதை ரயில் நிலையத்தில் நிகழும் ஒரு உரையாடலைச் சொல்கிறது.

"பேய்கள் இருக்கின்றன என்று நீ நம்புகிறாயா?"
மூன்றாம் பிளாட்ஃபார்மில்
நின்றிருந்த ஒருவன் என்னைக் கேட்டான்.
"நான் பகுத்தறிவுவாதி" – நான் சொன்னேன்.

"நான் கண்ணால் காணக்கூடியவற்றையே நம்புபவன்;
உதாரணமாக உன் கைகள், உன் கால்கள், உன் தாடி."
"ஓ! அப்படியானால் என்னைத் திரும்பவும் பார்"
என்றவன்
உடன் காணாமல் மறைந்துபோனான்.

நீங்கள் அனுப்பியதைப் பிரசுரிக்கப் போவதில்லை என்ற எங்கள் முடிவை புரிந்துகொண்டிருப்பீர்கள். உருப்படியாக எதுவும் எழுதினீர்களேயானால் எங்களுக்கு அனுப்பி வையுங்கள்.

அன்புடன்
எடிட்டர்

சென்னையிலிருந்து திரும்பி வரும் மனைவியையும் குழந்தைகளையும் வரவேற்க நிஜாமுத்தின் ரயில் நிலையத்தில் நின்றிருந்தபோது பெருச்சாளி 'கவிதையை' மேலும் தொடர உத்வேகம் பிறந்தது.

இரயில் நிலையங்களில்
சுண்டெலிகள் காணப்படுவதில்லை
வெறும் பெருச்சாளிகள்தாம்
சீருடையிட்டவர்களைச் சொல்லவில்லை.
மொத்தமாக முன்பதிவு செய்து
அதீத விலையில் விற்கும்
தரகர்களைச் சொல்லவில்லை
பயணச் சீட்டின்றி
கூட்டமான ரயிலில்
பயணம் செய்பவர்களைச் சொல்லவில்லை
ஓசியில் தருகிறார்கள் என்று
மாதத்துக்கொரு முறை
நீள் பிரயாணம் செய்யும்
ரயில் ஊழியர்களைச் சொல்லவில்லை
முன் பதிவு செய்யும்
ரயில்வே இணைய தளம் சரியாக இயங்காமல்
காளானாய் முளைத்திருக்கும்
தனியார் ட்ராவெல் ஏஜன்ஸிகளைச் சொல்லவில்லை
நிஜப் பெருச்சாளிகளைத்தான் சொல்லுகிறேன்
தண்டவாளங்களைக்
காற்றில் தொங்குவது மாதிரி
தொங்கவிட்டு
அடியில் வாழும்
பெருச்சாளிகளைத்தான் சொல்லுகிறேன்.

சென்னை ரயில் வந்து சேர்ந்தது. குடும்பத்தைக் காணும் ஆவலில் 'கவிதை' எழுதிய டிஷ்யூ பேப்பரை உட்கார்ந்திருந்த பெஞ்சிலேயே போட்டுவிட்டு எழுந்தேன்.

டாக்ஸியில் ஏறி வீடு செல்லும் வழியில் ரயில் நிஜாமுத்தின் வந்தடைவதில் ஏற்பட்ட தாமதம் குறித்த என் கேள்விக்கு என் மனைவி அளித்த பதில் என்னை அதிர்ச்சியடைய செய்தது.

"நாக்பூர் ஸ்டேஷனில் இரண்டு மணி நேரம் போட்டு விட்டார்கள். யாரோ சிறு பையன் ஸ்லீப்பர் கிளாஸில் ஒரு பெருச்சாளி கடித்து இறந்துவிட்டானாம்."

2